ப.சரவணன் - தமிழ் இலக்கியத்தில் முனைவர் பட்டம் பெற்றவர். பொதுவாசிப்புக்கு உரிய நாவல்கள், சிறுகதைகள், கவிதைகள், வரலாறுகள் போன்றன சார்ந்து 75க்கும் மேற்பட்ட புத்தகங்களை எழுதியுள்ளார். இவர் 'மேகன்' என்ற புனைபெயரிலும் 'டாக்டர் ப.சரவணன்' என்ற பெயரிலும் எழுதி வருகிறார்.

கல்லூரியில் தமிழ் இலக்கியம் பயின்றதால் மரபார்ந்த தமிழ் இலக்கியத்தின் மீது ஈடுபாடு கொண்டிருந்தார். பின்னர், எழுத்தாளர் ஜெயமோகனின் எழுத்துகளின் வழியாக நவீனத் தமிழ் இலக்கியத்தின் மீது விருப்பம் கொண்டு, விரிவாக வாசிக்கத் தொடங்கினார். தொடர்ந்து விமர்சனக் கட்டுரைகளை எழுதினார்.

சொல்புதிது சிற்றிதழ், மருதம் இணைய இதழ் ஆகியவற்றில் சிலகாலம் பணியாற்றினார். தொடர்ந்து சில இலக்கியக் கூட்டங்களை மதுரையில் நடத்தினார். தற்போது 'தமிழ் விக்கி'யின் கல்வித்துறை சார்ந்த ஆசிரியர் குழுவில் உள்ளார்.

நவீனத் தமிழ்ப் படைப்புகளின் மீது மரபார்ந்த தமிழ் ரசனை சார்ந்த விமர்சனங்களை முன்வைத்தவர் என்ற முறையில் இவர் தமிழ் இலக்கியப் பெரும்பரப்பில் அடையாளம் காணப்படுகிறார்.

இவர் பெற்றுள்ள விருதுகள்

1. செந்தமிழ்த் திலகம் விருது - ஜூலை 23, 2011
2. இலக்கியச் சுடர் விருது - ஜூலை 21, 2012
3. எழுத்துலகத் தேனீ - 2022

AF518848

செயற்கை நுண்ணறிவு

இணை மானுடம்

ப.சரவணன்

செயற்கை நுண்ணறிவு
- ப.சரவணன் ©

சுவாசம் பதிப்பகம்

Seyarkai Nunnarivu
by P.Saravanan ©

ISBN: 978-93-95272-85-8
Title Number: Swasam 095

First edition: Dec 2023

Published by:
Swasam Pathippagam,
An imprint of Swasam Publications Private Limited,
52/2, Near B.S Mahal,
Ponmar,
Chennai, Tamil Nadu – 600127
Email: swasam.publications@gmail.com

Printed by: Adyar Students Xerox, Chennai - 600002

To buy the book: Swasam Bookart - +91-8148066645
Website: https://www.swasambookart.com/

உள்ளே...

01.	செயற்கை நுண்ணறிவு எனும் 'இணை மானுடம்'	09
02.	இயற்கை மற்றும் செயற்கை நுண்ணறிவுகளின் வரலாறு	14
03.	தேவைகள்	20
04.	அடிப்படை முறைகள்	25
05.	எதிர்கால நன்மைகள்	28
06.	எச்சரிக்கையும் எதிர்பார்ப்பும்	32
07.	பொதுவிதிகள்	37
08.	வரம்புகளும் எல்லைகளும்	40
09.	ஆண்களுக்கான பயன்கள்	46
10.	பெண்களுக்கான பயன்கள்	49
11.	சிறுவர்களுக்கான பயன்கள்	54
12.	'டீன் ஏஜ்' ஆண்களுக்கும் பெண்களுக்கும்	57
13.	'சீனியர் சிட்டிசன்'களுக்கான பயன்கள்	60
14.	குழந்தைகளுக்கான பயன்கள்	63
15.	திருநங்கைகளுக்கான பயன்கள்	66
16.	மாற்றுத்திறனாளிகளுக்கான பயன்கள்	69
17.	மனநிலை பிறழ்ந்தவர்களுக்கான பயன்கள்	72
18.	மொழித்துறை	75
19.	கணிதத்துறை	78
20.	வரலாற்றுத்துறை	81

21.	புவியியல்துறை	84
22.	தாவரவியல்துறை	87
23.	விலங்கியல்துறை	90
24.	நுண்ணுயிரியல்துறை	93
25.	சமூக அறிவியல்துறை	96
26.	சுற்றுச்சூழல் அறிவியல்துறை	99
27.	வேளாண்மைத்துறை	102
28.	ஆட்டோமொபைல் துறை	105
29.	சைபர் பாதுகாப்பு	108
30.	பங்குச் சந்தை	111
31.	டிஜிட்டல் தொழில்நுட்பம்	114
32.	டிஜிட்டல் கரன்சி	117
33.	கல்வித்துறை	120
34.	வங்கித்துறை	128
35.	ஆன்லைன் வணிகம்	132
36.	சுற்றுலாத்துறை	136
37.	நீதித்துறை	140
38.	காவல்துறை	143
39.	போக்குவரத்துத்துறை	148
40.	விளம்பரத்துறை	151
41.	ராணுவம்	154
42.	மின்னணு மற்றும் தகவல் தொடர்புத்துறை	157
43.	படைப்பாற்றல் துறை	163

44.	நுண்கலைத்துறை	166
45.	பொறியியல்துறை	169
46.	டெக்ஸ்டைல், பேஷன் மற்றும் டிசைனிங் துறை	173
47.	விண்கலத்துறை	179
48.	வானூர்திப் பொறியியல்துறை	182
49.	புள்ளியியல்துறை	185
50.	வேதியியல்துறை	188
51.	இயற்பியல்துறை	191
52.	உடற்கல்வியியல் துறை	194
53.	காப்பீட்டுத் துறை	197
54.	உளவியல் துறை	200
55.	விற்பனை மற்றும் சேவைத் துறை	203
56.	ஆராய்ச்சித் துறை	206
57.	உணவுத் துறை	209
58.	மனித வளத் துறை	212
59.	சுகாதாரத் துறை	215
60.	அன்றாட வாழ்வில் செயற்கை நுண்ணறிவு	219
61.	செயற்கை நுண்ணறிவின் சாதனைகள்	222
62.	செயற்கை நுண்ணறிவின் சவால்கள்	226
63.	செயற்கை நுண்ணறிவும் மனிதக் கனவுகளும்	231
64.	செயற்கை நுண்ணறிவுத் தொழில்நுட்பத்தை மேம்படுத்துதல்	234
65.	செயற்கை நுண்ணறிவின் போட்டியாளர்கள்	237

1. செயற்கை நுண்ணறிவு எனும் 'இணை மானுடம்'

'செயற்கை நுண்ணறிவு' (Artificial Intelligence) என்பது, மனிதர்களுக்கு எதிரானது அல்ல. இது மனிதர்களுக்கு உதவியாகயிருந்து, அவர்களின் திறன்களை மேம்படுத்தும். இது முழுக்க முழுக்க மனிதர்களால் கண்டுபிடிக்கப்பட்ட தொழில்நுட்பம். இதனை ஓர் 'இணை மானுடம்' (Co-human or parallel human) என்று சொல்லலாம்.

இது சிக்கல்களைத் தீர்ப்பதற்கும், பணிகளை ஒழுங்குபடுத்துவதற்கும்,மனித உற்பத்தித்திறன் மற்றும் அவர்களது முடிவெடுக்கும் திறன் ஆகியவற்றை மேம்படுத்துவதற்கும் வடிவமைக்கப்பட்டுள்ளது. அதே சமயம் செயற்கை நுண்ணறிவின் முறையற்ற அல்லது நெறிமுறையற்ற பயன்பாடு எதிர்மறையான விளைவுகளை ஏற்படுத்தும். செயற்கை நுண்ணறிவைப் பொறுப்புடன் பயன்படுத்தாவிட்டால், தனிநபரின் மீதான உரிமை மீறல் ஏற்படலாம். செயற்கை நுண்ணறிவு என்பது மனிதர்களுக்கு எதிராகவோ அல்லது ஆதரவாகவோ என்ற இருநிலைகளிலும் இல்லை. நாம் அதனை எப்படிப் பயன்படுத்துகிறோம் என்பதனைக் கொண்டே, செயற்கை நுண்ணறிவுத் தொழில்நுட்பம் மனிதர்களுக்குப் பயனளிக்குமா அல்லது மனிதர்களின் மீது அதிகாரம் செலுத்துமா என்பதை அறியமுடியும்.

நோக்கம்

'செயற்கை நுண்ணறிவு' என்பது கற்றல், பகுத்தறிவு, சிக்கல்கள் தீர்க்கும் திறன், உணர்தல், மொழி புரிதல் போன்ற மனித அறிவாற்றல் செயல்பாடுகளைத் தன்னுள்ளே கொண்டுள்ளது.

வகைகள்

செயற்கை நுண்ணறிவை இரண்டு வகைப்படுத்தலாம்.

1. குறுகிய செயற்கை நுண்ணறிவு
2. பொதுச் செயற்கை நுண்ணறிவு

குறுகிய செயற்கை நுண்ணறிவு

குறுகிய செயற்கை நுண்ணறிவினைப் 'பலவீனமான செயற்கை நுண்ணறிவு' என்றும் அழைக்கலாம். இது ஒரு வரையறுக்கப்பட்ட எல்லைக்குள் குறிப்பிட்ட பணிகள் அல்லது செயல்பாடுகளைச் செய்ய வடிவமைக்கப்பட்டுள்ளது.

உதாரணம்: 'சிரி' ('Siri' Apple's virtual assistant for iOS) அல்லது 'அலெக்சா' ('Alexa' Amazon's voice service) போன்ற குரல் உதவி செயலிகள், பட அங்கீகார அமைப்புகள், ஸ்ட்ரீமிங் சேவைகள் அல்லது ஆன்லைன் சில்லறை விற்பனையாளர்களால் பயன்படுத்தப்படும் பரிந்துரை வழிமுறைகள் ஆகியவை அடங்கும்.

பொதுச் செயற்கை நுண்ணறிவு

பொதுச் செயற்கை நுண்ணறிவு என்பது 'வலுவான செயற்கை நுண்ணறிவு.' இது மனிதனைப் போன்ற நுண்ணறிவைக் கொண்டு, பரந்த அளவிலான பணிகளைக் கற்று, புரிந்து கொண்டு, பயன்படுத்தக் கூடிய செயற்கை நுண்ணறிவு. ஆனாலும், மனிதனது உண்மையான பொதுச் செயற்கை நுண்ணறிவை அடைவது என்பது அறிவியல் துறையில் ஒரு பெரும் சவால்தான்.

இயந்திரம் குறித்த ஆழமான புரிதல்,இயற்கைமொழிசெயலாக்கம், கணினி பற்றிய தெளிவு, நிபுணத்துவம் போன்றவற்றின் மூலம் பல்வேறு நுட்பங்களைப் பயன்படுத்திச் செயற்கை நுண்ணறிவு அமைப்புகளை உருவாக்கலாம். செயற்கை நுண்ணறிவு, பெரிய அளவிலான தரவுகளிலிருந்து கற்றுக்கொண்டு, வடிவங்களைக் கண்டறிந்து, கணிப்புகளைச் செய்கின்றன. பின்னர் பயிற்சி, பின்னூட்டம் மூலம் காலப்போக்கில் தனது செயல்திறனை மேம்படுத்துகின்றன.

செயற்கை நுண்ணறிவின் ஆற்றல்

சுகாதாரம், நிதி, போக்குவரத்து, கல்வி, உற்பத்தி, பொழுதுபோக்கு உள்ளிட்ட பல துறைகளில் செயற்கை நுண்ணறிவு பயன்படுத்தப்படுகிறது. இது தொழில்துறைகளில் புரட்சியை ஏற்படுத்தவும், பணிகளைத் தன்னியக்கமாக்கி, முடிவெடுப்பதை மேம்படுத்தவும் உதவுகிறது. குறிப்பாக, இது பாரம்பரியக் கணினி அமைப்புகளின் திறன்களுக்கு அப்பாற்பட்ட சிக்கலான பிரச்சினைகளைத் தீர்ப்பதற்கான ஆற்றலைக் கொண்டுள்ளது.

செயற்கை நுண்ணறிவும் இயற்கை நுண்ணறிவும்

'செயற்கை நுண்ணறிவு' என்பது, மனிதர்களைப் போலவே சிந்திக்கவும், கற்றுக்கொள்ளவும் திட்டமிடப்பட்டு, இயந்திரங்களில் மனித நுண்ணறிவினைக் கொண்டு உருவாக்கப்பட்ட தொழில்நுட்பமாகும். இது பொதுவாக மனித நுண்ணறிவு தேவைப்படும் பணிகளைச் செய்யக்கூடிய கணினி அமைப்புகளின் வளர்ச்சியை உள்ளடக்கியது. அதாவது காட்சி உணர்தல், பேச்சு அறிதல், முடிவு எடுத்தல், சிக்கலைத் தீர்ப்பது போன்ற பணிகளைச் செய்கிறது.

'இயற்கை நுண்ணறிவு' என்பது, மனிதர்கள் மற்றும் பிற உயிரினங்கள் கொண்டிருக்கும் உள்ளார்ந்த அறிவாற்றல் திறன்களைக் குறிக்கிறது. இது மனிதர்களை உணரவும், கற்றுக்கொள்ளவும், பகுத்தறிவோடு செயல்படவும், மொழியைப் புரிந்துகொள்ளவும், உலகத்துடன் தொடர்பு கொள்வதுமான மன செயல்முறைகள் மற்றும் திறன்களை உள்ளடக்கியது.

செயற்கை நுண்ணறிவு, இயற்கை நுண்ணறிவு - வேறுபாடுகள்

செயற்கை நுண்ணறிவு	இயற்கை நுண்ணறிவு
தோற்றம்	
மனிதர்களால் உருவாக்கப்பட்டுத் திட்டமிடப்படுகிறது. இது மனிதனின் திறன், சாதுர்யம் மற்றும் பொறியியலின் விளைவாகும்.	உயிரினங்கள், குறிப்பாக மனிதர்களிடம் உள்ள உள்ளார்ந்த திறன் ஆகும்.

<table>
<tr><th colspan="2">தகவமைப்பு</th></tr>
<tr><td>தரவுகள், அனுபவங்களிலிருந்து கற்றுக் கொள்கின்றன. அந்தக் கற்றலின் அடிப்படையில் அவற்றின் நடத்தையை மாற்றியமைக்க முடியும். இயந்திரத்தின் அமைப்பைக் கற்பதின் மூலம் அவை காலப்போக்கில் தங்கள் செயல்திறனை மேம்படுத்த முடியும்.</td><td>மரபணு தொடர்ச்சி, முன் கணிப்புகள், உள்ளார்ந்த திறன்கள், நிஜ உலக அனுபவங்களிலிருந்து கற்றுக்கொள்வது ஆகியவற்றின் கலவையை உள்ளடக்கியது.</td></tr>
<tr><th colspan="2">சுய விழிப்புணர்வு</th></tr>
<tr><td>தற்காலம் அல்லது எதிர்காலம் ஆகியவற்றின் நினைவு போன்ற சுய விழிப்புணர்வைக் கொண்டிருக்கவில்லை. இவற்றுக்கு அகநிலை அனுபவங்களோ உணர்ச்சிகளோ இல்லை.</td><td>நினைவு, சுய விழிப்புணர்வு, அகநிலை அனுபவங்களுடன் தொடர்புடையது.</td></tr>
<tr><th colspan="2">ஆற்றலளவு</th></tr>
<tr><td>பெரும்பாலும் குறிப்பிட்ட பணிகளைச் செய்ய அல்லது குறிப்பிட்ட செயல் வடிவங்களில் நிபுணத்துவம் பெற வடிவமைக்கப்பட்டுள்ளன. குறுகிய பகுதிகளில் சிறந்து விளங்கும் இவை, சில சிறப்புப் பணிகளில் மனிதர்களை மிஞ்சும் ஆற்றல் கொண்டவை.</td><td>பரந்த அளவிலான அறிவாற்றல் திறன்களை உள்ளடக்கியது. இது மனிதர்களைப் பல்வேறு பணிகளைக் கையாளவும், பல்வேறு சூழ்நிலைகளுக்கு ஏற்ப மாற்றியமைக்கவும் அனுமதிக்கிறது.</td></tr>
</table>

செயற்கை நுண்ணறிவு	இயற்கை நுண்ணறிவு
வரம்புகள்	
திட்டமிடப்பட்ட அல்லது பயிற்றுவிக்கப்பட்டவற்றுடன் மட்டுமே பணிகளைச் செய்யும். மேலும் பொது அறிவு, பகுத்தறிவு அல்லது சூழலைப் புரிந்துகொள்வது போன்ற மனிதர்களின் பணிகளுடன் ஈடுபட முடியும்.	மிகவும் நெகிழ்வானது, இது மனிதர்களைப் புதுமையான சூழ்நிலைகளைக் கையாளவும், அறிவை ஒரு களத்திலிருந்து மற்றொரு களத்திற்குப் பயன்படுத்தவும், ஆக்கப்பூர்வமான சிந்தனையை வெளிப்படுத்தவும் அனுமதிக்கிறது.
பரிணாமம்	
தொடர்ந்த ஆராய்ச்சிகள், தொழில்நுட்ப மேம்பாடுகள் மூலம் முன்னேறி வருகிறது. மனித நுண்ணறிவின் சில அம்சங்களைப் பிரதிபலிப்பதில் செயற்கை நுண்ணறிவு குறிப்பிடத்தக்க முன்னேற்றத்தை அடைந்துள்ளது. இயற்கை நுண்ணறிவின் ஆழத்துடன் ஒப்பிடும்போது இது இன்னும் பல படிகள் கீழேதான் உள்ளது.	உயிரியல் பரிணாமத்தின் செயல்முறை மூலம் மில்லியன் கணக்கான ஆண்டுகளில் பரிணாம வளர்ச்சியடைந்துள்ளது. இது தனித்துவமானது, மனிதர்களைச் செயற்கை நுண்ணறிவு அமைப்புகளிலிருந்து வேறுபடுத்தும் பரந்த அளவிலான அறிவாற்றல் திறன்கள், குணங்கள் ஆகியவற்றை உள்ளடக்கியது.

2. இயற்கை மற்றும் செயற்கை நுண்ணறிவுகளின் வரலாறு

இயற்கை நுண்ணறிவின் வரலாறு

மனித இயற்கை நுண்ணறிவு என்பது மில்லியன் கணக்கான ஆண்டுகளின் வரலாற்றைக் கொண்டது. இது மனித இனத்தின் பரிணாமம், வளர்ச்சியை உள்ளடக்கியது.

ஆரம்பகால மனிதப் பரிணாமம்

மனித நுண்ணறிவின் தோற்றம் சுமார் 4-5 மில்லியன் ஆண்டுகளுக்கு முன்பான 'ஆஸ்ட்ரலோபித்தேகஸ்' (Australopithecus) போன்ற ஆரம்பகால ஹோமினின்களின் தோற்றத்திலிருந்து காணப்படுகிறது. மனிதர்களின் இந்த ஆரம்பகால மூதாதையர்கள் வரையறுக்கப்பட்ட அறிவாற்றல் திறன்களை வெளிப்படுத்தினர். அடிப்படைக் கருவிகளைப் பயன்படுத்தினர்.

ஹோமினின் மூளை விரிவாக்கம்

காலப்போக்கில், ஹோமோ ஹாபிலிஸ், ஹோமோ எரெக்டஸ் போன்ற இனங்கள் உட்பட மனிதப் பரம்பரை குறிப்பிடத்தக்க மூளை விரிவாக்கத்தை அடைந்தது. மூளையின் இந்த விரிவாக்கம் மேம்பட்ட சிக்கல்கள் தீர்க்கும், கருவிகள் உருவாக்கும் திறமைகள் போன்ற அறிவாற்றல் திறன்களை அனுமதித்தது.

ஹோமோ சேப்பியன்களின் தோற்றம்

சுமார் 300,000 ஆண்டுகளுக்கு முன்பு, ஹோமோ சேப்பியன்ஸ் (Homosapiens) என்ற இனம் ஆப்பிரிக்காவில் தோன்றியது.

ஹோமோ சேபியன்கள் மொழி, சிக்கலான சமூக நடத்தைகள் உள்ளிட்ட மேம்பட்ட அறிவாற்றல் திறன்களைக் கொண்டிருந்ததால், இது மனித நுண்ணறிவில் ஒரு குறிப்பிடத்தக்க மைல்கல்லைக் குறிக்கிறது.

பண்பாட்டுப் பரிணாமம்

உயிரியல் பரிணாம வளர்ச்சியுடன், மனிதர்கள் தங்கள் அறிவாற்றலை மேம்படுத்தும் கலாச்சார, சமூக அமைப்புகளை உருவாக்கினர். அறிவுப் பரிமாற்றம், மொழி வளர்ச்சி, பண்பாட்டு நடைமுறைகளின் சேகரிப்பு ஆகியவை தகவல் பரிமாற்றத்திற்கும், தலைமுறை தலைமுறைகளாகக் கூட்டு நுண்ணறிவைக் கடத்துவதற்கும் வழிவகுத்தன.

தொழில்நுட்ப முன்னேற்றங்கள்

நெருப்பைக் கட்டுப்படுத்துதல், தங்குமிடங்களை உருவாக்குதல், விவசாயத்தின் உருவாக்கம், அதிநவீனக் கருவிகள், தொழில்நுட்பங்களை மனிதர்கள் உருவாக்கத் தொடங்கினர். இந்த முன்னேற்றங்கள் நாகரிகங்களின் வளர்ச்சிக்கும் அறிவு, திறன்களின் சேகரிப்புக்கும் உதவின.

வரலாற்று முன்னேற்றம்

வரலாறு முழுவதும் அறிவியல், கலை, தத்துவம், தொழில்நுட்பம் உள்ளிட்ட பல்வேறு துறைகளில் மனித நுண்ணறிவு குறிப்பிடத்தக்க முன்னேற்றத்தை ஏற்படுத்தியுள்ளது. எழுத்து முறைகளின் தோற்றம், மறுமலர்ச்சி, அறிவியல் புரட்சி, தொழிற்புரட்சி ஆகியவை மனிதனின் அறிவு சார்ந்த சாதனைகளை வடிவமைத்த சில முக்கிய மைல்கற்களாகும்.

நவீன அறிவாற்றல் திறன்கள்

மனித நுண்ணறிவு இன்று பகுத்தறிவு, சிக்கல் தீர்க்கும் திறன், படைப்பாற்றல், உணர்ச்சி நுண்ணறிவு, சமூக அறிவாற்றல் உள்ளிட்ட பரந்த அளவிலான அறிவாற்றல் திறன்களை உள்ளடக்கியது. மனித நுண்ணறிவின் சிக்கலான தன்மை, தகவமைப்பு மேம்பட்ட தொழில்நுட்பங்களை உருவாக்கவும் விண்வெளியை ஆராயவும் சிக்கலான ஆய்வுத் துறைகளில் ஆராயவும் உதவுகிறது.

வளர்ச்சி

'மனித இயற்கை நுண்ணறிவின் வளர்ச்சி' என்பது, மரபணு காரணிகள், சுற்றுச்சூழல் காரணிகள், கலாச்சாரத் தாக்கங்களால் பாதிக்கப்படும் ஒரு தொடர்ச்சியான செயல்முறையாகும். மனித

நுண்ணறிவு அதன் இயக்கவியல், தகவமைப்பு தன்மையால் வகைப்படுத்தப்படுகிறது, கற்றல், கல்வி, அறிவு, அனுபவங்களின் சேகரிப்பு மூலம் தொடர்ந்து பரிணாமம் அடைகிறது.

செயற்கை நுண்ணறிவின் வரலாறு

செயற்கை நுண்ணறிவின் வரலாறு கி.பி. 20ம் நூற்றாண்டின் நடுப்பகுதியில் இருந்து தொடங்குகிறது. இந்தப் பயணத்தில் குறிப்பிடத்தக்க முன்னேற்றங்கள், மைல்கற்கள் உள்ளன.

'செயற்கை நுண்ணறிவு' என்பது, ஒரு தனிநபரின் உருவாக்கம் அல்ல. பல ஆராய்ச்சியாளர்கள், விஞ்ஞானிகள், பொறியியலாளர்களின் பல ஆண்டு காலக் கூட்டு முயற்சிகளின் விளைவாகும். செயற்கை நுண்ணறிவுத் துறை ஒரு வளமான வரலாற்றைக் கொண்டுள்ளது. பல தனிநபர்கள், அமைப்புகளின் பங்களிப்புகளால் வடிவமைக்கப்பட்டுள்ளது.

ஆரம்பகாலக் கருத்துக்கள்

'செயற்கை நுண்ணறிவு' என்ற சொல் 1956ம் ஆண்டு டார்ட்மவுத் மாநாட்டின் போது ஜான் மெக்கார்த்தியால் (John McCarthy) உருவாக்கப்பட்டது. அங்கு இத்துறை தனித்துவமான துறையாக நிறுவப்பட்டது.

ஜான் மெக்கார்த்தி - சிறுகுறிப்பு

'ஜான் மெக்கார்த்தி' என்பவர் அமெரிக்க கணினி விஞ்ஞானியும் உணரறிவியல் அறிஞரும் ஆவார். மெக்கார்த்தி, மார்வின் மின்ஸ்கி, நதானியேல் ரோசெஸ்டர், கிளாட் ஷானன் உள்ளிட்ட ஆராய்ச்சியாளர்கள் குழுவாக இணைந்து 'சிந்திக்கும் இயந்திரங்களின்' (Machines That Think) சாத்தியக்கூறுகளை ஆராய்ந்தனர். மனித நுண்ணறிவைப் பிரதிபலிக்கக்கூடிய

ஜான் மெக்கார்த்தி

திட்டங்களை உருவாக்கும் நோக்கத்துடன் மாநாட்டை ஏற்பாடு செய்தனர். 1956ம் ஆண்டு இடம்பெற்ற டார்த்மோத் என்ற இந்த மாநாட்டில் சமர்ப்பிக்கப்பட்ட தனது ஆய்வறிக்கையில் முதன் முதலாகச் செயற்கை நுண்ணறிவிற்குப் பொருத்தமான ஆங்கிலப்பதமான 'Artificial Intelligence (A.I.)' என்ற சொல்லைப் பயன்படுத்தி அறிமுகப்படுத்தினார். இவரே, லிஸ்ப் (Lisp) என்ற கணினி மொழியைக் கண்டுபிடித்தவராவார். செயற்கை நுண்ணறிவின் வளர்ச்சிக்கு ஆற்றிய பங்களிப்பிற்காக 1971ம் ஆண்டு, டியூரிங் விருது வழங்கி கௌரவிக்கப்பட்டார்.

அடித்தளங்கள்

'ஆலன் டூரிங், ஜான் வான் நியூமன்' (Alan Turing and John von Neumann) போன்ற ஆராய்ச்சியாளர்கள் செயற்கை நுண்ணறிவுக்குக் கோட்பாட்டு அடித்தளங்களை அமைத்தனர். இதில் உலகளாவிய இயந்திரம் குறித்த டூரிங்கின் பணியும், கணினி கட்டடக்கலைக்கு வான் நியூமனின் பங்களிப்பும் முக்கியமானவை.

ஆரம்பகால செயற்கை நுண்ணறிவு அணுகுமுறைகள்

ஆராய்ச்சியாளர்கள் குறியீட்டுச் செயற்கை நுண்ணறிவில் கவனம் செலுத்தினர். இது மனித நுண்ணறிவை உருவகப்படுத்தக் குறியீடுகள், தர்க்கத்தைக் கையாளும் கணினி நிரல்களை உருவாக்குவதை உள்ளடக்கியது. 1955ம் ஆண்டில் ஆலன் நியூவெல், ஹெர்பர்ட் ஏ. சைமன் ஆகியோரால் உருவாக்கப்பட்ட லாஜிக் கோட்பாட்டாளர் கணிதத் தேற்றங்களை நிரூபிக்கும் முதல் செயற்கை நுண்ணறிவுத் திட்டமாகும். 1957ம் ஆண்டில் நியூவெல், சைமன் ஆகியோரால் உருவாக்கப்பட்ட பொதுச் சிக்கல் தீர்வு, ஹீரிஸ்டிக் தேடல் நுட்பங்களைப் பயன்படுத்திப் பரந்த அளவிலான சிக்கல்களைத் தீர்க்க உதவியது.

நிபுணர் அமைப்புகள், அறிவு பிரதிநிதித்துவம்

நிபுணத்துவ அமைப்புகள் ஒரு முக்கிய செயற்கை நுண்ணறிவு அணுகுமுறையாக உருவெடுத்தன. இது குறிப்பிட்ட களங்களில் நிபுணத்துவ அறிவைப் பெறுவதையும் பிரதிநிதித்துவப்படுத்துவதையும் நோக்கமாகக் கொண்டது. மருத்துவ நோயறிதலுக்கான மைசின், வேதியியலுக்கான டி.என். ஆர்.ஏ.எல் போன்ற விதி அடிப்படையிலான அமைப்புகள், நிபுணர் அமைப்புகளின் திறனை நிரூபித்தன. புரோலாக் போன்ற அறிவு பிரதிநிதித்துவ மொழிகள் செயற்கை நுண்ணறிவு அமைப்புகளில் அறிவைக் குறிக்கவும், பகுத்தறிவு செய்யவும் உருவாக்கபபட்டன.

செயற்கை நுண்ணறிவுக் குளிர்காலமும் மறுமலர்ச்சியும்

வரையறுக்கப்பட்ட முன்னேற்றம், பூர்த்தி செய்யப்படாத எதிர்பார்ப்புகள், நிதிக் கட்டுப்பாடுகள் ஆகியவற்றால் 1980களின் பிற்பகுதி முதல் 1990களின் முற்பகுதி வரை 'செயற்கை நுண்ணறிவின் குளிர்காலம்' என்று அழைக்கப்பட்டன. இருப்பினும், செயற்கை நுண்ணறிவு ஆராய்ச்சி, பயன்பாடுகள், ரோபோடிக்ஸ், இயற்கை மொழிச் செயலாக்கம், கணினிப் பார்வை போன்ற முக்கியப் பகுதிகளில் தொடர்ந்தன.

1990களின் பிற்பகுதியிலும் 2000களின் முற்பகுதியிலும் கூட்டு முறைகளின் வளர்ச்சியால், இயந்திரக் கற்றலில் முன்னேற்றங்கள் ஏற்பட்டு செயற்கை நுண்ணறிவு ஆராய்ச்சியில் மறுமலர்ச்சியைத் தூண்டின.

ஆழமான கற்றல், நவீனச் செயற்கை நுண்ணறிவு

ஆழமான கற்றல், பெரிய தரவுத் தொகுப்புகள், சக்திவாய்ந்த கணினி வளங்கள் மூலம் செயற்கை நுண்ணறிவு செயல்படுத்தப்பட்டு புரட்சியை ஏற்படுத்தியது.

கான்வோல்யூஷனல் நரம்பியல் நெட்வொர்க்குகள் (Convolution Neural Network CNN) என்பது ஒரு கணினி படம் அல்லது காட்சி தரவைப் புரிந்துகொள்வதற்கும், விளக்குவதற்கும் உதவுகிறது. செயற்கை நுண்ணறிவு இதில் முன்னேற்றங்கள் அடைந்தன. தொடர்ச்சியான நரம்பியல் நெட்வொர்க்குகள் (Recurrent Neural Network) (ஆர்.என்.என்) இயற்கை மொழி செயலாக்கப் பணிகளில் சிறந்து விளங்கின. செயற்கை நுண்ணறிவு பயன்பாடுகள் தன்னாட்சி வாகனங்கள், மெய்நிகர் உதவியாளர்கள், பரிந்துரை அமைப்புகள், சுகாதாரம் போன்ற பகுதிகளுக்கு விரிவடைந்தன.

அதிவேக வளர்ச்சி

செயற்கை நுண்ணறிவு தொடர்ந்த நம்பிக்கையின் மூலமே வளர்ந்தது. அதற்குக் கிடைத்த குறைந்த நிதியினால் ஆரம்பத்தில் மெதுவான முன்னேற்றத்தினை அடைந்தது. பின்னர் கணினியின் ஆற்றல், தரவுகள் கிடைக்கும் தன்மை, வழிமுறை கண்டுபிடிப்புகளால் தற்காலத்தில் செயற்கை நுண்ணறிவு முன்னேற்றம் அடைந்துள்ளது. செயற்கை நுண்ணறிவு இப்போது பல்வேறு தொழில்கள், பயன்பாடுகளில் குறிப்பிடத்தக்கப் பங்கினை வகிக்கிறது.

தொடர்ச்சியான ஆராய்ச்சி, தொழில்நுட்ப முன்னேற்றங்கள் அதிக அறிவார்ந்த அமைப்புகளுக்கான தேடல் ஆகியவற்றால்

இந்தத் துறை தொடர்ந்து வேகமாக வளர்ந்து வருகிறது. உலகளாவிய வல்லுநர்களின் தொடர்ச்சியான ஆராய்ச்சி, மேம்பாடு மூலம் செயற்கை நுண்ணறிவு உருவாகி, வளர்ந்து வருகிறது.

பல கல்வி நிறுவனங்கள், ஆராய்ச்சி ஆய்வகங்கள், தொழில்நுட்ப நிறுவனங்கள் செயற்கை நுண்ணறிவை மேம்படுத்துவதில் குறிப்பிடத்தக்கப் பங்கைக் கொண்டுள்ளது. ஸ்டான்போர்டு பல்கலைக்கழகம், மாசசூசெட்ஸ் இன்ஸ்டிடியூட் ஆப் டெக்னாலஜி (எம்ஐடி), கார்னகி மெலன் பல்கலைக்கழகம், ஆக்ஸ்போர்டு பல்கலைக்கழகம் போன்ற நிறுவனங்கள் செயற்கை நுண்ணறிவு ஆராய்ச்சி மற்றும் கல்வியில் முன்னணியில் உள்ளன.

2020களில் கூகிள், மைக்ரோசாஃப்ட், ஃபேஸ்புக், ஓபன்ஏஐ போன்ற முக்கிய தொழில்நுட்ப நிறுவனங்கள் செயற்கை நுண்ணறிவு ஆராய்ச்சி, மேம்பாட்டில் கணிசமான பங்களிப்புகளைச் செய்துள்ளன. அவர்கள் பெரிய அளவிலான உள்கட்டமைப்பில் முதலீடு செய்துள்ளனர். கட்டமைப்புகள் மற்றும் கருவிகளை உருவாக்கியுள்ளனர். அதிநவீனச் செயற்கை நுண்ணறிவு தொழில்நுட்பங்களை உருவாக்கியுள்ளனர்.

3. தேவைகள்

அதிவிரைவுச் செயல்திறன்

செயற்கை நுண்ணறிவின் தேவை இன்றைய நவீன உலகில் அதிகரித்து வருகிறது. செயற்கை நுண்ணறிவு பணிகளைத் தன்னியக்கமாக்கலாம். செயல்முறைகளை ஒழுங்குபடுத்தலாம். இதன் அதிகரித்த செயல்திறன் உற்பத்தித் திறனுக்கு வழிவகுக்கும். இதனால் பெரிய அளவிலான தரவுகளைப் புரிந்து கொண்டு, அதை விரைவாகப் பகுப்பாய்வு செய்து, அந்தத் தரவின் அடிப்படையில் துல்லியமான கணிப்புகள் அல்லது முடிவுகளை எடுக்க முடியும். இந்த விரைவுத் திறன் வணிகங்கள் தங்கள் செயல்பாடுகளை மேம்படுத்தவும், செலவுகளைக் குறைக்கவும் ஒட்டுமொத்தச் செயல்திறனை மேம்படுத்தவும் உதவுகிறது.

சிக்கலான தரவைக் கையாளுதல்

பகுப்பாய்வு, விளக்கப்பட வேண்டிய சிக்கலான தரவுகள் மிகுதியாக உள்ளன. டிஜிட்டல் தகவல்களின் வளர்ச்சியுடன், செயற்கை நுண்ணறிவு வழிமுறைகள் இந்தத் தரவுகளைச் செயலாக்கவும், புரிந்துகொள்ளவும் முடியும். மனிதர்கள் கவனிக்காத வடிவங்கள், போக்குகள், நுண்ணறிவுகளை இதனால் அடையாளம் காண முடியும். இது அறிவைப் பெறுவதற்கும், தரவு சார்ந்த முடிவுகளை எடுப்பதற்கும் நிறுவனங்களுக்கு உதவுகிறது.

தனிப்பயனாக்கம், மேம்பட்ட பயனர் அனுபவம்

தனி நபரின் விருப்பத்தேர்வுகள், தேடல்களின் அடிப்படையில் தொடர்புகள், அனுபவங்களைச் செயற்கை நுண்ணறிவு

பயனாளிக்கு அளிக்க முடியும். பயனாளிகளின் தரவுகளைப் பகுப்பாய்வு செய்வதன் மூலம், செயற்கை நுண்ணறிவு அமைப்புகளால் பொருத்தமான பரிந்துரைகளையும், சேவைகளையும் அவர்களுக்கு வழங்க முடியும். இந்தத் தனிப்பயனாக்கம் இணைய வணிகம், பொழுதுபோக்கு, சுகாதாரம் போன்ற பல்வேறு களங்களில் வாடிக்கையாளர்களின் திருப்தியையும், ஈடுபாட்டையும் மேம்படுத்துகிறது.

முடிவெடுப்பதை மேம்படுத்துதல்

செயற்கை நுண்ணறிவு தொழில்நுட்பங்கள் துல்லியமான, சரியான நேரத்தில் தகவல்களை வழங்குவதன் மூலம் மனிதர்களின் முடிவெடுக்கும் ஆற்றல் மற்றும் செயல்முறைகளை அதிகரிக்க முடியும். செயற்கை நுண்ணறிவு வழிமுறைகள் பரந்த அளவிலான தரவுகள் மூலம் செயல் வடிவங்களை அடையாளம் காண முடியும். தகவலறிந்த, முடிவுகளை எடுக்க உதவும் நுண்ணறிவுகளை உருவாக்க முடியும். நிதி, சுகாதாரம், சைபர் பாதுகாப்பு போன்ற சிக்கலான களங்களில் செயற்கை நுண்ணறிவு முக்கியமானதாக இருக்கும்.

கண்டுபிடிப்பு, படைப்பாற்றல்

செயற்கை நுண்ணறிவு புதிய யோசனைகள், கண்டுபிடிப்புகளை ஊக்குவிக்கும் திறனைக் கொண்டுள்ளது. இயந்திரக் கற்றல் வழிமுறைகள் சிக்கல்களுக்குப் புதுமையான தீர்வுகளை உருவாக்க முடியும். மனிதர்கள் கருத்தில் கொள்ளாத வடிவங்களைக் கண்டறிய முடியும். செயற்கை நுண்ணறிவு மூலம் சில பணிகளைத் தன்னியக்கமாக்குவதனால் மனித வளம் அதிக ஆக்கப்பூர்வமான, புதிய முயற்சிகளில் கவனம் செலுத்தமுடியும்.

சவால்களை எதிர்கொள்ளும்போது உதவி செய்யும்

மனிதர்கள் கடினமான அல்லது ஆபத்தான, சிக்கலான பணிகளைச் செயற்கை நுண்ணறிவின் துணையால் எதிர்கொள்ள முடியும். உதாரணமாகச் செயற்கை நுண்ணறிவால் இயங்கும் ரோபோக்கள் மூலம் பேரழிவு, எதிர்வினைச் சூழ்நிலைகள், அபாயகரமான சூழல்களை ஆராய்தல் மற்றும் துல்லியமாக அறுவை சிகிச்சைகளைச் செய்வது போன்றவற்றைக் கையாளலாம். இந்தப் பணிகளை மேற்கொள்வதன் மூலம், மனிதர்களின் பாதுகாப்பை மேம்படுத்தி விலைமதிப்பற்ற மனித உயிர்களைக் காப்பாற்றலாம்.

சமூக சவால்களை எதிர்கொள்வது

சுகாதாரம், சுற்றுச்சூழல் நிலைத்தன்மை, சமூக சமத்துவம் போன்ற சமூக சவால்களை எதிர்கொள்ளும் திறனைச் செயற்கை நுண்ணறிவு கொண்டுள்ளது. இது நோய்களைக் கண்டறிவதற்கும், சுற்றுச்சூழல் தரவை பகுப்பாய்வு செய்வதற்கும், ஆற்றலை மேம்படுத்துவதற்கும், முடிவெடுக்கும் செயல்முறைகளில் சார்புகளை அடையாளம் காண்பதற்கும் உதவும்.

செயற்கை நுண்ணறிவு குறிப்பிடத்தக்க நன்மைகளை வழங்கினாலும், தரவுகளின் தனியுரிமை, வழிமுறை சார்புகள், வேலை இடப்பெயர்வு உள்ளிட்ட சாத்தியமான நெறிமுறைகளைக் கருத்தில் கொள்வது அவசியம்.தொழில்நுட்பம் ஒட்டுமொத்தச் சமூகத்திற்கும் பயனளிப்பதை உறுதி செய்யச் செயற்கை நுண்ணறிவு அமைப்புகளின் பொறுப்பான வளர்ச்சி, நிலைநிறுத்தல் ஆகியவை முக்கியமானவை ஆகும்.

பொதுவான பயன்பாடுகள்

செயற்கை நுண்ணறிவு பரந்த அளவிலான பயன்பாடுகளைக் கொண்டுள்ளது. உற்பத்தித்திறன், செயல்திறன், முடிவெடுக்கும் திறன் எனப் பல்வேறு துறைகளை மேம்படுத்தப் பயன்படும்.

ஆட்டோமேஷன்

செயற்கை நுண்ணறிவு மனிதர்களின் சாதாரணப் பணிகளைத் தன்னியக்கமாக்கச் செய்து மனிதத் தொழிலாளர்களை மிகவும் சிக்கலான, ஆக்கப்பூர்வமான வேலைகளில் கவனம் செலுத்த அனுமதிக்கிறது. தரவுகள் உள்ளீடு, வாடிக்கையாளர் ஆதரவு, திட்டமிடல், தளவாடத் தேர்வுமுறை போன்ற பணிகள் இதில் அடங்கும்.

மெஷின் லேர்னிங்

செயற்கை நுண்ணறிவு வழிமுறைகள் பரந்த அளவிலான தரவைப் பகுப்பாய்வு செய்து, வடிவங்களை அடையாளம் காண முடியும். இது இயந்திரங்களைக் கற்றுக்கொள்ளவும் கணிப்புகள் அல்லது முடிவுகளை எடுக்கவும் உதவுகிறது. மோசடிகளைக் கண்டறிதல், கிரெடிட் ஸ்கோர், தேவை முன்னறிவிப்பு, தனிப்பயனாக்கப்பட்ட பரிந்துரைகள் போன்ற பகுதிகளில் இது பயன்படும்.

இயற்கை மொழிச் செயலாக்கம் (என்.எல்.பி)

என்.எல்.பி (Natural Language Processing NLP) இயந்திரங்கள் மனித மொழியைப் புரிந்துகொண்டு, தொடர்பு கொள்ள அனுமதிக்கிறது. செயற்கை நுண்ணறிவு மூலம் இயங்கும் சாட்போட்கள் மெய்நிகர் உதவியாளர்களின் கேள்விகளுக்குப் பதிலளிக்கும். இது தகவல் மீட்டெடுப்புக்கு உதவும். உணர்வு பகுப்பாய்வு, மொழி, மொழிபெயர்ப்பு, உரை சுருக்கம் போன்றவற்றை என்.எல்.பி செயல்படுத்துகிறது.

கணினி பார்வை

செயற்கை நுண்ணறிவு படங்கள், காணொளிகளிலிருந்து காட்சித் தரவுகளைப் பகுப்பாய்வு செய்து, பொருள் அறிதல், முக அங்கீகாரம், பட வகைப்பாடு போன்ற பயன்பாடுகளைச் செயல்படுத்துகிறது. இது தன்னாட்சி வாகனங்கள், கண்காணிப்பு அமைப்புகள், உற்பத்தியில் தரக் கட்டுப்பாடு, மருத்துவ இமேஜிங் பகுப்பாய்வு போன்ற துறைகளில் பயன்படுகிறது.

சுகாதாரம்

நோய்களைக் கண்டறிவதற்கும், மருத்துவப் படங்களைப் பகுப்பாய்வு செய்வதற்கும், நோயின் விளைவுகளைக் கணிக்கவும் செயற்கை நுண்ணறிவு உதவும். இது மருந்து கண்டுபிடிப்பு, மரபணு ஆராய்ச்சி, தனிப்பயனாக்கப்பட்ட மருத்துவத்திற்கும் உதவும்.

நிதி

செயற்கை நுண்ணறிவு வழிமுறைகள் நிதித் தரவுகளைப் பகுப்பாய்வு செய்யும். வடிவங்களைக் கண்டறியும். பங்கு வர்த்தகம், இடர் மதிப்பீடு, மோசடிகளைக் கண்டறிதல், வழிமுறை வர்த்தகத்திற்கான கணிப்புகளை மேற்கொள்வது ஆகிய பணிகளுக்கு உதவும்.

தன்னாட்சி அமைப்புகள்

தானியங்கி கார்கள், ட்ரோன்கள், ரோபோக்கள் போன்றவற்றினை உருவாக்கச் செயற்கை நுண்ணறிவு அத்தியாவசியமானது. இந்த அமைப்புகள் நிகழ் நேரத்தில் செல்லவும், முடிவுகளை எடுக்கவும் செயற்கை நுண்ணறிவு பயன்படுகிறது.

தனிப்பயனாக்கப்பட்ட பயனர் அனுபவம்

பயனாளிகளின் விருப்பம், தேடல்களின் அடிப்படையில் அவர்களுக்கான பரிந்துரைகள், உள்ளடக்கம், விளம்பரப்படுத்தல்

ஆகியவற்றைச் செயற்கை நுண்ணறிவு செயல்படுத்துகிறது. இது இ-காமர்ஸ், ஸ்ட்ரீமிங் சேவைகள், சமூக ஊடகத் தளங்கள், ஆன்லைன் விளம்பரங்களில் பயனாளிகளின் அனுபவத்தை மேம்படுத்துகிறது. வெவ்வேறு தொழில்களில் செயற்கை நுண்ணறிவு எவ்வாறு பயன்படுத்தப்படுகிறது என்பதற்கான உதாரணங்கள் இவை.

செயற்கை நுண்ணறிவு தொடர்ந்து முன்னேறும்போது, அதன் பயன்பாடுகள் மேலும் விரிவடையும். இது பல்வேறு தளங்களில் புதுமையான தீர்வுகளுக்கும், மேம்பட்ட செயல்திறனுக்கும் வழிவகுக்கும்.

4. அடிப்படை முறைகள்

எம்.எல்.

'மெஷின் லேர்னிங்' (Machinelearning) என்பது, தரவுகளிலிருந்து கற்று காலப்போக்கில் அவற்றின் செயல்திறனை மேம்படுத்தி செயற்கை நுண்ணறிவு அமைப்புகளுக்குப் பயிற்சியளிப்பதை உள்ளடக்கி உள்ளது. இதைப் பின்வருமாறு வகைப்படுத்தலாம்.

மேற்பார்வையிடப்பட்ட கற்றல்

மேற்பார்வையிடப்பட்ட கற்றலில் (Supervised learning), செயற்கை நுண்ணறிவு தரவுகளை வகைப்படுத்த அல்லது துல்லியமாக விளைவுகளைக் கணிக்கப் பயிற்றுவிக்கப்படுகின்றன. அங்கு உள்ளீடு மற்றும் விரும்பிய வெளியீடுக்கான தரவுகள் வழங்கப்படுகிறது. மாதிரி பயிற்சி எடுத்துக்காட்டுகளிலிருந்து பொதுமைப்படுத்தி அதன் மூலம் வெளியீடுகளுக்கு உள்ளீடுகளை வரைபடமாக்கக் கற்றுக்கொள்கிறது. உதாரணம் பட வகைப்பாடு அல்லது ஸ்பேம் மின்னஞ்சல் வடிகட்டுதல் ஆகியவை அடங்கும்.

மேற்பார்வையற்ற கற்றல்

மேற்பார்வையற்ற கற்றலில் (Unsupervised learning) செயற்கை நுண்ணறிவு வகைப்படுத்தப்படாத தரவுகளில் மறைந்திருக்கும் கட்டமைப்பான வடிவங்கள், கட்டமைப்புகள் அல்லது உறவுகளைக் கண்டறியக் கற்றுக்கொள்கிறது. கிளஸ்டரிங், பரிமாணக் குறைப்பு ஆகியவை மேற்பார்வையற்ற கற்றல் நுட்பங்கள் ஆகும்.

வலுவூட்டல் கற்றல்

'வலுவூட்டல் கற்றல்' (Reinforcement Learning) ஒரு வெகுமதியை அதிகரிக்க, ஒரு சூழலில் தொடர்ச்சியான முடிவுகளை எடுக்கச் செயற்கை நுண்ணறிவு முகவர்களுக்குப் பயிற்சியளிப்பதன் மூலம் செயல்படுகிறது. வலுவூட்டல் கற்றலில் ஒரு பணியை எவ்வாறு செய்வது என்ற வழிமுறை வெளிப்படையாகக் கூறப்படவில்லை, ஆனால் சிக்கலை அது தானாகவே செயல்படுத்துகிறது. முகவர் சூழலுடன் தொடர்பு கொள்கிறார். சோதனை, பிழை மூலம் கற்றுக்கொள்கிறார். இந்த முறை பெரும்பாலும் ரோபோடிக்ஸ் தன்னாட்சி அமைப்புகளில் பயன்படுத்தப்படுகிறது.

ஆழ்ந்த கற்றல்

'ஆழமான கற்றல்' (Deep learning) என்பது, இயந்திரக் கற்றலின் ஒருதுணைப்பகுதியாகும்.இது மனித மூளையின் கட்டமைப்பைக் கொண்டுள்ளது. ஆழமான நரம்பியல் நெட்வொர்க்குகள் என்று அழைக்கப்படும் ஆழ்ந்த கற்றல் மாதிரிகள், உள்ளீட்டுத் தரவைச் செயலாக்கும். ஒன்றோடொன்று இணைக்கப்பட்ட முனைகளின் (நியூரான்கள்) பல அடுக்குகளைக் கொண்டுள்ளன. மனிதத் தலையீடு இல்லாமல் பகுப்பாய்வு மற்றும் உடல் செயல்பாடுகளைச் செய்கின்றன. இவை தினசரி சேவைகள், குரல் உதவியாளர்கள், கிரெடிட் கார்டு மோசடி கண்டறிதல் மற்றும் வளர்ந்து வரும் தொழில்நுட்பங்களான சுய ஓட்டுநர் கார்கள் போன்றவற்றில் பயன்படுத்தப்படுகின்றன. மேலும் கணினி பார்வை, இயற்கை மொழி செயலாக்கம், போன்ற துறைகளில் ஆழமான கற்றல் குறிப்பிடத்தக்க முன்னேற்றங்களை அடைந்துள்ளது.

என்.எல்.பி

என்.எல்.பி என்பது கணினிகளுக்கும், மனித மொழிக்கும் இடையிலான தொடர்புகளை உள்ளடக்கியது. இது மனித மொழியைப் புரிந்துகொள்ளவும், விளக்கவும், உருவாக்கவும் இயந்திரங்களுக்கு உதவுகிறது. என்.எல்.பி நுட்பங்களுள் உரை வகைப்பாடு, உணர்வு பகுப்பாய்வு, பெயரிடப்பட்ட நிறுவன அங்கீகாரம், இயந்திர மொழிபெயர்ப்பு, கேள்வி-பதில் அமைப்புகள் போன்றவை அடங்கும்.

கணினி பார்வை

கணினி பார்வை (Computer Vision) புகைப்படங்கள் அல்லது காணொளிகளிலிருந்து தகவல்களை உணரவும், புரிந்துகொள்ளவும் கணினிகளுக்கு உதவுவதில் கவனம்

செலுத்துகிறது. இது பொருள் கண்டறிதல், பட அங்கீகாரம், முக அங்கீகாரம், படப் பிரிப்பு, படத்தொகுப்பு போன்ற பணிகளை உள்ளடக்கியது. கணினி புகைப்படங்களின் நிறங்கள், நிழல்கள் மற்றும் வரி வரைபடங்கள் உட்பட அனைத்து அம்சங்களையும் கவனிப்பதன் மூலம் படத்தை அடையாளம் கண்டு வேறுபடுத்துகிறது. கணினி பார்வை வழிமுறைகள் படச் செயலாக்கம், அம்ச பிரித்தெடுத்தல், ஆழமான கற்றல் அடிப்படையிலான அணுகுமுறைகள் போன்ற நுட்பங்களைப் பயன்படுத்துகின்றன.

நிபுணர் அமைப்புகள்

'நிபுணர் அமைப்புகள்' (Expert System) என்பது குறிப்பிட்ட களங்களில் மனித நிபுணத்துவத்தைப் பிரதிபலிக்க வடிவமைக்கப்பட்ட விதி அடிப்படையிலான செயற்கை நுண்ணறிவு அமைப்பாகும். அதன் அறிவுத் தளத்தில் சேமிக்கப்பட்ட நிபுணர்களின் அறிவை அடிப்படையாகக் கொண்டது. எவ்வளவு அறிவு சேமித்து வைக்கப்படுகிறதோ, அவற்றைப் பிரித்தெடுப்பதன் மூலம் ஒரு நிபுணராகச் சிக்கலைத் தீர்க்கிறது. மேலும் அந்த அமைப்பு அதன் செயல்திறனை மேம்படுத்துகிறது. பகுத்தறிவு செய்வதற்கும், முடிவுகளை எடுப்பதற்கும் மருத்துவம், நிதி, சரிசெய்தல் போன்ற துறைகளிலும் இவை பயனுள்ளதாக இருக்கும்.

இந்த முறைகள் பரஸ்பரம் பிரத்தியேகமானவை அல்ல. பெரும்பாலும் செயற்கை நுண்ணறிவு அமைப்புகள் கையில் உள்ள சிக்கலைப் பொறுத்து இந்த நுட்பங்களின் கலவையைப் பயன்படுத்துகின்றன. செயற்கை நுண்ணறிவு ஆராய்ச்சியாளர்கள், பயிற்சியாளர்கள் செயற்கை நுண்ணறிவுத் துறையை மேம்படுத்தப் புதிய முறைகள் மற்றும் நுட்பங்களைத் தொடர்ந்து ஆராய்ந்து உருவாக்குகிறார்கள்.

5. எதிர்கால நன்மைகள்

செயற்கை நுண்ணறிவின் எதிர்கால நன்மைகளைப் பல விதங்களில் எதிர் நோக்கலாம். அவை நம் வாழ்க்கையின் பல்வேறு அம்சங்களைச் சாதகமாக்கும் ஆற்றலைக் கொண்டுள்ளன. செயற்கை நுண்ணறிவின் சில எதிர்கால நன்மைகள் பின்வருமாறு.

சுகாதார முன்னேற்றங்கள்

நோயைத் தொடக்கத்திலேயே கண்டறிவதன் மூலமும், மருத்துவ இமேஜிங் பகுப்பாய்வை மேம்படுத்துவதன் மூலமும், மருந்து கண்டுபிடிப்பு மற்றும் வளர்ச்சிக்கு உதவுவதன் மூலமும் செயற்கை நுண்ணறிவு சுகாதாரத்தில் புரட்சியை ஏற்படுத்தும். இது நோயறிவதில் துல்லியத்தை மேம்படுத்தலாம். தனிப்பயனாக்கப்பட்ட மருந்தைச் செயல்படுத்தலாம். நோயாளியின் விளைவுகளை மேம்படுத்தலாம். செயற்கை நுண்ணறிவு மூலம் இயங்கும் அமைப்புகள் தொலைதூர நோயாளிகளின் கண்காணிப்புக்கு உதவுதல், டெலிமெடிசின் சேவை, சுகாதார வல்லுநர்களுக்கு முடிவெடுப்பதில் உதவுதல் போன்றனவற்றைச் செய்ய உதவும்.

தானியங்கி வாகனங்கள்

தானியங்கி வாகனங்களின் வளர்ச்சிக்குச் செயற்கை நுண்ணறிவு தொழில்நுட்பங்கள் முக்கியமானவை. தானியங்கி கார்கள் இயங்கவும், மனிதப் பிழையால் ஏற்படும் விபத்துக்களைக் குறைக்கவும், போக்குவரத்தை மேம்படுத்தவும், போக்குவரத்து செயல்திறனை மேம்படுத்தவும், மாற்றுத்திறனாளர்கள் வாகனங்களை இயக்கச் செயற்கை நுண்ணறிவு உதவுகிறது.

ஸ்மார்ட் சிட்டிகள்

திறமையான, நிலையான, குடிமக்களின் தேவைகளுக்கான ஸ்மார்ட் நகரங்களை உருவாக்குவதில் செயற்கை நுண்ணறிவு முக்கியப் பங்கு வகிக்கிறது. செயற்கை நுண்ணறிவு மூலம் ஆற்றல் நுகர்வை மேம்படுத்தலாம். போக்குவரத்து ஓட்டத்தை நிர்வகிக்கலாம். கழிவு மேலாண்மை அமைப்புகளை மேம்படுத்தலாம். கண்காணிப்பு, முன்கணிப்புப் பகுப்பாய்வு மூலம் பொதுப் பாதுகாப்பை மேம்படுத்தலாம்.

தனிப்பயனாக்கப்பட்ட கல்வி

தனிப்பட்ட, தகவமைப்பு கற்றல் அனுபவங்களை வழங்குவதன் மூலம் செயற்கை நுண்ணறிவைக் கொண்டு கல்வியை முழுமையாக மாற்றிவிட முடியும். செயற்கை நுண்ணறிவு மூலம் இயங்கும் அமைப்புகள் மாணவர்களின் பலம், பலவீனங்களை மதிப்பிட முடியும். தனிப்பட்ட தேவைகளுக்கு ஏற்ப கல்வி உள்ளடக்கத்தை வடிவமைத்து அறிவார்ந்த பயிற்சிகளையும், கருத்துக்களையும் வழங்க முடியும். இது மாணவர்களுக்கு மிகவும் பயனுள்ள, ஈடுபாடுள்ள கற்றல் அனுபவங்களுக்கு வழிவகுக்கும்.

மேம்பட்ட வாடிக்கையாளர் அனுபவங்கள்

செயற்கை நுண்ணறிவினைக் கொண்டு தனிப்பட்ட பரிந்துரைகள், சாட்போட் ஆதரவு, உடனடி உதவியை வழங்கும் மெய்நிகர் உதவியாளர்களை வழங்குவதன் மூலம் வாடிக்கையாளர் அனுபவங்களைக் கணிசமாக மேம்படுத்த முடியும். இது வாடிக்கையாளர்களின் திருப்தியை அதிகரிக்கவும், விற்பனையை அதிகரிக்கவும் 'பிராண்ட்' மீதான நம்பிக்கையை மேம்படுத்தவும் உதவும்.

மேம்பட்ட சைபர் பாதுகாப்பு

பாதுகாப்பு அச்சுறுத்தல்களை அது நிகழ்கின்ற நேரத்திலேயே கண்டறிவதன் மூலம் செயற்கை நுண்ணறிவால் சைபர் பாதுகாப்பை வலுப்படுத்த முடியும். செயற்கை நுண்ணறிவு வழிமுறைகளால் சைபர் தாக்குதல்களின் வடிவங்களைக் கண்டறியலாம். முரண்பாடுகளை அடையாளம் காணலாம். சாத்தியமான மீறல்களைத் தடுக்கலாம் அல்லது குறைக்கலாம். மேலும் செயற்கை நுண்ணறிவால் வலுவான அங்கீகாரம், குறியாக்க முறைகளை உருவாக்கலாம்.

சுற்றுச்சூழல் நிலைத்தன்மை

ஆற்றல் நுகர்வை மேம்படுத்துவதன் மூலமும், வளங்களைத் திறமையாக நிர்வகிப்பதன் மூலமும், சுற்றுச்சூழல் அபாயங்களை முன்பே கணித்து நீக்குவதன் மூலமும் செயற்கை நுண்ணறிவு சுற்றுச்சூழல் நிலைத்தன்மைக்குப் பங்களிக்க முடியும். பாதுகாப்பு மற்றும் நிலைத்தன்மைக்கான பயனுள்ள உத்திகளை உருவாக்க, காலநிலை மாற்றம், வானிலை முன்னறிவிப்பு, பெரிய அளவிலான சுற்றுச்சூழல் தரவைப் பகுப்பாய்வு செய்வதில் செயற்கை நுண்ணறிவு உதவும்.

மேம்பட்ட உற்பத்தி, ரோபோடிக்ஸ்

செயற்கை நுண்ணறிவு மூலம் இயங்கும் ரோபோக்கள், ஆட்டோமேஷன் அமைப்புகள் மூலம் உற்பத்தி செயல்முறைகளை மேம்படுத்தலாம். செயல்திறன், அவற்றின் துல்லியம் ஆகியவற்றால் உற்பத்தித் திறன் அதிகரிக்கும். கூட்டு ரோபோக்கள் (கோபோட்ஸ்) மனிதர்களுடன் இணைந்து செயல்பட முடியும். உடல் ரீதியாகத் தேவைப்படும் கடினமான பணிகளுக்கு இவை உதவும். செயற்கை நுண்ணறிவினால் பணியிடப் பாதுகாப்பையும் மேம்படுத்த முடியும்.

உதவி தொழில்நுட்பங்கள்

மாற்றுத்திறனாளர்கள் அல்லது வயதானவர்களுக்குச் செயற்கை நுண்ணறிவினைக் கொண்டு உதவி வழங்க முடியும். செயற்கை நுண்ணறிவு மூலம் இயங்கும் சாதனங்கள், குரல் அங்கீகாரம், இயற்கை மொழி இடைமுகங்கள், காட்சி அங்கீகார அமைப்புகள் மூலம் அவர்களை அணுகி அவர்களுக்கான தேவைகளை மேம்படுத்த முடியும். இந்தத் தொழில்நுட்பங்கள் அதிகச் சுதந்திரத்தையும், வாழ்க்கைத் தரத்தையும் மேம்படுத்தும்.

அறிவியல் ஆராய்ச்சி, கண்டுபிடிப்புகள்

பரந்த அளவிலான தரவுகளைப் பகுப்பாய்வு செய்வதன் மூலமும், தரவு விளக்கத்திற்கு உதவுவதன் மூலமும், மனிதர்கள் இழக்கக் கூடிய வடிவங்கள் அல்லது தொடர்புகளை அடையாளம் காண்பதன் மூலமும் செயற்கை நுண்ணறிவினைக் கொண்டு அறிவியல் ஆராய்ச்சியை விரைவுபடுத்த முடியும். இது மருத்துவம், மரபியல், பொருள் அறிவியல், காலநிலை ஆராய்ச்சி போன்ற துறைகளில் முன்னேற்றங்களுக்கு வழிவகுக்கும். இவை

செயற்கை நுண்ணறிவின் எதிர்கால நன்மைகளுக்கான சில சான்றுகள் மட்டுமே. செயற்கை நுண்ணறிவு தொடர்ந்து முன்னேறும்போது, அதன் பயன்பாடுகளும், தாக்கமும் மேலும் விரிவடைய வாய்ப்புள்ளது. இது பல்வேறு துறைகளில் மாற்றங்களுக்கு வழிவகுக்கிறது. ஒட்டுமொத்த வாழ்க்கைத் தரத்தை மேம்படுத்துகிறது.

6. எச்சரிக்கையும் எதிர்பார்ப்பும்

'செயற்கை நுண்ணறிவு' என்பது ஆராய்ச்சி மேம்பாட்டிற்கான ஒரு தொடர்ச்சியான துறை என்பதை நாம் கவனத்தில் கொள்ள வேண்டியது அவசியம். இது கணினி அறிவியல், கணிதம், அறிவாற்றல் அறிவியல், நரம்பியல் எனப் பலவற்றை உள்ளடக்கிய பல்வேறு துறைகளின் பங்களிப்புகளை உள்ளடக்கிய ஒரு கூட்டு முயற்சியாகும். 'செயற்கை நுண்ணறிவின் முன்னேற்றம்' என்பது புதிய கண்டுபிடிப்புகள், நுட்பங்கள், கண்டுபிடிப்புகளுடன் தொடர்ந்து வளர்ந்து வரும் ஒரு கூட்டு முயற்சியாகும்.

'செயற்கை நுண்ணறிவு' என்பது ஓர் அணி அல்லது நிறுவனத்தால் உருவாக்கப்படவில்லை. செயற்கை நுண்ணறிவின் வளர்ச்சி உலகெங்கிலும் உள்ள பல ஆராய்ச்சியாளர்கள், விஞ்ஞானிகள், பொறியாளர்கள், நிறுவனங்களின் பங்களிப்புகளை உள்ளடக்கியது. கல்வி, தொழில்துறை, அரசாங்க ஆராய்ச்சி நிறுவனங்களின் பங்களிப்புகளுடன் செயற்கை நுண்ணறிவுத் துறை பல ஆண்டுகளை உள்ளடக்கிய வளமான வரலாற்றைக் கொண்டுள்ளது. செயற்கை நுண்ணறிவு ஆராய்ச்சி, மேம்பாட்டை முன்னெடுப்பதில் பல்வேறு அமைப்புகளும், நிறுவனங்களும் குறிப்பிடத்தக்கப் பங்கைக் கொண்டுள்ளன.

ஸ்டான்போர்டு பல்கலைக்கழகம், மாசசூசெட்ஸ் இன்ஸ்டிடியூட் ஆப் டெக்னாலஜி (எம்ஐடி), கார்னகி மெலன் பல்கலைக்கழகம், ஆக்ஸ்போர்டு பல்கலைக்கழகம் எனப் பல பல்கலைக்கழகங்களின் ஆராய்ச்சி மையங்கள் இதில் அடங்கும். அவர்கள் தங்களின் ஆராய்ச்சி, கல்வித் திட்டங்கள் மூலம் செயற்கை நுண்ணறிவுக்கு மகத்தான பங்களிப்பை வழங்கியுள்ளனர்.

கல்வி நிறுவனங்களைத் தவிர, கூகிள், மைக்ரோசாஃப்ட், ஐபிஎம், அமேசான், ஃபேஸ்புக் போன்ற முக்கிய தொழில்நுட்ப நிறுவனங்கள் செயற்கை நுண்ணறிவு ஆராய்ச்சி, மேம்பாட்டிற்குக் குறிப்பிடத்தக்க வளங்களை அர்ப்பணித்துள்ளன. செயற்கை நுண்ணறிவு தொழில்நுட்பங்களை மேம்படுத்துதல், அதிநவீன ஆராய்ச்சி நடத்துதல், நடைமுறை பயன்பாடுகளை உருவாக்குதல் ஆகியவற்றில் கவனம் செலுத்தும் ஆராய்ச்சி ஆய்வகங்கள், முன்முயற்சிகளை இந்த நிறுவனங்கள் நிறுவியுள்ளன.

செயற்கை நுண்ணறிவில் நிபுணத்துவம் பெற்ற ஏராளமான 'ஸ்டார்ட்அப்'கள், சிறிய நிறுவனங்கள் இத்துறையின் முன்னேற்றத்திற்குப் பங்களிக்கின்றன. இந்த நிறுவனங்கள் பெரும்பாலும் சுகாதாரம், தன்னாட்சி வாகனங்கள், இயற்கை மொழி செயலாக்கம் அல்லது ரோபோடிக்ஸ் போன்ற செயற்கை நுண்ணறிவின் குறிப்பிட்ட பயன்பாடுகளில் கவனம் செலுத்துகின்றன.

'செயற்கை நுண்ணறிவு' என்பது பல்துறை நிபுணர்கள் இணைந்து பணியாற்றும் ஒரு கூட்டு முயற்சி என்பதைக் கவனத்தில் கொள்ள வேண்டும். கணினி அறிவியல், கணிதம், புள்ளியியல், அறிவாற்றல் அறிவியல், பல்வேறு துறைகள் உள்ளிட்ட பல்வேறு பின்னணிகளைச் சேர்ந்த ஆராய்ச்சியாளர்கள், பயிற்சியாளர்கள் செயற்கை நுண்ணறிவின் வளர்ச்சிக்குப் பங்களிக்கிறார்கள். ஒட்டு மொத்தமாகச் 'செயற்கை நுண்ணறிவு' என்பது, உலகெங்கிலும் உள்ள ஆராய்ச்சியாளர்கள், அமைப்புகள், நிறுவனங்களிடையேயான ஒத்துழைப்பின் விளைவாகும். அதன் வளர்ச்சி ஒரு தொடர்ச்சியான செயல்முறையாகும். ஒத்துழைப்பு, அறிவுப் பகிர்வு, தொடர்ச்சியான ஆராய்ச்சி, கண்டுபிடிப்புகள் மூலம் அது முன்னேற்றப்படுகிறது.

செயற்கை நுண்ணறிவு மனிதர்களுக்கு ஒரு போட்டி அல்ல. மனிதத் திறன்களை அதிகரிக்கவும் ஆட்டோமேஷன், தரவு பகுப்பாய்வு, அறிவாற்றல் செயலாக்கத்திலிருந்து பயனடையக் கூடிய பணிகளுக்கு உதவும் விதத்தில் வடிவமைக்கப்பட்டுள்ளது. செயற்கை நுண்ணறிவு வளர்ச்சியின் குறிக்கோள் மனித உற்பத்தித் திறனை மேம்படுத்துவது, முடிவெடுப்பதை மேம்படுத்துவது, சிக்கலான சவால்களைத் திறமையாகத் தீர்ப்பதுமாகும்.

செயற்கை நுண்ணறிவு அமைப்புகள் குறிப்பிட்ட பணிகளை மிகத் துல்லியமாகவும், வேகத்துடன் செய்ய முடியும் என்றாலும் அவை வெவ்வேறு களங்களில் பொதுமைப்படுத்தும் திறனில் இன்னும் குறைவாகவே உள்ளன. அவை மனிதர்களைப்போலவே

நெகிழ்வுத்தன்மை, படைப்பாற்றலைக் கொண்டுள்ளன. செயற்கை நுண்ணறிவில் மனிதர்களுக்கு இயற்கையாகவே இருக்கும் மனிதப் புரிதல், உள்ளுணர்வு, பச்சாத்தாபம், பொது அறிவு, பகுத்தறிவு ஆகியவற்றின் ஆழம் இல்லை.

செயற்கை நுண்ணறிவை மனிதருக்கு ஒரு போட்டியாளராகப் பார்ப்பதற்குப் பதிலாக, மனிதர்களின் திறன்களைப் பெருக்க மனிதர்களுடன் இணைந்து பணியாற்றக்கூடிய ஒரு கருவி அல்லது ஒத்துழைப்பாளராகப் பார்ப்பது மிகவும் பயனுள்ளதாக இருக்கும். செயற்கை நுண்ணறிவுத் தொழில்நுட்பம் முன்னேறும்போது, மனிதர்கள் தங்கள் திறன்களை மாற்றியமைக்கவும், புதிய அறிவைப் பெறவும், தனித்துவமான மனிதக் குணங்கள் தேவைப்படும் தளங்களில் ஈடுபடவும் தேவை ஏற்படும்.

செயற்கை நுண்ணறிவின் ஒருங்கிணைப்பை நெறிமுறை, சமூக, பொருளாதாரத் தாக்கங்களைக் கருத்தில் கொண்டு அணுகுவது முக்கியம். மனித, செயற்கை நுண்ணறிவு ஒத்துழைப்புக்கு இடையிலான சரியான சமநிலையை அடைவது செயற்கை நுண்ணறிவின் முழுத் திறனையும் பயன்படுத்துவதற்கு முக்கியமானது. அதே நேரத்தில் அது மனித மதிப்புகளுடன் ஒத்துப்போகிறது, ஒட்டுமொத்தச் சமூகத்திற்கும் பயனளிக்கிறது. உலகில் செயற்கை நுண்ணறிவின் பங்கு பன்முகத்தன்மை கொண்டது. தொழில்நுட்பம் முன்னேறும்போது தொடர்ந்து விரிவடைந்து வருகிறது. செயற்கை நுண்ணறிவு வகிக்கும் சில முக்கியப் பாத்திரங்கள் பின்வருமாறு.

ஆட்டோமேஷன், செயல்திறன்

செயற்கை நுண்ணறிவு பணிகள், செயல்முறைகள், பணிப் பகுப்பாய்வுகள் போன்றனவற்றைத் தானியக்கமாக்குகிறது. இது அதிகரித்த செயல்திறன், உற்பத்தித்திறனுக்கு வழிவகுக்கிறது. இதனைக் கொண்டு அதிக நேரம் எடுக்கும் பணிகளைக் கையாள முடியும். மேலும் சிக்கலான, ஆக்கப்பூர்வமான வேலைகளிலிருந்து மனித உழைப்பினை விடுவிக்கிறது.

முடிவு ஆதரவு

முடிவு எடுப்பதை ஆதரிக்கச் செயற்கை நுண்ணறிவு மதிப்புமிக்க நுண்ணறிவுகளையும், பகுப்பாய்வையும் வழங்குகிறது. பெரிய அளவிலான தரவுகளைப் பகுப்பாய்வு செய்வதன் மூலம் செயற்கை நுண்ணறிவு மனிதர்கள் இழக்கக்கூடிய வடிவங்கள், போக்குகள், தொடர்புகளை அடையாளம் காண முடியும். இது

தகவலறிந்த, தரவு சார்ந்த முடிவெடுக்கும் செயல்முறைகளைச் செயல்படுத்துகிறது.

மனிதத் திறன்களை மேம்படுத்துதல்

செயற்கை நுண்ணறிவு மேம்படுத்தும் கருவிகள், தொழில்நுட்பங்களை வழங்குவதன் மூலம் மனிதத் திறன்களை அதிகரிக்கிறது. இது சிக்கலான சிக்கல்களைத் தீர்த்தல், தரவுப் பகுப்பாய்வு, முடிவெடுப்பதில் உதவுதல் போன்ற செயல்களில் ஈடுபடும். மனிதத் செயல்திறன், உற்பத்தித்திறனை மேம்படுத்தும்.

தனிப்பயனாக்கம்

பயனர் தரவு, விருப்பத்தேர்வுகளைப் பகுப்பாய்வு செய்வதன் மூலம் தனிப்பயனாக்கப்பட்ட அனுபவங்கள், வடிவமைக்கப்பட்ட பரிந்துரைகளைச் செயற்கை நுண்ணறிவு செயல்படுத்துகிறது. தனிப்பயனாக்கப்பட்ட சந்தைப்படுத்தல், உள்ளடக்கப் பரிந்துரைகள், தனிப்பயனாக்கப்பட்ட பயனர் இடைமுகங்கள், பயனாளிகளின் திருப்தி, ஈடுபாட்டை மேம்படுத்துதல் ஆகியவை இதில் அடங்கும்.

ஆராய்ச்சி, புத்தாக்கத்தை மேம்படுத்துதல்

செயற்கை நுண்ணறிவு பெரிய தரவுத்தொகுப்புகளைப் பகுப்பாய்வு செய்வதன் மூலமும் சிக்கலான அமைப்புகளை மாதிரியாக்குவதன் மூலமும் கருதுகோள்களை உருவாக்குவதன் மூலமும் அறிவியல் ஆராய்ச்சியை விரைவுபடுத்துகிறது. இது புதிய நுண்ணறிவுகள், வடிவங்கள், தீர்வுகளைக் கண்டறிய உதவுகிறது. இது பல்வேறு துறைகளில் அறிவியல் முன்னேற்றங்கள் மற்றும் கண்டுபிடிப்புகளுக்கு வழிவகுக்கிறது.

சிக்கலான சவால்களைத் தீர்த்தல்

விரிவான தரவு பகுப்பாய்வு, வடிவ அங்கீகாரம், உகந்த தாக்குதல் தேவைப்படும் சிக்கலான சவால்களை எதிர்கொள்ளும் திறனைச் செயற்கை நுண்ணறிவு கொண்டுள்ளது. காலநிலை மாற்றம், நோய் கண்டறிதல், மோசடிகளைக் கண்டறிதல், போக்குவரத்து தேர்வுமுறை போன்ற சவால்கள் இதில் அடங்கும்.

செயல்திறன், பாதுகாப்பை மேம்படுத்துதல்

செயல்திறனை மேம்படுத்தவும், கழிவுகளைக் குறைக்கவும், பிழைகளைக் குறைக்கவும் செயற்கை நுண்ணறிவு அமைப்புகளைப் பயன்படுத்த முடியும். இது அபாயங்களைக் கணிப்பதன் மூலமும், தணிப்பதன் மூலமும், முரண்பாடுகளை

அடையாளம் காண்பதன் மூலமும் போக்குவரத்து, சுகாதாரம், உற்பத்தி உள்ளிட்ட பல்வேறு களங்களில் ஆரம்ப எச்சரிக்கைகளை வழங்குவதன் மூலமும், பாதுகாப்பை மேம்படுத்தவும் உறுதிப்படுத்தவும் உதவுகிறது.

புதிய தொழில்நுட்பங்களைச் செயல்படுத்துதல்

தானியங்கி வாகனங்கள், ரோபோடிக்ஸ், இயற்கை மொழி இடைமுகங்கள், மெய்நிகர் ரியாலிட்டி போன்ற வளர்ந்து வரும் தொழில்நுட்பங்களுக்குச் செயற்கை நுண்ணறிவு பேருதவி செய்கிறது. இந்தத் தொழில்நுட்பங்கள் தொழில்களில் புரட்சியை ஏற்படுத்தும். வாழ்க்கைத் தரத்தை மேம்படுத்தும். இவை புதிய சாத்தியங்களைத் திறக்கும் ஆற்றலைக் கொண்டுள்ளன.

சமூகத் தாக்கம், அணுகல்

செயற்கை நுண்ணறிவு சமூகச் சவால்களை எதிர்கொள்ளவும், உள்ளடக்கத்தை ஊக்குவிக்கவும் திறனைக் கொண்டுள்ளது. இது சுகாதார அணுகல், கல்வி, மாற்றுத்திறனாளிகளுக்கான அணுகல், வள மேலாண்மை போன்ற துறைகளில் உதவும். இது மிகவும் சமத்துவமான, நிலையான உலகத்திற்குப் பெரும் பங்களிக்கும். பல்வேறு துறைகளில் செயற்கை நுண்ணறிவின் பங்களிப்புகள் அனைத்தும் அதை உருவாக்கிப் பயன்படுத்துபவர்களால் எடுக்கப்படும் மதிப்புகள், நெறிமுறைகள், முடிவுகளால் வடிவமைக்கப்படுகின்றன.

செயற்கை நுண்ணறிவு சமூகத்திற்குப் பயனளிக்கிறது. நெறிமுறை தரங்களை நிலைநிறுத்துகிறது. தனிநபர்கள், சமூகங்களின் தேவைகள் முதலியவற்றைக் கருத்தில் கொள்கிறது.

7. பொதுவிதிகள்

செயற்கை நுண்ணறிவுக்கு என உலகளவில் ஒப்புக்கொள்ளப்பட்ட விதிகள் எதுவும் இல்லை என்றாலும் பல்வேறு அமைப்புகள், நிறுவனங்களால் முன்மொழியப்பட்ட பல கட்டமைப்புகள், வழிகாட்டுதல்கள் உள்ளன. அவற்றை அடிப்படையாகக் கொண்டே செயற்கை நுண்ணறிவுக்குப் பொதுவான கொள்கைகள், விதிகள் உருவாக்கப்பட்டுள்ளன.

நியாயம், பாகுபாடற்ற தன்மை

செயற்கை நுண்ணறிவு அமைப்புகள் நியாயத்தை உறுதி செய்யும் வகையிலும், பாகுபாட்டைத் தடுக்கும் வகையிலும், பாரபட்சமான விளைவுகளைத் தவிர்க்கும் வகையிலும் வடிவமைக்கப்பட்டுப் பயன்படுத்தப்பட வேண்டும். அனைத்து நபர்களையும் நியாயமாகவும், சமமாகவும் நடத்தப் பயிற்சி, வழிமுறைகள், முடிவெடுக்கும் செயல்முறைகளில் பாரபட்சங்களை நிவர்த்தி செய்வது ஆகியன இதில் அடங்கும்.

வெளிப்படைத்தன்மை, விளக்கம்

செயற்கை நுண்ணறிவு அமைப்புகள் வெளிப்படையானதாக இருக்க வேண்டும். அவற்றின் முடிவுகள், விளைவுகள் பயனர்கள், பங்குதாரர்களுக்கு விளக்கப்பட வேண்டும். இது செயற்கை நுண்ணறிவின் பொறுப்புணர்வை ஊக்குவிக்கிறது. இந்த வெளிப்படைத்தன்மை 'செயற்கை நுண்ணறிவு அமைப்புகள் எவ்வாறு செயல்படுகின்றன?' என்பதைத் தனிநபர்கள் புரிந்துகொள்ள வழிவகை செய்கிறது. நம்பிக்கையை எளிதாக்குகிறது. சாத்தியமான அபாயங்களைக் குறைக்கிறது.

தனியுரிமை, தரவுப் பாதுகாப்பு

செயற்கை நுண்ணறிவு அமைப்புகள் பயனர்களின் தனியுரிமையை மதிக்க வேண்டும். தரவைப் பொறுப்புடன் கையாள வேண்டும். தரவு சேகரிப்பு, சேமிப்பு, பயன்பாடு தொடர்புடைய சட்டங்கள் மற்றும் ஒழுங்குமுறைகளுக்கு இணங்க வேண்டும். முக்கியமாக, தனிப்பட்ட தகவல்கள் பாதுகாக்கப்படும் என உறுதியளிக்க வேண்டும்.

பொறுப்பு

செயற்கை நுண்ணறிவு அமைப்புகளை உருவாக்கும் அல்லது பயன்படுத்தும் நிறுவனங்கள், தனிநபர்கள் தங்கள் செயற்கை நுண்ணறிவு அமைப்புகளின் தாக்கங்களுக்குப் பொறுப்பேற்க வேண்டும். பாதகமான விளைவுகள் அல்லது பிழைகள் ஏற்பட்டால் அதிலிருந்து மீள்வதற்குரிய தெளிவான வழிமுறைகள் அதில் நிறுவப்பட்டிருக்க வேண்டும்.

மனித மேற்பார்வை, கட்டுப்பாடு

செயற்கை நுண்ணறிவு அமைப்புகள் மீது மனிதர்கள் கட்டுப்பாடு இருக்க வேண்டும். செயற்கை நுண்ணறிவு மனிதத் தீர்ப்புக்கு மாற்றாக இல்லாமல், மனிதத் திறன்களையும், முடிவெடுக்கும் உத்திகளையும் அதிகரிக்கும் விதத்தில் வடிவமைக்கப்பட வேண்டும். தேவைப்படும்போது செயற்கை நுண்ணறிவு முடிவுகளில் மனிதர்கள் தலையிடவோ, மீறவோ அல்லது கேள்வி கேட்கவோ வழிவகை இருக்க வேண்டும்.

உறுதித்தன்மை, பாதுகாப்பு

செயற்கை நுண்ணறிவு அமைப்புகள் வலுவானதாக இருக்க வேண்டும். எதிர்பாராத சூழ்நிலைகள் அல்லது எதிரி தாக்குதல்களைத் தாங்கும் வகையில் வடிவமைக்கப்பட வேண்டும். பாதுகாப்பு, நம்பகத்தன்மை, பின்னடைவு ஆகியவற்றை உறுதிப்படுத்த அவை முழுமையாகச் சோதிக்கப்பட்டிருக்க வேண்டும். சாத்தியமான அபாயங்களைத் தடுக்கவும், தணிக்கவும் பொருத்தமான பாதுகாப்புகள் அதில் இருக்க வேண்டும்.

நெறிமுறை பரிசீலனைகள்

பரந்த சமூக தாக்கத்தைக் கணக்கில் கொண்டு, செயற்கை நுண்ணறிவு அமைப்புகள் நெறிமுறை கொள்கைகள், மதிப்புகளுடன் ஒத்துப்போக வேண்டும். அவை மனித உரிமைகள், பன்முகத்தன்மை, கலாச்சார விதிமுறைகளை

மதிக்க வேண்டும். தீங்கிழைக்கும் நோக்கங்களுக்காகவோ அல்லது தீங்கு விளைவிக்கும் உள்ளடக்கத்தை உருவாக்கவோ இவை பயன்படுத்தப்படக் கூடாது.

ஒத்துழைப்பு, பல்துறை அணுகுமுறை

செயற்கை நுண்ணறிவு அமைப்புகளின் வளர்ச்சி, நிலைநிறுத்தல் ஒத்துழைப்பு,பல்துறை நிபுணத்துவத்தை உள்ளடக்கியதாக இருக்க வேண்டும். டொமைன் வல்லுநர்கள், நெறிமுறையாளர்கள், கொள்கை வகுப்பாளர்கள், பாதிக்கப்பட்ட சமூகங்கள் உள்ளிட்ட பல்வேறு பங்குதாரர்களை ஈடுபடுத்துவது மிகவும் சீரான, விரிவான விளைவுகளுக்கு வழிவகுக்கும். இந்த விதிகள் செயற்கை நுண்ணறிவு அமைப்புகளின் பொறுப்பான வளர்ச்சி, நிலைநிறுத்தலுக்கு வழிகாட்டுவதாகும். இவை சமூக மதிப்புகள், நெறிமுறை தரநிலைகள், சட்டத் தேவைகளுடன் ஒத்துப்போவதை உறுதி செய்கின்றன.

எவ்வாறாயினும், செயற்கை நுண்ணறிவு நெறிமுறைகளின் துறை இன்னும் வளர்ந்து வருகிறது என்பதை நாம் கவனத்தில் கொள்ள வேண்டியது அவசியம். வளர்ந்து வரும் சவால்கள், பரிசீலனைகளை நிவர்த்தி செய்ய இந்தப் பொது விதிகளின் மீது தொடர்ச்சியான விவாதங்கள் நடத்தப்பட வேண்டும். இந்த விதிகளை மேம்படுத்தத் தொடர் முயற்சிகள் மேற்கொள்ளப்பட வேண்டும்.

8. வரம்புகளும் எல்லைகளும்

செயற்கை நுண்ணறிவு வியக்கத் தக்க முன்னேற்றங்களை அடைந்திருந்தாலும் அதற்குப் பல வரம்புகள், எல்லைகள் உள்ளன.

பொது நுண்ணறிவு இல்லாமை

செயற்கை நுண்ணறிவு அமைப்புகள் பெரும்பாலும் குறிப்பிட்ட பணிகளில் சிறந்து விளங்குமாறு வடிவமைக்கப்பட்டுள்ளன. அவற்றின் பயிற்சி பெற்ற களத்திற்கு வெளியே உள்ள பணிகளுடன் போராடுகின்றன. பரந்த அளவிலான பணிகளைப் புரிந்துகொள்வதற்கும், செய்வதற்கும் மனிதர்களுக்கு இருக்கும் பரந்த அடிப்படையிலான பொது அறிவு, பல்துறை திறன் ஆகியவை செயற்கை நுண்ணறிவிடம் இல்லை.

வரையறுக்கப்பட்ட சூழல் புரிதல்

செயற்கை நுண்ணறிவு அமைப்புகள் பெரும்பாலும் சூழல், நுணுக்கம், பொது அறிவு பகுத்தறிவைப் புரிந்துகொள்ளப் போராடுகின்றன. மனிதர்கள் எளிதில் புரிந்து கொள்ளக்கூடிய இயற்கையான மொழி, கிண்டல், உருவகங்கள் அல்லது தெளிவற்ற சூழ்நிலைகளைப் புரிந்துகொள்வதில் அதற்குச் சிக்கல்கள் இருக்கலாம்.

தரவு சார்பு

செயற்கை நுண்ணறிவு அமைப்புகள் உயர்தர, பிரதிநிதித்துவப் பயிற்சி தரவைப் பெரிதும் நம்பியுள்ளன. பயிற்சித் தரவு முழுமையற்றதாகவோ, பக்கச்சார்பற்றதாகவோ அல்லது சாத்தியமான காட்சிகளின் வரம்பைப் போதுமான அளவு

உள்ளடக்கவில்லை என்றால் செயற்கை நுண்ணறிவு மாதிரிகளின் செயல்திறன், துல்லியம் ஆகியவை சற்றுக் குறையலாம்.

சார்பு, நியாயமான சிக்கல்கள்

செயற்கை நுண்ணறிவு அமைப்புகள் பயிற்சி தரவுகளில் உள்ள சார்புகளை மரபுரிமையாகவும் நிலைநிறுத்தவும் முடியும். இது பக்கச்சார்பான விளைவுகள் அல்லது பாரபட்சமான நடத்தைக்கு வழிவகுக்கும். செயற்கை நுண்ணறிவு அமைப்புகளில் பாரபட்சத்தை நிவர்த்தி செய்வது, நியாயத்தை உறுதி செய்வது ஒரு குறிப்பிடத்தக்கச் சவாலாகும். இதற்கு எப்போதும் உறுதியான கவனமும் தொடர்ச்சியான கண்காணிப்பும் தேவைப்படுகின்றது.

படைப்பாற்றல், கண்டுபிடிப்பு இல்லாமை

கலை அல்லது இசையை உருவாக்குவது போன்ற சில ஆக்கப்பூர்வமான பணிகளுக்குச் செயற்கை நுண்ணறிவு உதவக்கூடும். ஆனாலும் இதற்கு மனிதப் படைப்பாற்றலின் அசல், கற்பனைத் திறன் ஆகியன இல்லை. செயற்கை நுண்ணறிவு அமைப்புகள், வடிவங்கள் ஏற்கனவே உள்ள தரவுகளின் அடிப்படையில் செயல்படுகின்றன. இவற்றைக் கொண்டு முற்றிலும் புதுமையான யோசனைகள் அல்லது கருத்துகளை உருவாக்க முடியாது.

நெறிமுறை, தார்மீக முடிவு எடுத்தல்

செயற்கை நுண்ணறிவு அமைப்புகள் நெறிமுறை, தார்மீக முடிவுகளை எடுப்பதில் போராடுகின்றன. தார்மீக மதிப்புகள், கலாச்சார சூழல் அல்லது சிக்கலான நெறிமுறைக் குழப்பங்களை வழிநடத்தும் திறன் பற்றிய விரிவான புரிதல் இல்லாமல் அவை வழிமுறைகளின் அடிப்படையிலும், முன் வரையறுக்கப்பட்ட விதிகளின் அடிப்படையிலும் செயல்படுகின்றன. செயற்கை நுண்ணறிவு அமைப்புகள் தங்கள் முடிவுகள் அல்லது கணிப்புகளை எவ்வாறு அடைகின்றன என்பதைப் புரிந்துகொள்வதும் விளக்குவதும் சவாலானது.

பொது அறிவு, உள்ளுணர்வு இல்லாமை

செயற்கை நுண்ணறிவு அமைப்புகளில் மனிதர்களுக்கு இருக்கும் பொது அறிவு, பகுத்தறிவு, உள்ளுணர்வு ஆகியன இல்லை. பரந்த சூழலைப் புரிந்து கொள்ளவோ அல்லது பொது அறிவைப் பயன்படுத்தவோ இயலாத காரணத்தால் அது பிழைகளைச் செய்யலாம்.

பாதுகாப்பு, பாதிப்புகள்

செயற்கை நுண்ணறிவு அமைப்புகள் எதிர்மறையான தாக்குதல்களுக்கு ஆளாகக் கூடும். சிலர் செயற்கை நுண்ணறிவு மாதிரிகளைத் தவறாக வழிநடத்த அல்லது ஏமாற்ற உள்ளீட்டுத் தரவைக் கையாளுகிறார்கள். இந்தத் தாக்குதல்கள் செயற்கை நுண்ணறிவு அமைப்புகளின் நம்பகத்தன்மையைக் கேள்விக்குள்ளாக்கக் கூடும்.

மனித-இயந்திர ஒத்துழைப்பு

செயற்கைநுண்ணறிவு அமைப்புகளில் மனித ஆபரேட்டர்களுக்கு இடையிலான தொடர்புகளைச் சமநிலைப்படுத்துவது சவாலானது. மனிதர்களுக்கும் செயற்கை நுண்ணறிவு அமைப்புகளுக்கும் இடையிலான பயனுள்ள ஒத்துழைப்பு, நம்பிக்கை, பொறுப்புகளின் தெளிவான வரையறை ஆகியவற்றை உறுதிசெய்வது ஆகியன ஆராய்ச்சியின் தொடர்ச்சியான பகுதியாகவே உள்ளன.

செயற்கை நுண்ணறிவுத் துறை தொடர்ந்து வளர்ந்து வருகிறது என்பதைக் கவனத்தில் கொள்ள வேண்டியது அவசியம். இந்த வரம்புகளை நிவர்த்தி செய்ய ஆராய்ச்சியாளர்கள் தீவிரமாகப் பணியாற்றி வருகின்றனர். எவ்வாறாயினும், இந்தச் சவால்களைச் சமாளிக்கச் செயற்கை நுண்ணறிவு தொழில்நுட்பங்கள் பாதுகாப்பாகவும் நெறிமுறை ரீதியாகவும் மனிதக்குலத்திற்குப் பயனளிக்கும் வழிகளிலும் பயன்படுத்தப்படுவதை உறுதிசெய்யப் பல்துறை முயற்சிகள், தொடர்ச்சியான ஆராய்ச்சிகள், பொறுப்பான வளர்ச்சிகள் முதலியன தேவைப்படுகின்றன.

செயற்கை நுண்ணறிவின் எல்லைகள்

செயற்கை நுண்ணறிவு உலகைக் கட்டுப்பாட்டை எடுத்துக்கொள்வது, உலகளாவிய முடிவுகளை எடுப்பதில் ஆதிக்க சக்தியாக மாறுவது ஆகிய செயல்களில் ஈடுபடாது. ‘செயற்கை நுண்ணறிவு’ என்பது, முழுக்க முழுக்க மனிதர்களால் உருவாக்கப்பட்டுக் கட்டுப்படுத்தப்படும் ஒரு கருவியாகும். மேலும் அதன் பங்கு மனிதத் திறன்களை மாற்றுவதைவிட உதவுவது, அதிகரிப்பது, மேம்படுத்துவதாகும் என்ற நிலையில்தான் பெருமளவில் உள்ளது.

செயற்கை நுண்ணறிவுத் தொழில்நுட்பங்கள் செல்வாக்கு மிக்கவை. அவை மாற்றக்கூடிய திறனைக் கொண்டிருந்தாலும் அவற்றின் வளர்ச்சி, நிலைநிறுத்தல், பயன்பாடு தொடர்பான முடிவுகள் இறுதியில் மனிதர்களால் மட்டுமே எடுக்கப்படுகின்றன.

சமூகத்தில் செயற்கை நுண்ணறிவின் செல்திசை, தாக்கம் அதை உருவாக்கிச் செயல்படுத்துபவர்களின் மதிப்புகள், நோக்கங்கள், தேர்வுகளால் வடிவமைக்கப்படுகிறது.

செயற்கை நுண்ணறிவு என்பது, மனிதர்களுக்கு அதிகாரமளிக்கும் சிக்கலான சவால்களை எதிர்கொள்ளவும் சிறந்த முடிவுகளை எடுக்கவும் செயல்திறன், உற்பத்தித்திறனை ஆகியனவற்றை மேம்படுத்தவும் உதவும் ஒரு கருவிதான். இது ஒரு கூட்டுக் கருவி ஆகும். இது பொறுப்புடன் பயன்படுத்தப்படும்போது, சுகாதாரம், போக்குவரத்து, கல்வி, எனப் பல்வேறு களங்களில் மனிதக்குலத்தை முன்னேற்ற முடியும்.

செயற்கை நுண்ணறிவு தொழில்நுட்பங்கள் நெறிமுறைக் கோட்பாடுகளுடன் ஒத்துப்போகும் வகையிலும், மனித உரிமைகளை மதிக்கும் வகையிலும், சமூகத் தாக்கத்தைக் கருத்தில் கொள்ளும் வகையிலும் உருவாக்கப்பட்டுப் பயன்படுத்தப்படுவதைத் தொடர்ந்து உறுதிசெய்வது முக்கியம். மனிதக்குலத்தின் சிறந்த நலன்களுக்குச் சேவை செய்யும் ஒட்டுமொத்தச் சமூகத்தின் நல்வாழ்வை ஊக்குவிக்கும் வழிகளில் செயற்கை நுண்ணறிவு பயன்பாட்டை வழிநடத்த மனித ஈடுபாடு, மேற்பார்வை, ஒழுங்குமுறை ஆகியவை அவசியம்.

தொழில்நுட்பம், ஆட்டோமேஷன் பின்னணியில், செயற்கை நுண்ணறிவு பெரும்பாலும் தானியங்கியாக இருக்கக் கூடிய சில வேலைப் பாத்திரங்களுக்குச் சாத்தியமான போட்டியாளராகப் பார்க்கப்படுகிறது. செயற்கை நுண்ணறிவு அமைப்புகள் சில பணிகளை வேகம், துல்லியம், செயல்திறனுடன் செய்ய முடியும். இது வேலை இடப்பெயர்வு அல்லது வேலைச் சந்தையில் மாற்றங்கள் குறித்த கவலைகளுக்கு வழிவகுக்கும்.

இருப்பினும், செயற்கை நுண்ணறிவு இயல்பாகவே மனிதர்களுக்கு நேரடிப் போட்டியாளர் அல்ல என்பதை நாம் கவனத்தில் கொள்ள வேண்டும். செயற்கை நுண்ணறிவு முதன்மையாக மனிதத் திறன்களை அதிகரிக்கவும், பணிகளுக்கு உதவவும் தீவிரமான வேலையைக் கையாளவும் வடிவமைக்கப்பட்டுள்ளது.

இது மனிதர்களை உயர் மட்டச் சிந்தனை, படைப்பாற்றல், சிக்கலைத் தீர்ப்பது, உணர்ச்சி நுண்ணறிவு, சமூகத் தொடர்பு தேவைப்படும் பணிகளில் கவனம் செலுத்த அனுமதிக்கிறது.

செயற்கை நுண்ணறிவை ஒரு போட்டியாளராகப் பார்ப்பதற்குப் பதிலாக, மனிதர்களுடன் இணைந்து செயல்படும் ஒரு கருவியாக

அல்லது ஒத்துழைப்பாளராகப் பார்ப்பது மிகவும் பயனுள்ளதாக இருக்கும். செயற்கை நுண்ணறிவு தொழில்நுட்பத்தைக் கொண்டு மனிதத் திறன்கள், நிபுணத்துவம் போன்றனவற்றைப் பூர்த்தி செய்ய முடியும்.

செயற்கை நுண்ணறிவைக் கொண்டு சில பணிகளைத் தன்னியக்கமாக்க முடியும் என்றாலும், இது பெரும்பாலும் புதிய வாய்ப்புகளையும், வேலை வாய்ப்புகளையும் உருவாக்குகிறது என்பதும் குறிப்பிடத்தக்கது. வரலாற்று ரீதியாக, தொழில்நுட்ப முன்னேற்றங்கள் வேலைகளின் பரிணாம வளர்ச்சிக்கும் புதிய தொழில்கள், தொழில்களின் தோற்றத்திற்கும் வழிவகுத்தன. செயற்கை நுண்ணறிவு சில வேலைகளின் தன்மையை மாற்றக்கூடும் என்றாலும் இது மனித வேலைவாய்ப்பு, பொருளாதார வளர்ச்சிக்கான புதிய வழிகளையும் உருவாக்கக்கூடும்.

ஒட்டுமொத்தமாக, செயற்கை நுண்ணறிவு மனிதர்களுக்கு நேரடிப் போட்டியாளராக இருப்பதை விட, ஒரு கருவியாகப் பார்க்கப்பட வேண்டும், இது திறம்படவும் பொறுப்புடனும் பயன்படுத்தப்படும்போது இதனால் மனிதத் திறன்களை மேம்படுத்தவும், சமூக முன்னேற்றத்திற்குப் பங்களிக்கவும் முடியும். செயற்கை நுண்ணறிவு மனித மூளைக்கு மாற்று அல்ல. மனித மூளை ஒரு சிக்கலான உறுப்பு ஆகும், இது படைப்பாற்றல், உணர்ச்சி நுண்ணறிவு, பொது அறிவு பகுத்தறிவு, உள்ளுணர்வு, தகவமைப்பு போன்ற பரந்த அளவிலான அறிவாற்றல் திறன்களைக் கொண்டுள்ளது.

செயற்கை நுண்ணறிவு அமைப்புகள் குறிப்பிட்ட பணிகளில் சிறந்து விளங்கலாம். நம்பமுடியாத வேகம், துல்லியமான கணக்கீடுகளைச் செய்ய முடியும் என்றாலும், அவை மனித அறிவாற்றல் திறன்களின் முழு ஸ்பெக்ட்ரத்தையும் கொண்டிருக்கவில்லை. செயற்கை நுண்ணறிவு மனித நுண்ணறிவின் சில அம்சங்களை உருவகப்படுத்தவும், பெரிய அளவிலான தரவுகளைச் செயலாக்குவதன் மூலமும், வடிவங்களை அடையாளம் காண்பதன் மூலமும் குறிப்பிட்ட பணிகளைத் தன்னியக்கமாக்க வடிவமைக்கப்பட்டுள்ளது.

செயற்கை நுண்ணறிவு வழிமுறைகள், மாதிரிகள் மனிதர்களால் உருவாக்கப்படுகின்றன. அவை முன் வரையறுக்கப்பட்ட விதிகள், பயிற்சி தரவிலிருந்து பெறப்பட்ட வடிவங்களை அடிப்படையாகக் கொண்டவை. பட அங்கீகாரம், இயற்கை மொழி செயலாக்கம், விளையாட்டு விளையாடுதல்

போன்ற துறைகளில் செயற்கை நுண்ணறிவு குறிப்பிடத்தக்க முன்னேற்றங்களை அடைந்திருந்தாலும், மனிதர்களுக்கு இருக்கும் பொதுவான நுண்ணறிவு, பரந்த அடிப்படையிலான புரிதல் ஆகியவை செயற்கை நுண்ணறிவில் இல்லை.

செயற்கை நுண்ணறிவு அமைப்புகள் அவற்றின் பயிற்சியின் நோக்கம் அவர்கள் வெளிப்படுத்திய தரவுகளுக்கு ஏற்றபடி மட்டுப்படுத்தப்பட்டுள்ளன. அதற்கு நினைவு, உணர்ச்சிகள் அல்லது மனிதர்களைப் போலவே சிந்திக்கும் திறனும் சுயமாகப் பகுத்தாய்ந்து முடிவெடுக்கும் திறனும் இல்லை. மனித மூளைக்கு மாற்றாக இருப்பதற்குப் பதிலாகச் செயற்கை நுண்ணறிவு மனிதத் திறன்களை அதிகரிக்கும் மற்றும் பூர்த்தி செய்யும் ஒரு கருவியாகச் செயல்படுகிறது.

இது தீவிரமான பணிகளைச் செய்வதற்கும், பரிந்துரைகளை வழங்குவதற்கும் பரந்த அளவிலான தகவல்களைச் செயலாக்குவதற்கும், பகுப்பாய்வு செய்வதற்கும் உதவும். செயல்திறன், உற்பத்தித்திறன் ஆகியன அதிகரிக்கும் போது மனிதர்களின் பலத்தை மேம்படுத்தி, மனிதர்களுடன் இணைந்து பணியாற்றுவதே செயற்கை நுண்ணறிவின் குறிக்கோள் ஆகும்.

மனித மூளையின் தனித்துவமான குணங்கள், திறன்கள், படைப்பாற்றல், விமர்சனச் சிந்தனை, பச்சாத்தாபம், சிக்கலான முடிவு எடுப்பதில் அது கொண்டு வரும் பங்களிப்புகளை அங்கீகரிப்பது முக்கியம். செயற்கை நுண்ணறிவு சக்திவாய்ந்த கருவியாக இருக்க முடியும் என்றாலும் இறுதியில் மனிதர்கள்தான் தாம் பெற்றுள்ள பரந்த அறிவாற்றல் திறன்களைக் கொண்டு, உலகின் சிக்கல்களைப் புரிந்துகொண்டு வழிநடத்துகின்றனர்.

9. ஆண்களுக்கான பயன்கள்

செயற்கை நுண்ணறிவு பரந்த அளவிலான பயன்பாடுகளைக் கொண்டுள்ளது. குறிப்பாக, இது ஆண்களுக்கு அவர்களின் வாழ்க்கையின் பல்வேறு அம்சங்களில் பயனளிக்கிறது. அது குறித்து இங்கே சில சான்றுகளைப் பார்க்கலாம்.

தனிப்பட்ட உதவியாளர், உற்பத்தித்திறன்

மெய்நிகர் குரல் உதவியாளர்கள் (சான்று - கூகிள் உதவியாளர்) போன்ற செயற்கை நுண்ணறிவு மூலம் இயங்கும் தனிப்பட்ட உதவியாளர்கள், ஆண்களின் அட்டவணைகளை நிர்வகிக்கவும், நினைவூட்டல்களை அமைக்கவும், வழக்கமான பணிகளைக் கையாளவும் உதவும். இது ஆண்களுக்குத் தேவையான தகவல்களைத் தேடி வழங்கும். இணையத்தில் தேடுதல், அழைப்புகளைச் செய்தல், செய்திகளை அனுப்புதல், வழிகாட்டுதல்களை வழங்குதல் போன்ற பணிகளையும் செய்யும்.

உடல்நலம், உடற்தகுதி

ஆண்களின் உடல்நலம், உடற்பயிற்சி இலக்குகளை நிர்வகிக்கச் செயற்கை நுண்ணறிவு உதவும். உடற்பயிற்சிக் கண்காணிப்பு சாதனங்கள், பயன்பாடுகள் எனப் பெரும்பாலும் செயல்பாட்டு நிலைகளைக் கண்காணிக்கவும், உடற்பயிற்சிகளைக் கண்காணிக்கவும், தூக்க முறைகளைப் பகுப்பாய்வு செய்யவும், உடற்பயிற்சி, ஊட்டச்சத்துக்கான தனிப்பயனாக்கப்பட்ட பரிந்துரைகளை வழங்கவும் செயற்கை நுண்ணறிவு வழிமுறைகளைப் பயன்படுத்துகின்றன. ஆண்களின் சுகாதார நிலைமைகளைக் கண்டறிவதற்கும், கண்காணிப்பதற்கும்

‘டெலிஹெல்த்’ சேவைகளை ஆதரிப்பதற்கும், உடல்நலம் தொடர்பான தகவல்களை வழங்குவதற்கும் செயற்கை நுண்ணறிவு உதவும்.

பொழுதுபோக்கு, ஊடகம்

தனிப்பட்ட விருப்பங்களின் அடிப்படையில் பரிந்துரைகளைத் தனிப்பயனாக்கப் பல்வேறு பொழுதுபோக்குத் தளங்களில் செயற்கை நுண்ணறிவு வழிமுறைகள் பயன்படுத்தப்படுகின்றன.

நெட்ஃபிளிக்ஸ் போன்ற ஸ்ட்ரீமிங் சேவைகள், ஸ்பாடிஃபை போன்ற இசைத் தளங்கள் ஆண்களின் ஆர்வங்களுடன் பொருந்தக்கூடிய திரைப்படங்கள், தொலைக்காட்சி நிகழ்ச்சிகள், பாடல்களைப் பரிந்துரைக்கச் செயற்கை நுண்ணறிவைப் பயன்படுத்துகின்றன. செயற்கை நுண்ணறிவு மூலம் இயங்கும் உள்ளடக்க உருவாக்கம், பரிந்துரை அமைப்புகள், தனிப்பயனாக்கப்பட்ட செய்திகள், கட்டுரைகள், சமூக ஊடக ஊட்டங்களுக்கும் பங்களிக்கின்றன.

கேமிங்

கேமிங் துறையில் செயற்கை நுண்ணறிவு குறிப்பிடத்தக்கத் தாக்கத்தை ஏற்படுத்துகிறது. இது வீடியோ கேம்களில் புத்திசாலித்தனமான கணினியால் கட்டுப்படுத்தப்பட்ட கதாபாத்திரங்களுக்கும் சக்தி அளிக்கிறது. இது மிகவும் யதார்த்தமான, சவாலான விளையாட்டு அனுபவங்களைச் செயல்படுத்துகிறது. செயற்கை நுண்ணறிவு செயல்முறை உள்ளடக்கத்தை உருவாக்கலாம். கிராபிக்ஸ் மேம்படுத்தலாம். தகவமைப்பு கடின நிலைகளை வழங்கலாம். ஆண் விளையாட்டாளர்களுக்கான ஒட்டுமொத்த கேமிங் அனுபவத்தை மேம்படுத்தலாம்.

ஸ்மார்ட் ஹோம் ஆட்டோமேஷன்

செயற்கை நுண்ணறிவு மூலம் இயங்கும் ‘ஸ்மார்ட் ஹோம்’ அமைப்புகள் ஆண்களின் அன்றாட வாழ்க்கையில் வசதியையும், கட்டுப்பாட்டையும் மேம்படுத்த முடியும். குரல் செயல்படுத்தப்பட்ட தானியங்கி உதவியாளர்கள், ஸ்மார்ட் ஹோம் சாதனங்கள் ஒளி, வெப்பநிலை, பாதுகாப்பு, பொழுதுபோக்கு அமைப்புகளை நிர்வகிக்க முடியும்.

நிதிச் சேவைகள்

செயற்கை நுண்ணறிவு நிதித்துறையில் பல பயன்பாடுகளைக் கொண்டுள்ளது. இது ஆண்கள் தங்கள நிதி, முதலீடுகளை

நிர்வகிக்க உதவுகிறது. செயற்கை நுண்ணறிவு வழிமுறைகள் சந்தைப் போக்குகளைப் பகுப்பாய்வு செய்யலாம். பங்கு விலைகளைக் கணிக்க முடியும். தகவலறிந்த முதலீட்டு முடிவுகளுக்கான நுண்ணறிவுகளை வழங்க முடியும். செயற்கை நுண்ணறிவு மூலம் இயங்கும் சாட்போட்கள், மெய்நிகர் உதவியாளர்கள் வங்கி, நிதி நிறுவனங்களுக்கான வாடிக்கையாளர் சேவையில் பயன்படுத்தப்படுகின்றன.

தொழில், தொழில்முறை மேம்பாடு

செயற்கை நுண்ணறிவு தொழில் வளர்ச்சி, தொழில்முறை வளர்ச்சிக்கு ஆதரவை வழங்குகிறது. இது வேலைத் தேடல்கள், வேலைத் தேவைகளுடன் பொருந்தக்கூடிய திறன்கள், தரவுப் பகுப்பாய்வின் அடிப்படையில் தொழில் பாதைகளைப் பரிந்துரைப்பதில் ஆண்களுக்கு உதவும். செயற்கை நுண்ணறிவு மூலம் இயங்கும் தளங்கள், கருவிகள் தனிப்பயனாக்கப்பட்ட பரிந்துரைகள் மூலம் 'ரெஸ்யூம்' (சுய விபரக்குறிப்பு) எழுதுதல், நேர்காணல் தயாரிப்பு, திறன் மேம்பாடு ஆகியவற்றிற்கும் உதவும். செயற்கை நுண்ணறிவின் பயன்பாடு எதிர்காலத்தில் தொடர்ந்து பல்வேறு களங்களில் விரிவடைந்து, ஆண்களுக்கு அவர்களின் தனிப்பட்ட, தொழில்முறை வாழ்க்கையில் நன்மைகளையும் வாய்ப்புகளையும் வழங்கும்.

10. பெண்களுக்கான பயன்கள்

செயற்கை நுண்ணறிவு பரந்த அளவிலான பயன்பாடுகளைக் கொண்டுள்ளது. குறிப்பாக, இது பெண்களுக்கு அவர்களின் வாழ்க்கையின் பல்வேறு அம்சங்களில் பயனளிக்கிறது. அது குறித்து இங்கே சில சான்றுகள்.

தனிப்பட்ட உதவியாளர்

மெய்நிகர் குரல் உதவியாளர்கள், ஸ்மார்ட் ஹோம் சாதனங்கள் போன்ற செயற்கை நுண்ணறிவு மூலம் இயங்கும் தனிப்பட்ட உதவியாளர்கள், பெண்களின் அன்றாட அட்டவணைகளை நிர்வகிக்கவும், நினைவூட்டல்களை அமைக்கவும் வழக்கமான பணிகளைக் கையாளவும் உதவும். வீட்டு வேலைகளை நிர்வகிப்பதற்கும் நடவடிக்கைகளை ஒருங்கிணைப்பதற்கும் தகவல் மற்றும் ஆதரவை வழங்குவதற்கும் இது அவர்களுக்கு உதவும்.

ஆரோக்கியம்

பெண்களின் ஆரோக்கியம், நல்வாழ்வை நிர்வகிப்பதில் செயற்கை நுண்ணறிவு உதவும். செயற்கை நுண்ணறிவு மூலம் மாதவிடாய்ச் சுழற்சிகள், கருவுறுதல், ஒட்டுமொத்தச் சுகாதார அளவீடுகளைக் கண்காணிக்க முடியும். உடற்பயிற்சி, ஊட்டச்சத்து, சுய பாதுகாப்புக்கான தனிப்பயனாக்கப்பட்ட பரிந்துரைகளைப் பெண்களுக்கு வழங்க முடியும். செயற்கை நுண்ணறிவு அடிப்படையிலான 'டெலிஹெல்த்' சேவைகள் பெண்களுக்குப் பேருதவியாக இருக்கும்.

பியூட்டி அண்ட் ஃபேஷன்

அழகு, பேஷன் துறையில் செயற்கை நுண்ணறிவு அதிகளவில் பயன்படுத்தப்படுகிறது. மெய்நிகர் முயற்சி தொழில்நுட்பங்கள், செயற்கை நுண்ணறிவு அடிப்படையிலான பரிந்துரை அமைப்புகள் பெண்கள் வெவ்வேறு பாணிகள், ஒப்பனை, ஆடைகளை மெய்நிகர் முறையில் ஆராய உதவும். தனிப்பயனாக்கப்பட்ட பேஷன் பரிந்துரைகளை வழங்கப் பெண்களின் உடல் அளவீடுகள், விருப்பத்தேர்வுகள், பாணி தேர்வுகள் போன்றவற்றை அறிந்து, பகுப்பாய்வு செய்யும்.

கல்வி கற்றல்

செயற்கை நுண்ணறிவினைக் கொண்டு பெண்களுக்கான கல்வி அனுபவங்களை மேம்படுத்த முடியும். செயற்கை நுண்ணறிவு மூலம் இயங்கும் பயிற்றுவிப்பு அமைப்புகள் தனிப்பயனாக்கப்பட்ட கற்றல் பாதைகள், தகவமைப்பு கருத்துக்களை வழங்க முடியும். நுண்ணறிவு மெய்நிகர் உதவியாளர்கள் தொலைதூரக் கற்றலை ஆதரிக்கலாம். கல்வி வளங்களை வழங்க முடியும். செயற்கை நுண்ணறிவு அடிப்படையிலான மொழிக் கற்றல் பயன்பாடுகள், தளங்கள் போன்றன மொழி கையகப்படுத்தலுக்கு உதவும். செயற்கை நுண்ணறிவு அடிப்படையிலான கல்வி தளங்கள், பயன்பாடுகள் வீட்டுப்பாடத்திற்கு உதவலாம். ஊடாடும் கற்றல் (Interactive Learning) பொருட்களை வழங்கலாம். சவாலான பாடங்களில் கூடுதல் ஆதரவையும் வழங்க முடியும்.

‘ஸ்டெம்’ கல்வி

அறிவியல், தொழில்நுட்பம், பொறியியல், கணிதம் (ஸ்டெம்) (Science, Technology Engineering, Mathematic (STEM) துறைகளில் பெண்களின் ஆர்வத்தையும் பங்கேற்பையும் ஊக்குவிப்பதில் செயற்கை நுண்ணறிவு முக்கியப் பங்கு வகிக்க முடியும். செயற்கை நுண்ணறிவு அடிப்படையிலான கற்றல் வளங்கள், குறியீட்டுத் தளங்கள், ரோபோடிக்ஸ் கருவிகள் பெண்களை நேரடி நடவடிக்கைகளில் ஈடுபடுத்தலாம். ஸ்டெம் பாடங்களில் ஆர்வத்தை வளர்க்கலாம். செயற்கை நுண்ணறிவு ஸ்டெமில் பாலின ஏற்றத்தாழ்வுகளை நிவர்த்தி செய்ய உதவும். பெண்களை ஸ்டெம் தொழில்களைத் தொடர ஊக்குவிக்கும்.

நிதி சேவைகள், நிதி சுதந்திரம்

செயற்கை நுண்ணறிவு நிதிச் சேவைகளில் பரவலான பயன்பாடுகளைக் கொண்டுள்ளது. இது பெண்கள் தங்கள்

நிதிகளை நிர்வகிப்பதற்கும், நிதி சுதந்திரத்தை அடைவதற்கும் அதிகாரமளிக்கும். செயற்கை நுண்ணறிவு வழிமுறைகள் தனிப்பயனாக்கப்பட்ட நிதி ஆலோசனைகளை வழங்கலாம். செலவுகளைக் கண்காணிக்கலாம். வரவு-செலவு மற்றும் சேமிப்பிற்கான நுண்ணறிவுகளை வழங்க முடியும். செயற்கை நுண்ணறிவு மூலம் இயங்கும் தளங்கள் நிதி கல்வியறிவை எளிதாக்கலாம். முதலீட்டு மேலாண்மைக்கான கருவிகளை வழங்கும்.

சமூகத் தாக்கம், ஆலோசனைகள்

செயற்கை நுண்ணறிவு சமூகத் தாக்கம், வழக்கறிஞர் ஆலோசனைகளுக்குப் பயன்படுத்தப்படலாம். இயற்கை மொழி செயலாக்கத்தால் பொது உணர்வைக் கண்காணிக்கவும் போக்குகளை அடையாளம் காணவும் சமூக ஊடகத் தரவைப் பகுப்பாய்வு செய்யவும் முடியும். செயற்கை நுண்ணறிவு மூலம் இயங்கும் சாட்போட்கள், மெய்நிகர் உதவியாளர்கள் சமூகக் காரணங்களுக்காகத் தகவல்களையும், ஆதரவையும் வழங்கும். விழிப்புணர்வை அதிகரிக்கவும் மாற்றத்தை இயக்கவும் உதவும்.

படைப்பாற்றல், வெளிப்பாடு

செயற்கை நுண்ணறிவைப் படைப்பாற்றல் வெளிப்பாட்டுக்கான ஒரு கருவியாகப் பயன்படுத்தப்படலாம். செயற்கை நுண்ணறிவு மூலம் இயங்கும் மென்பொருள், பயன்பாடுகள் கலை, இசை, எழுத்து ஆகியவற்றால் பெண்களுக்கு உதவ முடியும். அவர்கள் தங்களுக்கான கலையை இவற்றின் வழியாக உருவாக்கலாம். இது அவர்களுக்குரிய இசை அமைப்புகளைப் பரிந்துரைக்கும். இது பெண்களின் படைப்பாற்றலை ஊக்குவிக்கலாம். அவர்களுக்குப் புதிய யோசனைகளை வழங்கலாம். அவர்களின் திறமைகளை வெளிப்படுத்துவதற்கான தளங்களைப் பரிந்துரைக்கும்.

முன்மாதிரிகள், பிரதிநிதித்துவம்

செயற்கை நுண்ணறிவு பல்வேறு முன்மாதிரிகள், பிரதிநிதித்துவத்திற்கான அணுகலை வழங்குவதன் மூலம் பெண்களின் அதிகாரமளித்தலுக்குப் பங்களிக்க முடியும். செயற்கை நுண்ணறிவு மூலம் இயங்கும் தளங்கள், மெய்நிகர் வழிகாட்டிகள் பல்வேறு துறைகளில் வெற்றிகரமான பெண்களைக் காட்சிப்படுத்தலாம். அவர்களின் கதைகளைப் பகிர்ந்து கொள்ளலாம். வழிகாட்டுதல், உத்வேகத்தை வழங்கலாம். இது பெண்கள் தங்கள் சொந்த எதிர்காலத்திற்கான பரந்த அளவிலான சாத்தியக் கூறுகளைக் கற்பனை செய்ய உதவும்.

உடல்நலம், நல்வாழ்வு

பெண்களின் உடல்நலம், நல்வாழ்வை நிர்வகிப்பதில் செயற்கை நுண்ணறிவு உதவ முடியும். செயற்கை நுண்ணறிவு மூலம் இயங்கும் சுகாதாரப் பயன்பாடுகளின் வழியாக அவர்களின் தூக்க முறைகளைக் கண்காணிக்கலாம். தனிப்பயனாக்கப்பட்ட உடற்பயிற்சிப் பரிந்துரைகளை வழங்க முடியும். மனநலக் கவலைகளைப் புரிந்துகொள்வதற்கும் நிவர்த்தி செய்வதற்கும் சாட்போட்கள் அல்லது மெய்நிகர் உதவியாளர்கள் மூலம் வளங்களையும், ஆதரவையும் பெண்களுக்கு வழங்கச் செயற்கை நுண்ணறிவு உதவும்.

சமூகத் தாக்கமும் செயல்திறனும்

செயற்கை நுண்ணறிவு சமூகத் தாக்கம் மற்றும் செயல்பாட்டிற்குப் பயன்படுத்தப்படலாம். செயற்கை நுண்ணறிவு அடிப்படையிலான கருவிகள் சமூகப் பிரச்சினைகளை அடையாளம் காணவும், பொதுமக்களின் உணர்வைக் கண்காணிக்கவும், முக்கியமான காரணங்களைப் பற்றிய விழிப்புணர்வை ஏற்படுத்தவும் சமூக ஊடகத் தரவைப் பகுப்பாய்வு செய்யும். சாட்பாட்கள், மெய்நிகர் உதவியாளர்கள் செயல்பாட்டிற்கான தகவல்களையும் வளங்களையும் வழங்குவர். இது பெண்களை நேர்மறையான மாற்றத்தை ஏற்படுத்துவதற்கான வாய்ப்புகளுடன் இணைக்கிறது.

ஆன்லைன் பாதுகாப்பு, டிஜிட்டல் கல்வியறிவு

செயற்கைநுண்ணறிவைக்கொண்டுபெண்களின்பாதுகாப்புக்குப் பங்களிக்க முடியும். செயற்கை நுண்ணறிவால் இயங்கும் வீட்டுப் பாதுகாப்பு அமைப்புகள், தனிப்பட்ட பாதுகாப்புப் பயன்பாடுகள், அணியக்கூடிய சாதனங்கள் பாதுகாப்பு மற்றும் அவசர உதவிகளையும் வழங்க முடியும். ஆன்லைன் துன்புறுத்தல் அல்லது துஷ்பிரயோகத்தை அடையாளம் கண்டு தணிப்பது போன்ற ஆன்லைன் பாதுகாப்பு நடவடிக்கைகளிலும் செயற்கை நுண்ணறிவைப் பயன்படுத்தலாம்.

பெண்களுக்கான ஆன்லைன் பாதுகாப்பு, டிஜிட்டல் கல்வியறிவை மேம்படுத்தச் செயற்கை நுண்ணறிவு பங்களிக்கும். செயற்கை நுண்ணறிவு மூலம் இயங்கும் உள்ளடக்க வடிகட்டுதல், மிதமான அமைப்புகள் ஆன்லைன் துன்புறுத்தல், பொருத்தமற்ற உள்ளடக்கத்திலிருந்து பெண்களைப் பாதுகாக்க உதவும்.

செயற்கை நுண்ணறிவு டிஜிட்டல் எழுத்தறிவுத் திறன்களைக் கற்பிக்கவும் பொறுப்பான ஆன்லைன் நடத்தை மற்றும்

விமர்சனச் சிந்தனை குறித்துப் பெண்களுக்கு வழிகாட்டும். செயற்கை நுண்ணறிவின் பயன்பாடு எதிர்காலத்தில் தொடர்ந்து பல்வேறு களங்களில் விரிவடைந்து, பெண்களுக்கு அவர்களின் தனிப்பட்ட, தொழில்முறை வாழ்க்கையில் நன்மைகளையும், வாய்ப்புகளையும் வழங்கும். பாரபட்சங்களைத் தவிர்ப்பதற்கும் அனைத்து நபர்களுக்கும் சம வாய்ப்புகளை ஊக்குவிப்பதற்கும் பாலினச் சமத்துவத்தை மனதில் கொண்டு செயற்கை நுண்ணறிவு அமைப்புகள் உருவாக்கப்பட்டுள்ளன.

11. சிறுவர்களுக்கான பயன்கள்

செயற்கை நுண்ணறிவு பரந்த அளவிலான பயன்பாடுகளைக் கொண்டுள்ளது. குறிப்பாக, இது சிறுவர்களுக்கு அவர்களின் வாழ்க்கையின் பல்வேறு அம்சங்களில் பயனளிக்கிறது. அது குறித்து சில சான்றுகள்.

கல்வி, கற்றல்

செயற்கை நுண்ணறிவின் மூலம் சிறுவர்களின் கல்வி அனுபவங்களை மேம்படுத்த முடியும். செயற்கை நுண்ணறிவால் இயக்கப்படும் நுண்ணறிவுப் பயிற்றுவிப்பு அமைப்புகள், தனிப்பயனாக்கப்பட்ட கற்றல் பாதைகள், தகவமைப்புப் பின்னூட்டங்கள், வடிவமைக்கப்பட்ட கல்வி உள்ளடக்கத்தை வழங்கும். செயற்கை நுண்ணறிவு அடிப்படையிலான தளங்கள், பயன்பாடுகள் வீட்டுப்பாடத்திற்கு உதவலாம். குழுவாக கற்கும் அனுபவத்தை வழங்கலாம். சவாலான பாடங்களில் கூடுதல் கவனத்தை வழங்கும்.

ஸ்டெம் கல்வி

அறிவியல், தொழில்நுட்பம், பொறியியல், கணிதம் (ஸ்டெம்) துறைகளில் சிறுவர்களின் ஆர்வத்தையும் பங்கேற்பையும் வளர்ப்பதில் செயற்கை நுண்ணறிவு முக்கியப் பங்கு வகிக்கிறது.

செயற்கை நுண்ணறிவு அடிப்படையிலான கற்றல் வளங்கள், குறியீட்டுத் தளங்கள், ரோபோடிக்ஸ் கருவிகள் சிறுவர்களை நேரடி நடவடிக்கைகளில் ஈடுபடுத்தலாம். சிக்கல் தீர்க்கும் திறன்களை ஊக்குவிக்கலாம். செயற்கை நுண்ணறிவு அதிநவீனத் தொழில்நுட்பங்களை ஆராய்வதற்கும் ஸ்டெம் தொழில்களைத் தொடர்வதற்கும் வாய்ப்புகளை ஏற்படுத்தும்.

கேமிங், பொழுதுபோக்கு

செயற்கை நுண்ணறிவு ‘கேமிங்’ துறையில் குறிப்பிடத்தக்க தாக்கத்தை ஏற்படுத்துகிறது. இது சிறுவர்களுக்கு அதிவேக, ஊடாடும் அனுபவங்களை வழங்குகிறது. செயற்கை நுண்ணறிவு மூலம் இயங்கும் விளையாட்டு கதாபாத்திரங்கள், என்.பி.சிக்கள் (பிளேயர் அல்லாத கதாபாத்திரங்கள்) புத்திசாலித்தனமான நடத்தையை வெளிப்படுத்தலாம். வீரர்களின் உத்திகளுக்கு ஏற்ப மாற்றியமைக்கலாம். இதனால் சிறார்களுக்கு மிகவும் சவாலான விளையாட்டுகளை வழங்க முடியும். செயற்கை நுண்ணறிவு வழிமுறைகள் கிராஃபிக்ஸை மேம்படுத்தலாம். செயல்முறை உள்ளடக்கத்தை உருவாக்கலாம். தகவமைப்புக் கடின நிலைகளை வழங்க முடியும்.

விளையாட்டு, உடற்தகுதி

செயற்கை நுண்ணறிவு விளையாட்டு மற்றும் உடற்பயிற்சி முயற்சிகளில் சிறுவர்களுக்கு உதவும். செயற்கை நுண்ணறிவு கருவிகள் மூலம் அவர்களின் உடல் செயல்பாடுகளைக் கண்காணிக்கலாம். செயல்திறன் அளவீடுகளைப் பகுப்பாய்வு செய்யலாம். இது அவர்களுக்குப் பயிற்சி, மேம்பாட்டிற்கான தனிப்பயனாக்கப்பட்ட பரிந்துரைகளை வழங்க முடியும். செயற்கை நுண்ணறிவு மூலம் இயக்கப்படும் மெய்நிகர் பயிற்சி அமைப்புகள் நிகழ்நேர கருத்துக்களை வழங்க முடியும். சிறுவர்கள் தங்கள் நுட்பங்களையும் உத்திகளையும் செம்மைப்படுத்த உதவும்.

தொழில், தொழில்முறை மேம்பாடு

செயற்கை நுண்ணறிவு சிறுவர்களின் தொழில் வளர்ச்சி, தொழில்முறை வளர்ச்சிக்கு ஆதரவை வழங்கும். செயற்கை நுண்ணறிவு வழிமுறைகள் வேலைச் சந்தைகளைப் பகுப்பாய்வு செய்யலாம். போக்குகளை அடையாளம் காணலாம். தகவலறிந்த தொழில் தேர்வுகளுக்கான நுண்ணறிவுகளை வழங்கும். செயற்கை நுண்ணறிவு அடிப்படையிலான தளங்கள், தனிப்பயனாக்கப்பட்ட பரிந்துரைகள், கற்றல் வளங்கள் மூலம் சிறார்களின் பல்வேறு வகையான திறன் மேம்பாட்டிற்கு உதவும்.

தனிப்பட்ட உதவியாளர்கள், அமைப்பு

மெய்நிகர் குரல் உதவியாளர்கள், ஸ்மார்ட் ஹோம் சாதனங்கள் போன்ற செயற்கை நுண்ணறிவு மூலம் இயங்கும் தனிப்பட்ட உதவியாளரகள், சிறுவர்கள் ஒழுங்கமைக்கவும்,

அட்டவணைகளை நிர்வகிக்கவும், நினைவூட்டல்களை அமைக்கவும், வழக்கமான பணிகளைக் கையாளவும் உதவும். அன்றாட நடவடிக்கைகளை நிர்வகிப்பதற்கும், நிகழ்வுகளை ஒருங்கிணைப்பதற்கும், தகவல் மற்றும் ஆதரவை வழங்குவதற்கும் அவர்களுக்கு உதவ முடியும்.

சிக்கலுக்குத் தீர்வும் விமர்சனச் சிந்தனையும்

சிறுவர்களுக்குச் சிக்கல்களைத் தீர்க்கவும், விமர்சனச் சிந்தனைத் திறன்களை வளர்க்கவும் செயற்கை நுண்ணறிவு பயன்படுத்தப்படலாம்.

செயற்கை நுண்ணறிவு அடிப்படையிலான தளங்கள், கருவிகள் சவாலான புதிர்கள், தர்க்கரீதியான பகுத்தறிவு பயிற்சிகள், பகுப்பாய்வு சிந்தனை, படைப்பாற்றல் தேவைப்படும் உருவகப்படுத்துதல்களை வழங்க முடியும். செயற்கை நுண்ணறிவு ஒரு வளர்ச்சி மனநிலையை வளர்க்கும். சிறுவர்களை விமர்சன ரீதியாகச் சிந்திக்கவும், புதுமையான தீர்வுகளை ஆராயவும் ஊக்குவிக்கும். செயற்கை நுண்ணறிவின் பயன்பாடு எதிர்காலத்தில் தொடர்ந்து பல்வேறு களங்களில் விரிவடைந்து, சிறுவர்களுக்கு அவர்களின் தனிப்பட்ட, பொது வாழ்க்கையில் நன்மைகளையும் வாய்ப்புகளையும் வழங்கும்.

12. 'டீன் ஏஜ்' ஆண்களுக்கும் பெண்களுக்கும்

செயற்கை நுண்ணறிவு இளம் பருவத்தினரின் வாழ்க்கையில் குறிப்பிடத்தக்கத் தாக்கத்தை ஏற்படுத்தும். இது அவர்களுக்குப் பல வழிகளில் பயனளித்து, பல்வேறு பயன்பாடுகளை வழங்கும்.

செயற்கை நுண்ணறிவு பரந்த அளவிலான பயன்பாடுகளைக் கொண்டுள்ளது. குறிப்பாக, இது 'டீன் ஏஜ்' ஆண்களுக்கும், பெண்களுக்கும் அவர்களின் வாழ்க்கையின் பல்வேறு அம்சங்களில் பயனளிக்கிறது. அது குறித்துப் பார்க்கலாம்.

கல்வி, கற்றல்

செயற்கை நுண்ணறிவு மூலம் இளம் பருவத்தினரின் கல்வி அனுபவத்தை மேம்படுத்த முடியும். செயற்கை நுண்ணறிவால் இயக்கப்படும் நுண்ணறிவுப் பயிற்றுவிப்பு அமைப்புகள் தனிப்பட்ட கற்றல் பாதைகள், தகவமைப்பு பின்னூட்டங்கள், தனிப்பட்ட பலன்கள், பலவீனங்களின் அடிப்படையில் தனிப்பயனாக்கப்பட்ட கல்வி உள்ளடக்கத்தை வழங்க முடியும்.

செயற்கை நுண்ணறிவு அடிப்படையிலான தளங்கள், பயன்பாடுகள் வீட்டுப்பாடத்திற்கு உதவலாம். குழு விவாதம் மூலம் கல்வி பயிலும் வாய்ப்பை அளிக்கும். சுய ஆய்வுக்கான கூடுதல் ஆதாரங்களை வழங்க முடியும்.

மன ஆரோக்கியம், நல்வாழ்வு

செயற்கை நுண்ணறிவு மூலம் இளம் பருவத்தினரின் மன ஆரோக்கியம், நல்வாழ்வைக் கவனம் செலுத்த

முடியும். செயற்கை நுண்ணறிவு மூலம் இயங்கும் மனநலப் பயன்பாடுகள், சாட்போட்கள் மன அழுத்தம், பதட்டம், பிற மனநலக் கவலைகளை நிர்வகிப்பதற்கான வளங்கள், சமாளிக்கும் உத்திகள், சுய உதவி நுட்பங்களை வழங்க முடியும். சுய பாதுகாப்பு நடவடிக்கைகள், தளர்வு நுட்பங்கள், உணர்ச்சி ஆதரவு ஆகியவற்றிற்கான தனிப்பயனாக்கப்பட்ட பரிந்துரைகளைச் செயற்கை நுண்ணறிவு வழங்க முடியும்.

தொழில் ஆய்வு, வழிகாட்டுதல்

தொழில் வாய்ப்புகளை ஆராய்வதற்கும் அவர்களின் எதிர்காலத்தைப் பற்றிய தகவலறிந்த முடிவுகளை எடுப்பதற்கும் இளம் பருவத்தினருக்குச் செயற்கை நுண்ணறிவு உதவும். செயற்கை நுண்ணறிவு வழிமுறைகள் தொழில் தரவு, வேலை போக்குகள், தனிப்பட்ட ஆர்வங்களைப் பகுப்பாய்வு செய்து சாத்தியமான தொழில் பாதைகளைப் பரிந்துரைக்க முடியும்.

செயற்கை நுண்ணறிவு அடிப்படையிலான தளங்கள் கல்வித் தேவைகள், திறன் மேம்பாடு பற்றிய தகவல்களை வழங்க முடியும். பல்வேறு துறைகளில் உள்ள நிபுணர்களுக்கு வழிகாட்டுதல் திட்டங்கள் மற்றும் இணைப்புகளை வழங்க முடியும்.

சமூக தொடர்பு, உறவுகள்

செயற்கை நுண்ணறிவு மூலம் இயங்கும் சமூகத் தளங்கள், மெய்நிகர் சமூகங்கள் இளம் பருவத்தினரிடையே சமூகத் தொடர்பு, உறவை வளர்ப்பதை எளிதாக்கலாம்.

செயற்கை நுண்ணறிவு வழிமுறைகள் பகிரப்பட்ட ஆர்வங்கள், செயல்பாடுகளின் அடிப்படையில் ஒத்த எண்ணம் கொண்ட நபர்கள், குழுக்கள் அல்லது சமூகங்களைப் பரிந்துரைக்கலாம். சாட்போட்கள் அல்லது மெய்நிகர் உதவியாளர்கள் சமூகத் திறன்கள், தகவல்தொடர்பு, நட்பு, உறவுகளை வழிநடத்துவதில் ஆதரவு குறித்த வழிகாட்டலை வழங்க முடியும்.

டிஜிட்டல் கல்வியறிவு, ஆன்லைன் பாதுகாப்பு

இளம் பருவத்தினருக்கான டிஜிட்டல் கல்வியறிவு, ஆன்லைன் பாதுகாப்பை ஊக்குவிப்பதில் செயற்கை நுண்ணறிவு பெரும் பங்கைக் கொண்டிருக்கிறது. செயற்கை நுண்ணறிவு மூலம் இயங்கும் தளங்கள் இளம் பருவத்தினருக்குப் பொறுப்பான ஆன்லைன் நடத்தை, விமர்சனச் சிந்தனை, ஊடக கல்வியறிவினைப் பற்றிக் கற்பிக்க முடியும். செயற்கை நுண்ணறிவு வழிமுறைகள் பொருத்தமற்ற அல்லது தீங்கு விளைவிக்கும்

பொருளை அடையாளம் காணவும் வடிகட்டவும் ஆன்லைன் உள்ளடக்கத்தைப் பகுப்பாய்வு செய்யலாம். இது பாதுகாப்பான டிஜிட்டல் சூழலை உருவாக்க உதவுகிறது.

தனிப்பட்ட வளர்ச்சி, மேம்பாடு

செயற்கை நுண்ணறிவு இளம் பருவத்தினரின் தனிப்பட்ட வளர்ச்சி, மேம்பாட்டிற்கு உதவும். அடிப்படையிலான பயன்பாடுகள், சுய முன்னேற்றத்தை ஆதரிக்க இலக்கு அமைக்கும் அம்சங்கள், பழக்க டிராக்கர்கள், உந்துதல் நுட்பங்களை வழங்க முடியும். தனிப்பட்ட உதவியாளர்களின் நினைவூட்டல்கள், பணி மேலாண்மை, நேர மேலாண்மை உதவிகளை வழங்க முடியும், நிறுவன திறன்கள், உற்பத்தித் திறனை மேம்படுத்தலாம்.

முடிவெடுப்பது, விமர்சனச் சிந்தனை

இளம் பருவத்தினரின் முடிவெடுக்கும் திறன், விமர்சனச் சிந்தனைத் திறன்களை வளர்க்கச் செயற்கை நுண்ணறிவு உதவும். செயற்கை நுண்ணறிவு வழிமுறைகள் சிக்கல் தீர்க்க, தர்க்கரீதியான பகுத்தறிவுக்கு உதவத் தகவல், தரவு பகுப்பாய்வு, உருவகப்படுத்துதல்களை வழங்க முடியும்.

மேலும், அடிப்படையிலான தளங்கள் நெறிமுறை குழப்பங்கள், விவாதங்கள், காட்சிகளை வழங்க முடியும், அவை இளம் பருவத்தினரை விமர்சன ரீதியாகச் சிந்திக்கவும் தகவலறிந்த கருத்துக்களை உருவாக்கவும் ஊக்குவிக்கின்றன. இந்தச் சான்றுகள் இளம் பருவத்தினருக்கு அவர்களின் வாழ்க்கையின் பல்வேறு அம்சங்களில் அதிகாரமளிக்கவும் ஆதரிக்கவும் செயற்கை நுண்ணறிவு எவ்வாறு பயன்படுத்தப்படலாம் என்பதை விளக்குகின்றன. வளரிளம் பருவத்தினருக்கு நேர்மறையான அனுபவங்கள், முழுமையான வளர்ச்சியை ஊக்குவிக்கச் செயற்கை நுண்ணறிவு அமைப்புகள் உள்ளடக்கம், தனியுரிமை, நெறிமுறை பரிசீலனைகளுடன் உருவாக்கப்பட்டுப் பயன்படுத்தப்படுவதை உறுதி செய்வது முக்கியம்.

செயற்கை நுண்ணறிவின் பயன்பாடு எதிர்காலத்தில் தொடர்ந்து பல்வேறு களங்களில் விரிவடைந்து, 'டீன்ஏஜ்' ஆண்களுக்கும், பெண்களுக்கும் அவர்களின் தனிப்பட்ட வாழ்க்கையில் நன்மைகளையும் வாய்ப்புகளையும் வழங்கும்.

13. 'சீனியர் சிட்டிசன்'களுக்கான பயன்கள்

செயற்கை நுண்ணறிவு முதியோர்களின் வாழ்வில் மாற்றத்தை ஏற்படுத்தும். இது அவர்களுக்குப் பல வழிகளில் உதவும்.

ஹெல்த்கேர் அண்ட் ஏஜிங் வெல்

செயற்கை நுண்ணறிவு மூலம் இயங்கும் அணியக்கூடிய சாதனங்களைக் கொண்டு முக்கிய அறிகுறிகளைக் கண்காணிக்கவும், வீழ்ச்சியைக் கண்டறியவும் அவசரக் காலங்களில் எச்சரிக்கைகளை வழங்கவும் முடியும்.

செயற்கை நுண்ணறிவு வழிமுறைகள் நோய்களை முன்கூட்டியே கண்டறிந்து கணிக்க உதவும். மருத்துவத் தரவைப் பகுப்பாய்வு செய்யலாம். டெலிமெடிசின், செயற்கை நுண்ணறிவு மூலம் இயங்கும் மெய்நிகர் உதவியாளர்கள், தொலைதூரச் சுகாதார சேவைகள், மருந்து நினைவூட்டல்கள், தனிப்பயனாக்கப்பட்ட சுகாதாரப் பரிந்துரைகளை இவற்றால் வழங்க முடியும்.

சுயாதீன வாழ்க்கை, பாதுகாப்பு

மூத்தவர்களின் சுதந்திரம் மற்றும் பாதுகாப்பைப் பராமரிப்பதில் செயற்கை நுண்ணறிவு உதவ முடியும். செயற்கை நுண்ணறிவு மூலம் இயங்கும் வீட்டு ஆட்டோமேஷன் அமைப்புகள் விளக்குகள், வெப்பநிலை, பாதுகாப்பைக் கட்டுப்படுத்தலாம். இது வீடுகளை மிகவும் அணுகக் கூடியதாகவும் பாதுகாப்பாகவும் ஆக்குகிறது. தினசரி பணிகளுக்கு உதவி வழங்கவும், கேள்விகளுக்குப் பதிலளிக்கவும், தேவைப்பட்டால்

அவசரச் சேவைகளுடன் மூத்தவர்களை இணைக்கவும் குரல் செயல்படுத்தப்பட்ட மெய்நிகர் உதவியாளர்களையும் செயற்கை நுண்ணறிவால் எளிதாக்க முடியும்.

சமூக இணைப்பு, தோழமை

செயற்கை நுண்ணறிவு மூத்தவர்களுக்குச் சமூக ரீதியாக இணைந்திருக்கவும் தனிமை உணர்வுகளை எதிர்த்துப் போராடவும் உதவும். செயற்கை நுண்ணறிவு அடிப்படையிலான தகவல்தொடர்பு தளங்கள், வீடியோ அழைப்புகள், செய்தி அனுப்புதல், குடும்பத்தினர், நண்பர்களுடனான சமூக ஊடகத் தொடர்புகளை எளிதாக்கலாம். செயற்கை நுண்ணறிவு மூலம் இயங்கும் துணை ரோபோக்கள் உரையாடல், பொழுதுபோக்கு, உணர்ச்சி ஆதரவை வழங்க முடியும். தனிமையின் உணர்வுகளைக் குறைக்கும்.

நினைவக ஆதரவு, அறிவாற்றல் மேம்பாடு

நினைவக ஆதரவு, அறிவாற்றல் மேம்பாடு ஆகியவற்றுடன் மூத்தவர்களுக்குச் செயற்கை நுண்ணறிவு உதவ முடியும். செயற்கை நுண்ணறிவு அடிப்படையிலான பயன்பாடுகள், கருவிகள் நினைவக விளையாட்டுகள், மூளைப் பயிற்சிகள் மற்றும் அறிவாற்றல் பயிற்சித் திட்டங்களை வழங்க முடியும். வழிமுறைகள் தரவைப் பகுப்பாய்வு செய்து மனத் தூண்டுதல், நினைவக மேம்பாட்டிற்கான தனிப்பயனாக்கப்பட்ட பரிந்துரைகளை வழங்க முடியும்.

வயது-நட்பு சூழல்கள்

மூத்தவர்களுக்கு வயதுக்கு ஏற்ற சூழலை உருவாக்கிப் பங்களிக்க முடியும். தானியங்கிக் கதவுகள், ஸ்மார்ட் லைட்டிங், குரல் செயல்படுத்தப்பட்ட இடைமுகங்கள் போன்ற பொது இடங்களில் மூத்தவர்களின் குறிப்பிட்ட தேவைகளைச் செயற்கை நுண்ணறிவு மூலம் இயங்கும் அமைப்புகள் பகுப்பாய்வு செய்து மாற்றியமைக்க முடியும். மூத்தவர்களின் தேவைகளைப் பூர்த்தி செய்யும் அணுகக்கூடிய போக்குவரத்து அமைப்புகள் மற்றும் உள்கட்டமைப்பினை வடிவமைப்பது ஆகியனவற்றுக்குச் செயற்கை நுண்ணறிவு உதவும்.

பாதுகாப்பு, வீழ்ச்சித் தடுப்பு

செயற்கை நுண்ணறிவு வயதானவர்களுக்கு வீழ்ச்சி தடுப்பு, பாதுகாப்பிற்கு உதவும். செயற்கை நுண்ணறிவு மூலம் இயங்கும் கண்காணிப்பு அமைப்புகள் இயக்க முறைகளைப் பகுப்பாய்வு

செய்து சாத்தியமான வீழ்ச்சி அபாயங்களைக் கண்டறிய முடியும். செயற்கை நுண்ணறிவு வழிமுறைகள் வீழ்ச்சி அல்லது வேறு ஏதேனும் பாதுகாப்பு கவலைகள் ஏற்பட்டால் பராமரிப்பாளர்கள் அல்லது அவசரச் சேவைகளுக்கு எச்சரிக்கைகள், அறிவிப்புகளை வழங்க முடியும்.

தனிப்பட்ட உதவி, தினசரி வாழ்க்கை ஆதரவு

செயற்கை நுண்ணறிவு மூலம் இயங்கும் தனிப்பட்ட உதவியாளர்கள் மூத்தவர்களுக்கு அன்றாட வாழ்க்கை நடவடிக்கைகளில் உதவ முடியும். குரல் செயல்படுத்தப்பட்ட மெய்நிகர் உதவியாளர்கள் நினைவூட்டல்களை அமைப்பதற்கும், சந்திப்புகளை நிர்வகிப்பதற்கும், மருந்துகளை ஒழுங்கமைப்பதற்கும், வாசிப்பு, எழுதுவது அல்லது தகவல்களைத் தேடுவது போன்ற பணிகளில் பொதுவான உதவியை வழங்குவதற்கும் உதவும்.

மேற்கண்ட இந்தச் சான்றுகள் அனைத்தும் மூத்த குடிமக்களுக்கு அவர்களின் வாழ்க்கையின் பல்வேறு அம்சங்களில் அதிகாரமளிக்கவும், ஆதரிக்கவும், அவர்களின் நல்வாழ்வு, சுதந்திரம், வாழ்க்கைத் தரத்தை மேம்படுத்தவும் செயற்கை நுண்ணறிவு எவ்வாறு பயன்படுத்தப்படலாம் என்பதை எடுத்துக்காட்டுகின்றன.

தனியுரிமை, நெறிமுறை பரிசீலனைகளைக் கருத்தில் கொண்டு, பயனர்களின் நட்பு, அணுகக்கூடிய, மூத்தவர்களின் குறிப்பிட்ட தேவைகள், விருப்பங்களுக்கு ஏற்ப வடிவமைக்கப்பட்ட செயற்கை நுண்ணறிவு அமைப்புகளை உருவாக்குவது முக்கியம்.

14. குழந்தைகளுக்கான பயன்கள்

செயற்கை நுண்ணறிவு பரந்த அளவிலான பயன்பாடுகளைக் கொண்டுள்ளது. குறிப்பாக, இது குழந்தைகளுக்கு அவர்களின் வாழ்க்கையின் பல்வேறு அம்சங்களில் பயனளிக்கிறது.

கல்வி, கற்றல்

செயற்கை நுண்ணறிவின் உதவியால் குழந்தைகளின் கல்வி அனுபவத்தை மேம்படுத்த முடியும். நுண்ணறிவு பயிற்றுவிப்பு அமைப்புகள், தனிப்பட்ட கற்றல் பாதைகள், தகவமைப்பு பின்னூட்டங்கள் ஆகியவை தேவைகளின் அடிப்படையில் வடிவமைக்கப்பட்ட கல்வி உள்ளடக்கத்தை வழங்கும். செயற்கை நுண்ணறிவு அடிப்படையிலான கல்வி தளங்கள், குழுவாக கற்கும் சாத்தியம் மற்றும் வீட்டுப்பாடத்திற்கு உதவலாம். ஆய்வு, திறன் மேம்பாட்டிற்கான கூடுதல் ஆதாரங்களை வழங்கும்.

தனிப்பயனாக்கப்பட்ட கற்றல்

செயற்கை நுண்ணறிவு குழந்தைகளுக்குத் தனிப்பயனாக்கப்பட்ட கற்றல் அனுபவங்களை வழங்க முடியும். தனிப்பயனாக்கப்பட்ட உள்ளடக்கம், தகவமைப்பு கற்றல் பாதைகளை வழங்கச் செயற்கை நுண்ணறிவு வழிமுறைகள் தனிப்பட்ட பலங்கள், பலவீனங்கள், கற்றல் முறைகளைப் பகுப்பாய்வு செய்யலாம். இது குழந்தைகள் தங்கள் சொந்த வேகத்தில் கற்றுக்கொள்ளவும், இலக்கு ஆதரவைப் பெறவும், ஆர்வமுள்ள தலைப்புகளை ஆராயவும் உதவும்.

மொழி கற்றல்

செயற்கை நுண்ணறிவு மூலம் இயங்கும் மொழி கற்றல் பயன்பாடுகள் மூலம் குழந்தைகளுக்கு மொழி கற்றலில்

உதவ முடியும். உச்சரிப்பு பின்னூட்டம், சொற்களஞ்சியப் பயிற்சி ஆகியவற்றை வழங்க முடியும். செயற்கை நுண்ணறிவு வழிமுறைகளைத் தனிப்பட்ட முன்னேற்றத்திற்கு ஏற்ப மாற்றியமைக்க முடியும். பொருத்தமான மொழிப் பயிற்சிகள், செயல்பாடுகளை இதனைக் கொண்டு வழங்க முடியும்.

குழந்தைப் பாதுகாப்பு, கண்காணிப்பு

செயற்கை நுண்ணறிவு குழந்தைப் பாதுகாப்பு, கண்காணிப்புக்குப் பங்களிக்க முடியும். அபாயகரமான சூழ்நிலைகளை அடையாளம் காண்பது அல்லது எச்சரிப்பது போன்ற சாத்தியமான பாதுகாப்பு அல்லது அவசர நிலைகளைக் கண்டறியச் செயற்கை நுண்ணறிவின் துணையோடு இயங்கும் அமைப்புகள், காணொளிகள் அல்லது ஆடியோ தரவைப் பகுப்பாய்வு செய்யலாம். செயற்கை நுண்ணறிவு வழிமுறைகள் பெற்றோர்கள் அல்லது பராமரிப்பாளர்களுக்கு நிகழ்நேரத்தில் விழிப்பூட்டல்களை அனுப்பலாம், இது குழந்தைகளின் பாதுகாப்பை மேம்படுத்துகிறது.

பொழுதுபோக்கு, விளையாட்டு

செயற்கை நுண்ணறிவு குழந்தைகளின் பொழுதுபோக்கு, விளையாட்டு போன்ற ஈர்க்கக்கூடிய அனுபவங்களை வழங்க முடியும். செயற்கை நுண்ணறிவு மூலம் இயங்கும் பொம்மைகள், விளையாட்டுகள் தனிப்பட்ட குழந்தையின் விருப்பங்களுக்கு ஏற்பவும் மாற்றியமைக்கலாம். அவர்களின் தொடர்புகளுக்குப் பதிலளிக்கலாம். கல்வி உள்ளடக்கம் அல்லது சவால்களை வழங்க முடியும். செயற்கை நுண்ணறிவு வழிமுறைகள் மெய்நிகர் கதாபாத்திரங்கள் அல்லது கதைக்களங்களை உருவாக்க முடியும். படைப்பாற்றலையும் கற்பனைத் திறனையும் வளர்க்கும்.

படைப்பாற்றல், கலை வெளிப்பாடு

செயற்கை நுண்ணறிவு குழந்தைகளின் படைப்பாற்றல் வெளிப்பாட்டுக்கான ஒரு கருவியாகச் செயல்பட முடியும். செயற்கை நுண்ணறிவு அடிப்படையிலான மென்பொருள், பயன்பாடுகள் கலை, இசை அல்லது கதைசொல்லல் உதவியை வழங்கலாம். பரிந்துரைகளை வழங்கலாம். உள்ளடக்கத்தை உருவாக்கலாம். குழந்தைகள் தங்கள் கலைத் திறனை ஆராய உதவலாம். இது படைப்பாற்றல், பரிசோதனை, சுய வெளிப்பாடு போன்றனவற்றை ஊக்குவிக்கும்.

சமூக, உணர்ச்சி வளர்ச்சி

செயற்கை நுண்ணறிவினால் குழந்தைகளின் சமூக, உணர்ச்சி வளர்ச்சியை ஆதரிக்க முடியும். செயற்கை நுண்ணறிவு மூலம் இயங்கும் சாட்போட்கள் அல்லது மெய்நிகர் கதாபாத்திரங்கள் மூலம் உரையாடல்களில் ஈடுபடலாம். உணர்ச்சி ஆதரவை வழங்கலாம். சமூகத் திறன்களைக் கற்பிக்க உதவலாம்.

செயற்கை நுண்ணறிவு வழிமுறைகள் குழந்தைகளின் உணர்ச்சிகளை அடையாளம் காணவும், பதிலளிக்கவும், முக பாவனைகள் அல்லது குரல் தொனியைப் பகுப்பாய்வு செய்யலாம். இது பச்சாத்தாபம் மற்றும் உணர்ச்சி நுண்ணறிவை வளர்க்க உதவுகிறது. குழந்தைகளுக்காக வடிவமைக்கப்பட்ட செயற்கை நுண்ணறிவு அமைப்புகள் பாதுகாப்பு, தனியுரிமை, வயதுக்கு ஏற்ற உள்ளடக்கத்திற்கு முன்னுரிமை அளிக்கின்றன என்பதை உறுதிப்படுத்துவது முக்கியம்.

குழந்தைகளின் தரவைப் பாதுகாக்கவும் செயற்கை நுண்ணறிவு தொழில்நுட்பங்களுடன் அவர்களின் தொடர்புகளுக்குப் பாதுகாப்பான, ஆதரவான சூழலை வழங்கவும் நெறிமுறை பரிசீலனைகள் கணக்கில் எடுத்துக்கொள்ளப்பட வேண்டும்.

15. திருநங்கைகளுக்கான பயன்கள்

செயற்கை நுண்ணறிவு பரந்த அளவிலான பயன்பாடுகளைக் கொண்டுள்ளது. குறிப்பாக, இது திருநங்கைகளுக்கு அவர்களின் வாழ்க்கையின் பல்வேறு அம்சங்களில் பயனளிக்கிறது.

சுகாதாரப் பராமரிப்பு, ஆதரவு

திருநங்கைகளின் சுகாதாரம், செயற்கை நுண்ணறிவு மூலம் இயங்கும் தளங்கள், பயன்பாடுகள் திருநங்கைகளுக்கு மாற்றம் தொடர்பான சுகாதாரம், ஹார்மோன் சிகிச்சை, அறுவை சிகிச்சை விருப்பங்கள் குறித்து வளங்கள், தகவல்கள், ஆதரவை வழங்க முடியும். செயற்கை நுண்ணறிவு வழிமுறைகள் மருத்துவத் தரவைப் பகுப்பாய்வு செய்யலாம், திருநங்கை குறிப்பிட்ட சுகாதாரக் கவலைகளுக்குத் தனிப்பயனாக்கப்பட்ட பரிந்துரைகளை வழங்க முடியும்.

மனநலம், நல்வாழ்வு

திருநங்கைகளின் மன ஆரோக்கியம், நல்வாழ்வை ஆதரிக்க முடியும். செயற்கை நுண்ணறிவு மூலம் இயங்கும் மனநலப் பயன்பாடுகள், சாட்போட்கள் பாலின டிஸ்போரியா, மனச்சோர்வு, பதட்டம் அல்லது பிற மனநலப் சவால்களை நிர்வகிப்பதற்கான வளங்கள், சமாளிக்கும் உத்திகள், சுய உதவி நுட்பங்களை வழங்க முடியும். செயற்கை நுண்ணறிவு வழிமுறைகள் திருநங்கைகளுக்கு ஏற்ற சிகிச்சை விருப்பங்கள் அல்லது ஆதரவு குழுக்களுக்கான தனிப்பயனாக்கப்பட்ட பரிந்துரைகளை வழங்க முடியும்.

சமூகம், வளங்கள்

செயற்கை நுண்ணறிவின் உதவியால் திருநங்கை சமூகத்திற்குள் இணைப்புகளை எளிதாக்க முடியும். செயற்கை நுண்ணறிவு மூலம் இயங்கும் தளங்கள், சமூக ஊடக வழிமுறைகள் திருநங்கைகளுக்கு ஆதரவான சமூகங்களைக் கண்டறியவும், சகாக்களுடன் இணைக்கவும், வளங்கள், ஆதரவு குழுக்கள் அல்லது எல்ஜிபிடிக்யூ அமைப்புகளை அணுகவும் உதவும். தனிமையைக் குறைப்பதிலும், சொந்த உணர்வை வழங்குவதிலும் செயற்கை நுண்ணறிவு ஒரு பங்கைக் கொண்டிருக்க முடியும்.

குரல் பயிற்சி, அங்கீகாரம்

குரல் பயிற்சி, அங்கீகாரத்தில் திருநங்கைகளுக்குச் செயற்கை நுண்ணறிவு உதவ முடியும். செயற்கை நுண்ணறிவு அடிப்படையிலான குரல் சிகிச்சை பயன்பாடுகள் அல்லது மென்பொருள் தங்கள் குரல் பிட்ச், அதிர்வுகளை மாற்ற விரும்பும் நபர்களுக்குப் பயிற்சிகள், பின்னூட்டம், வழிகாட்டலை வழங்க முடியும். செயற்கை நுண்ணறிவு வழிமுறைகள் பல்வேறு பாலின அடையாளங்களை மதிக்கும், சரிபார்க்கும் குரல் அங்கீகாரத் தொழில்நுட்பங்களுக்கும் பங்களிக்க முடியும்.

ஆன்லைன் பாதுகாப்பு, ஆதரவு

திருநங்கைகளுக்கான ஆன்லைன் பாதுகாப்பு, ஆதரவுக்குச் செயற்கை நுண்ணறிவு பங்களிக்க முடியும். செயற்கை நுண்ணறிவு மூலம் இயங்கும் உள்ளடக்க மிதப்படுத்தல் அமைப்புகள் சமூக ஊடகத் தளங்களில் டிரான்ஸ்போபிக் அல்லது பாரபட்சமான உள்ளடக்கத்தை அடையாளம் காணவும், வடிகட்டவும் உதவும். இது பாதுகாப்பான ஆன்லைன் சூழலை உருவாக்குகிறது. செயற்கை நுண்ணறிவு அடிப்படையிலான சாட்போட்கள் அல்லது மெய்நிகர் உதவியாளர்கள் ஆன்லைன் துன்புறுத்தலை அனுபவிப்பவர்களுக்கு அல்லது அவர்களின் உரிமைகளைப் பற்றிய தகவல்களைத் தேடுபவர்களுக்கு உடனடி ஆதரவையும் வளங்களையும் வழங்க முடியும்.

பிரதிநிதித்துவம், பார்வைத்திறன்

திருநங்கைகளின் பிரதிநிதித்துவம், பார்வைக்குச் செயற்கை நுண்ணறிவு பங்களிக்க முடியும். செயற்கை நுண்ணறிவு வழிமுறைகள் ஊடக உள்ளடக்கத்தைப் பகுப்பாய்வு செய்யலாம். திரைப்படங்கள், தொலைக்காட்சி நிகழ்ச்சிகள், விளம்பரங்கள், செய்திக் கட்டுரைகள் உள்ளிட்ட பல்வேறு வகையான ஊடகங்களில் திருநங்கைகளை உள்ளடக்கிய

பிரதிநிதித்துவத்தைப் பரிந்துரைக்க முடியும். திருநங்கைகள் மீதான ஈடுபாடு, உணர்திறன், மரியாதையுடன் செயற்கை நுண்ணறிவு அமைப்புகளை உருவாக்கிப் பயன்படுத்துவது முக்கியம். செயற்கை நுண்ணறிவு தொழில்நுட்பங்கள் திருநங்கை சமூகத்திற்கு ஆதரவாகவும், உறுதிப்படுத்தவும், அதிகாரமளிக்கவும் இருப்பதை உறுதிப்படுத்த நெறிமுறை பரிசீலனைகள், தரவு தனியுரிமை, ஒப்புதல் முன்னுரிமை போன்றன அளிக்கப்பட வேண்டும்.

16. மாற்றுத்திறனாளிகளுக்கான பயன்கள்

மாற்றுத்திறனாளிகளின் அணுகல், சுதந்திரம், ஒட்டுமொத்த வாழ்க்கைத் தரத்தை மேம்படுத்துவதன் மூலம் அவர்களின் வாழ்க்கையை மேம்படுத்துவதில் செயற்கை நுண்ணறிவு குறிப்பிடத்தக்கப் பங்கினை வகிக்க முடியும். செயற்கை நுண்ணறிவு மாற்றுத்திறனாளிகளுக்கு அவர்களின் வாழ்க்கையின் பல்வேறு அம்சங்களில் பயனளிக்கிறது.

உதவி தொழில்நுட்பங்கள்

மாற்றுத்திறனாளிகளுக்கு உதவும் வகையில் வடிவமைக்கப்பட்ட பல்வேறு உதவி தொழில்நுட்பங்களைச் செயற்கை நுண்ணறிவால் உருவாக்க முடியும். சான்றாக, செயற்கை நுண்ணறிவு மூலம் இயங்கும் செயற்கை மூட்டுகள் மிகவும் இயற்கையான, உள்ளுணர்வுக் கட்டுப்பாட்டை வழங்க முடியும். இது பயனாளிகளுக்குச் சிக்கலான இயக்கங்கள், பணிகளைச் செய்ய உதவுகிறது. செயற்கை நுண்ணறிவு வழிமுறைகள் பயனரின் எஞ்சிய மூட்டு அல்லது மூளையிலிருந்து சமிக்ஞைகளை விளக்கி அவற்றைச் செயற்கையின் துல்லியமான இயக்கங்களாக மொழிபெயர்க்க முடியும்.

இயக்கம் உதவி

இயக்கம் குறைபாடுகள் உள்ள நபர்களுக்கு அவர்களின் சுற்றுப்புறங்களை வழிநடத்தச் செயற்கை நுண்ணறிவு உதவும். செயற்கை நுண்ணறிவு வழிமுறைகளைக் கொண்ட சக்கர நாற்காலிகள் சுற்றுச்சூழலைப் பகுப்பாய்வு செய்வதற்கும்,

தடைகளை அடையாளம் கண்டு, பாதுகாப்பான பாதைகளைத் திட்டமிடுவதற்குக் கணினி பார்வையை இணைக்க முடியும். இந்தத் தொழில்நுட்பத்தினால் சக்கர நாற்காலி பயனர்களின் சுதந்திரத்தை மேம்படுத்தலாம். அவர்கள் சிரமம் இல்லாமல் நகர உதவும்.

தகவல்தொடர்பு உதவிகள்

குறைந்த அல்லது பேசும் திறன் இல்லாத மாற்றுத்திறனாளியர் செயற்கை நுண்ணறிவு மூலம் இயங்கும் தகவல்தொடர்பு உதவிகளிலிருந்து பயனடையலாம். இந்த உதவிகள் கண்காணிப்பு சாதனங்கள், மூளை, கணினி இடைமுகங்கள் அல்லது தசை சென்சார்களிலிருந்து உள்ளீட்டை விளக்க இயந்திரக் கற்றல் வழிமுறைகளைப் பயன்படுத்துகின்றன. இது பயனர்கள் உரை அல்லது ஒருங்கிணைக்கப்பட்ட பேச்சு மூலம் தொடர்பு கொள்ள அனுமதிக்கிறது.

ஸ்மார்ட் ஹோம் ஆட்டோமேஷன்

செயற்கை நுண்ணறிவு ஸ்மார்ட் ஹோம் அமைப்புகளில் ஒருங்கிணைக்கப்படலாம். இது மாற்றுத்திறனாளியருக்குக் குரல் கட்டளைகள் அல்லது பிற அணுகக்கூடிய உள்ளீட்டு முறைகளைப் பயன்படுத்திப் பல்வேறு சாதனங்கள், உபகரணங்களைக் கட்டுப்படுத்த உதவுகிறது. இந்தத் தொழில்நுட்பம் ஒளி, வெப்பநிலை, பொழுதுபோக்கு அமைப்புகள், பாதுகாப்பு உள்ளிட்ட அவர்களின் வாழ்க்கைச் சூழலைச் சுயாதீனமாக நிர்வகிக்க அவர்களுக்கு அதிகாரம் அளிக்க முடியும்.

அணுகல் கருவிகள்

டிஜிட்டல் உள்ளடக்கம், இடைமுகங்களை மாற்றுத்திறனாளியருக்கு மிகவும் அணுகக்கூடியதாக மாற்றச் செயற்கை நுண்ணறிவு உதவும். சான்றாக, பட அங்கீகார வழிமுறைகள் தானாகவே படங்களுக்கான விளக்கங்களை உருவாக்க முடியும். இது பார்வையற்ற பயனர்களுக்குக் காட்சி உள்ளடக்கத்தைப் பற்றிய விரிவான புரிதலை வழங்குகிறது. செயற்கை நுண்ணறிவு மூலம் இயங்கும் ஸ்கிரீன் ரீடர்கள் பார்வையற்ற நபர்களுக்கு டிஜிட்டல் இடைமுகங்களுடன் செல்லவும், தொடர்பு கொள்ளவும் உதவும்.

தனிப்பயனாக்கப்பட்ட மறுவாழ்வு

உடல் குறைபாடுகள் உள்ள நபர்களுக்கான தனிப்பயனாக்கப்பட்ட மறுவாழ்வு திட்டங்களுக்குச் செயற்கை

நுண்ணறிவு பங்களிக்க முடியும். இயந்திரக் கற்றல் வழிமுறைகள் பரந்த அளவிலான நோயாளிகளின் தரவுகளைப் பகுப்பாய்வு செய்யலாம். சிகிச்சையாளர்களுக்கு நுண்ணறிவுகளை வழங்க முடியும். இது வடிவமைக்கப்பட்ட மறுவாழ்வு திட்டங்களின் வளர்ச்சிக்கு உதவுகிறது. செயற்கை நுண்ணறிவு அமைப்புகள் மூலம் முன்னேற்றத்தைக் கண்காணிக்கலாம். நிகழ்நேரக் கருத்துக்களை வழங்கலாம். தனிப்பட்ட தேவைகளுக்கு ஏற்ப பயிற்சிகளை மாற்றியமைக்கலாம்.

மாற்றுத்திறனாளியருக்குச் செயற்கை நுண்ணறிவு எவ்வாறு பயனளிக்கும் என்பதற்கான சில சான்றுகள் இவை. செயற்கை நுண்ணறிவு தொழில்நுட்பம் தொடர்ந்து முன்னேறி வருவதால், மாற்றுத்திறனாளியருக்கான அணுகல், ஆதரவில் மேலும் மேம்பாடுகளுக்கான சாத்தியக்கூறுகள் கிடைக்கும்.

17. மனநிலை பிறழ்ந்தவர்களுக்கான பயன்கள்

செயற்கை நுண்ணறிவு பல்வேறு வகையான ஆதரவு, உதவி, ஈடுபாட்டை வழங்குவதன் மூலம் மனநிலை பிறழ்ந்தவர்களின் வாழ்க்கையில் நேர்மறையான தாக்கத்தை ஏற்படுத்தும்.

தகவல்தொடர்பு ஆதரவு

மனநிலை குன்றிய நபர்களுக்கு மேம்படுத்தப்பட்ட, மாற்றுத் தகவல் தொடர்பு கருவிகளை வழங்குவதன் மூலம் உதவ முடியும். இந்தக் கருவிகள் பயனரின் உள்ளீடு உரை அல்லது சின்னங்களை விளக்கவும், அவற்றைப் பேச்சு அல்லது காட்சி வெளியீடாக மாற்றவும், இயற்கை மொழிச் செயலாக்கம், இயந்திரக் கற்றல் வழிமுறைகள் ஆகியன பயன்படுத்துகின்றன. இந்தத் தொழில்நுட்பம் வரையறுக்கப்பட்ட தகவல் தொடர்புத் திறன்களைக் கொண்ட தனிநபர்கள் தங்களை மிகவும் திறம்பட வெளிப்படுத்த உதவுகிறது.

அறிவாற்றல் உதவி

அறிவாற்றல் குறைபாடுகள் உள்ளவர்களுக்குச் செயற்கை நுண்ணறிவு பல்வேறு வழிகளில் உதவும். சான்றாக, செயற்கை நுண்ணறிவு மூலம் இயங்கும் பயன்பாடுகள், சாதனங்கள் தினசரி நடைமுறைகள், பணி நிறைவுக்கு உதவ நினைவூட்டல்கள், தூண்டுதல்கள், காட்சி அட்டவணைகளை வழங்க முடியும். இந்தக் கருவிகள் நினைவகம், கவனம், அமைப்பை ஆதரிக்கலாம். மனநிலை பாதித்த தனிநபர்கள் தங்கள் நடவடிக்கைகளை நிர்வகிக்கவும், அவர்களின் சுதந்திரத்தை மேம்படுத்தவும் உதவுகின்றன.

தனிப்பயனாக்கப்பட்ட கற்றல்

மனநிலை பாதித்த நபர்களுக்கான தனிப்பயனாக்கப்பட்ட கற்றல் அனுபவங்களுக்குச் செயற்கை நுண்ணறிவு பங்களிக்க முடியும். தகவமைப்பு கற்றல் அமைப்புகள் தனிப்பட்ட கற்றல் முறைகள், விருப்பத் தேர்வுகள், பலங்களைப் பகுப்பாய்வு செய்து அதற்கேற்ப கல்வி உள்ளடக்கம் மற்றும் செயல்பாடுகளை வடிவமைக்க முடியும். மனநிலை குன்றியவர்கள் தங்கள் குறிப்பிட்ட தேவைகள், திறன்களுக்கு ஏற்ப உள்ளடக்கத்துடன் தங்கள் சொந்த வேகத்தில் கற்றுக்கொள்ள இது உதவும்.

உணர்ச்சி ஆதரவு

செயற்கை நுண்ணறிவு மூலம் இயங்கும் மெய்நிகர் உதவியாளர்கள் அல்லது சாட்போட்கள் மனநிலை பிறழ்ந்தவர்களுக்கு உணர்ச்சி ரீதியான ஆதரவையும் தோழமையையும் வழங்க முடியும். இந்த அமைப்புகள் உரையாடல்களில் ஈடுபடலாம், ஊக்கத்தை வழங்கலாம், உணர்ச்சி நல்வாழ்வுக்கான வளங்களை வழங்கலாம். அவை தனிமையின் உணர்வுகளைக் குறைக்கவும், தனிநபர்கள் தங்கள் உணர்ச்சிகளை வெளிப்படுத்தப் பாதுகாப்பான இடத்தை வழங்கவும் உதவும்.

நடத்தை கண்காணிப்பு, தலையீடு

செயற்கை நுண்ணறிவு வழிமுறைகள் நடத்தை முறைகளைக் கண்காணிக்கலாம். மனநிலை பிறழ்ந்த நபர்களுக்குச் சாத்தியமான சிக்கல்களைக் கண்டறியலாம். இயந்திரக் கற்றல் மாதிரிகள் அணியக்கூடிய சாதனங்கள் அல்லது ஸ்மார்ட் ஹோம் சென்சார்களிலிருந்து தரவைப் பகுப்பாய்வு செய்து மன உளைச்சல் அல்லது குறிப்பிட்ட தேவைகளைக் குறிக்கக் கூடிய நடத்தையில் ஏற்படும் மாற்றங்களை அடையாளம் காணலாம். சரியான நேரத்தில் தலையீடுகளை வழங்க அல்லது சாத்தியமான கவலைகளுக்குப் பராமரிப்பாளர்களை எச்சரிக்க இந்தத் தகவல் பயன்படுத்தப்படலாம்.

சமூகத் திறன் பயிற்சி

செயற்கை நுண்ணறிவு மூலம் இயங்கும் 'மெய்நிகர் ரியாலிட்டி' (Virtual reality) அல்லது 'ஆக்மென்டட் ரியாலிட்டி' (Augmented reality) அமைப்புகள் மனநிலை குன்றிய நபர்கள் சமூகத் திறன்களைப் பயிற்சி செய்வதற்கும், மற்றவர்களுடனான தொடர்புகளை மேம்படுத்துவதற்கும் உதவும் சமூகக் காட்சிகள், சூழல்களை உருவகப்படுத்த முடியும். இந்த அதிவேக அனுபவங்கள் சமூகத் திறன்களைக் கற்றுக்கொள்வதற்கும்,

வளர்ப்பதற்கும், பாதுகாப்பான கட்டுப்படுத்தப்பட்ட சூழலை வழங்க முடியும்.

மனநிலை பிறழ்ந்த நபர்களுக்கான செயற்கை நுண்ணறிவு பயன்பாடுகளை உருவாக்கும்போது, இந்தப் பயனர் குழுவுக்கு அதிகபட்சப் பயன்பாடு, செயல்திறனை உறுதிப்படுத்த அணுகல், எளிமை, பயனர் நட்புக்கான பரிசீலனைகளுக்கு முன்னுரிமை அளிக்கப்பட வேண்டும் என்பதைக் கவனத்தில் கொள்ள வேண்டியது அவசியம். இந்தச் சான்றுகள் மனநிலை பிறழ்ந்த நபர்களைச் செயற்கை நுண்ணறிவு எவ்வாறு ஆதரிக்க முடியும் என்பதை விளக்குகின்றன. ஆனால், இந்தத் தொழில்நுட்பங்களின் வளர்ச்சி, நிலைநிறுத்தலைக் கவனத்துடன் அணுகுவது, நெறிமுறை பரிசீலனைகள், தனியுரிமை, விரிவான ஆதரவை வழங்கப் பராமரிப்பாளர்கள், நிபுணர்களின் ஈடுபாட்டை உறுதி செய்வது முக்கியம்.

18. மொழித்துறை

செயற்கை நுண்ணறிவு மொழித்துறைக்குப் பல வழிகளில் முக்கியப் பங்கு வகிக்கிறது.

இயற்கை மொழி செயலாக்கம் (என்.எல்.பி)

என்.எல்.பி (Natural Language Processing) என்பது செயற்கை நுண்ணறிவின் ஒரு துணைத் துறையாகும், இது கணினிகளுக்கும், மனித மொழிக்கும் இடையிலான தொடர்புகளில் கவனம் செலுத்துகிறது.

இயந்திரக் கற்றல், ஆழமான கற்றல் போன்ற செயற்கை நுண்ணறிவு நுட்பங்கள், கணினிகள் மனித மொழியைப் புரிந்துகொள்ளவும், விளக்கவும், உருவாக்கவும் உதவும் மாதிரிகள், வழிமுறைகளை உருவாக்கப் பயன்படுகின்றன. என்.எல்.பி பயன்பாடுகளில் மொழி, மொழிபெயர்ப்பு, உணர்ச்சி பகுப்பாய்வு, தகவல் பிரித்தெடுத்தல், உரைச் சுருக்கம் ஆகியவை அடங்கும்.

மொழி, மொழிபெயர்ப்பு

செயற்கை நுண்ணறிவு மூலம் இயங்கும் மொழி, மொழிபெயர்ப்பு அமைப்புகள் குறிப்பிடத்தக்க முன்னேற்றங்களை அடைந்துள்ளன. இது வெவ்வேறு மொழிகளுக்கு இடையில் தானியங்கி மொழிபெயர்ப்பைச் செயல்படுத்துகிறது. ஆழ்ந்த கற்றல் நுட்பங்களை அடிப்படையாகக் கொண்ட நரம்பியல் இயந்திர மொழிபெயர்ப்பு மாதிரிகள், மொழிபெயர்ப்புகளின் தரம், துல்லியத்தை மேம்படுத்தியுள்ளன. இது குறுக்கு மொழி தகவல்தொடர்பை மிகவும் அணுகக் கூடியதாக ஆக்கியுள்ளது.

குரல் உதவியாளர்கள், சாட்போட்கள்

சிரி, கூகிள் உதவியாளர், அலெக்ஸா போன்ற செயற்கை நுண்ணறிவு மூலம் இயங்கும் குரல் உதவியாளர்கள் பயனாளிகளின் கேள்விகள் அல்லது கட்டளைகளை இயற்கையான மொழியில் புரிந்துகொள்ளவும், பதிலளிக்கவும் என்.எல்.பியைப் பயன்படுத்துகின்றனர். சாட்போட்கள் பயனர்களுடன் உரை அடிப்படையிலான உரையாடல்களில் ஈடுபடவும் பல்வேறு களங்களில் தகவல் அல்லது உதவியை வழங்கவும் செயற்கை நுண்ணறிவு வழிமுறைகளைப் பயன்படுத்துகின்றன.

உணர்வுப் பகுப்பாய்வு

உரை தரவைப் பகுப்பாய்வு செய்வதற்கும் உரைக்குள் வெளிப்படுத்தப்பட்ட உணர்வு அல்லது உணர்ச்சிகளைத் தீர்மானிப்பதற்கும் செயற்கை நுண்ணறிவு நுட்பங்கள் பயன்படுத்தப்படுகின்றன. உணர்வுப் பகுப்பாய்வு சமூக ஊடகக் கண்காணிப்பு, வாடிக்கையாளர் பின்னூட்டப் பகுப்பாய்வு, பிராண்ட் நற்பெயர் மேலாண்மை, சந்தை ஆராய்ச்சி ஆகியவற்றில் பரவலாகப் பயன்படுத்தப்படுகிறது.

மொழி உருவாக்கம்

செயற்கை நுண்ணறிவு மாதிரிகள் கொடுக்கப்பட்ட தூண்டுதல்கள் அல்லது சூழலின் அடிப்படையில் மனிதனைப் போன்ற உரையை உருவாக்க முடியும். உள்ளடக்க உருவாக்கம், ஆக்கப்பூர்வமான எழுத்து, சாட்போட் பதில்கள், தனிப்பயனாக்கப்பட்ட பரிந்துரைகள் போன்ற பயன்பாடுகளில் இந்தத் திறன் பயன்படுத்தப்படுகிறது.

உரைச் சுருக்கம்

முக்கிய தகவல்களைத் தக்கவைத்துக் கொள்ளும்போது உள்ளடக்கத்தைச் சுருக்கி, பெரிய அளவிலான உரையைத் தானாகச் சுருக்கச் செயற்கை நுண்ணறிவு வழிமுறைகள் பயன்படுத்தப்படுகின்றன. உரைச் சுருக்கம், செய்திக் கட்டுரைகள், ஆராய்ச்சிக் கட்டுரைகள், ஆவணப் பகுப்பாய்வு ஆகியவற்றில் பயன்பாடுகளைக் காண்கிறது.

மொழி புரிதல், சூழல் புரிதல்

சுற்றியுள்ள சொற்கள், சொற்றொடர்கள், உரையின் ஒட்டுமொத்த அர்த்தத்தைக் கணக்கில் எடுத்துக்கொண்டு, சூழலில் மொழியைப் புரிந்துகொள்ளச் செயற்கை நுண்ணறிவு

மாதிரிகள் பயிற்றுவிக்கப்படுகின்றன. இது நிறுவன அங்கீகாரம், பெயரிடப்பட்ட நிறுவன அங்கீகாரம், பயனர் கேள்விகளின் நோக்கத்தைப் புரிந்துகொள்வது போன்ற பணிகளுக்கு உதவுகிறது.

மொழி கற்பித்தல், கற்றல்

தனிப்பயனாக்கப்பட்ட பின்னூட்டம், தகவமைப்பு கற்றல் பாதைகள், மொழித் திறன் மதிப்பீடுகளை வழங்கும் மொழி கற்றல் பயன்பாடுகள், கருவிகளை உருவாக்கச் செயற்கை நுண்ணறிவு பயன்படுத்தப்படுகிறது.

இந்தச் செயற்கை நுண்ணறிவு மூலம் இயங்கும் அமைப்புகள் கற்பவர்களுக்கு அவர்களின் மொழித் திறன்களை மேம்படுத்தவும் தனிப்பட்ட ஆதரவை வழங்கவும் உதவும். ஒட்டுமொத்தமாக, மொழிச் செயலாக்கம், புரிதலுக்கான பல்வேறு அம்சங்களில் செயற்கை நுண்ணறிவு முக்கியப் பங்கு வகிக்கிறது. இது மனித மொழியைப் புரிந்துகொள்ளவும் உருவாக்கவும் இயந்திரங்களுக்கு உதவுகிறது.

தகவல்தொடர்பு, தகவல் மீட்பு, உரைத் தரவின் பகுப்பாய்வு ஆகியவற்றை எளிதாக்குகிறது. மொழித்துறையில் செயற்கை நுண்ணறிவின் பயன்பாடுகள் தொடர்ந்து உருவாகி விரிவடைகின்றன. இது மொழி தொடர்பான பணிகளை மிகவும் திறமையானதாகவும், துல்லியமாகவும் அணுகக் கூடியதாகவும் ஆக்குகிறது.

19. கணிதத்துறை

செயற்கை நுண்ணறிவு கணிதத்துறைக்குப் பல வழிகளில் முக்கியப் பங்கு வகிக்கிறது. கணிதச் சிக்கல் தீர்வு, பகுப்பாய்வு, கல்வியின் பல்வேறு அம்சங்களை ஆதரிக்கிறது.

தானியங்கி தேற்றம் நிரூபணம்

செயற்கை நுண்ணறிவு அமைப்புகள் கணிதத் தேற்றங்களை நிரூபிக்கவும், கணிதச் சான்றுகளைச் சரிபார்க்கவும் உதவும். தர்க்க அடிப்படையிலான பகுத்தறிவு, தானியங்கி கழித்தல் நுட்பங்களைப் பயன்படுத்துவதன் மூலம், செயற்கை நுண்ணறிவு சிக்கலான கணித அறிக்கைகளைப் பகுப்பாய்வு செய்யலாம். சரியான ஆதாரங்களைத் தேடலாம். கணிதவியலாளர்களுக்குக் கணிதக் கருத்துகளின் ஆராய்ச்சியில் உதவுகிறது.

குறியீட்டுக் கணிதம்

குறியீட்டுக் கணக்கீடுகளைச் செய்யக்கூடிய அமைப்புகளை உருவாக்கச் செயற்கை நுண்ணறிவு நுட்பங்கள் பயன்படுத்தப்படுகின்றன.கணிதவெளிப்பாடுகள்,சமன்பாடுகள், சூத்திரங்களை இவை கையாளுகின்றன. குறியீட்டுக் கணித மென்பொருள் வெளிப்பாடுகளை எளிதாக்கலாம். இயற் கணிதச் செயல்பாடுகளைச் செய்யலாம். சமன்பாடுகளைத் தீர்க்கலாம். செயல்பாடுகளை வேறுபடுத்தலாம். ஒருங்கிணைக்கலாம். சிக்கலான கணிதக் கணக்கீடுகளைக் கையாளலாம்.

தரவு பகுப்பாய்வு, புள்ளிவிவரம்

செயற்கை நுண்ணறிவு வழிமுறைகள் கணித மாதிரியாக்கம், தரவு பகுப்பாய்வு, புள்ளிவிவர அனுமானம் ஆகியவற்றில்

பயன்படுத்தப்படுகின்றன. வடிவங்களைக் கண்டறியவும், கணிப்புகளைச் செய்யவும், தரவை வகைப்படுத்தவும், பின்னடைவுப் பகுப்பாய்வு செய்யவும், கணிதம் புள்ளி விவரங்களை நம்பியுள்ள பல்வேறு துறைகளில் முடிவெடுப்பதை ஆதரிக்கவும் இயந்திரக் கற்றல் நுட்பங்கள் பெரிய தரவுத் தொகுப்புகளுக்குப் பயன்படுத்தப்படலாம்.

ஆப்டிமைசேஷன், ஆபரேஷன்ஸ் ரிசர்ச்

மரபணு வழிமுறைகள், உருவகப்படுத்தப்பட்ட அனிலிங், பரிணாமக் கணினி போன்ற செயற்கை நுண்ணறிவு முறைகள் செயல்பாட்டு ஆராய்ச்சியில் பயன்படுத்தப்படுகின்றன. இந்த நுட்பங்கள் கட்டுப்பாடுகள், குறிக்கோள்களை உள்ளடக்கிய சிக்கலான கணித மாதிரிகளுக்கு உகந்த தீர்வுகளைக் காணலாம். வள ஒதுக்கீடு, திட்டமிடல், தளவாடங்கள் போன்ற பகுதிகளில் முடிவெடுப்பதை இவை ஆதரிக்கின்றன.

கணிதக் கல்வி

கணிதக் கல்வியை மேம்படுத்துவதற்கும் தனிப்பயனாக்கப்பட்ட கற்றல் அனுபவங்களை வழங்குவதற்கும் செயற்கை நுண்ணறிவு தொழில்நுட்பங்கள் பயன்படுத்தப்படுகின்றன. செயற்கை நுண்ணறிவு மூலம் இயங்கும் கல்வித் தளங்கள் தனிப்பட்ட மாணவர்களின் தேவைகளுக்கு ஏற்ப தகவமைத்துக் கொள்ளலாம். ஊடாடும் பயிற்சிகளை வழங்கலாம். சிக்கலைத் தீர்ப்பதில் உடனடிக் கருத்துக்களை வழங்கலாம். ஆய்வுக்குத் தனிப்பயனாக்கப்பட்ட பரிந்துரைகளை வழங்கலாம்.

கணினி இயற்கணித அமைப்புகள்

குறியீட்டுக் கணக்கீடுகளைச் செய்யும். சமன்பாடுகளைத் தீர்க்கும். கணித வெளிப்பாடுகளைக் கையாளும். சிக்கலான கணிதக் கணக்கீடுகளுக்கு உதவும்.

கணினி இயற்கணித அமைப்புகளை (சிஏஎஸ்) உருவாக்கச் செயற்கை நுண்ணறிவு பயன்படுத்தப்படுகிறது. சிஏஎஸ் கருவிகள் கணிதவியலாளர்கள், விஞ்ஞானிகள், பொறியாளர்கள் கணக்கீடுகளைத் திறம்படச் செய்யவும் கணித முடிவுகளைச் சரிபார்க்கவும் உதவுகின்றன.

கணித வடிவ அங்கீகாரம்

செயற்கை நுண்ணறிவு வழிமுறைகள், கணிதத் தரவில் வடிவங்களையும் கட்டமைப்புகளையும் அடையாளம் காண முடியும். வடிவ அறிதல் பணிகளுக்கு உதவ முடியும்.

எண் கோட்பாடு, வரைபடக் கோட்பாடு, வடிவியல் வடிவ அங்கீகாரம் போன்ற பல்வேறு கணிதக் களங்களில் இதைப் பயன்படுத்தலாம்.

கணித மாதிரியாக்கம்

செயற்கை நுண்ணறிவு நுட்பங்கள் நிஜ உலக நிகழ்வுகளைப் பிரதிநிதித்துவப்படுத்தும். அவற்றின் நடத்தையை உருவகப்படுத்தும் கணித மாதிரிகளை உருவாக்கப் பயன்படுத்தப்படுகின்றன. இந்த மாதிரிகள், சிக்கலான அமைப்புகளைப் புரிந்துகொள்ளவும் தரவைப் பகுப்பாய்வு செய்யவும், இயற்பியல், பொறியியல், பொருளாதாரம், உயிரியல் போன்ற துறைகளில் கணிப்புகளைச் செய்யவும் பயன்படுத்தப்படலாம்.

ஒட்டுமொத்தமாக, செயற்கை நுண்ணறிவு கணக்கீட்டுச் சக்தி, ஆட்டோமேஷன், வடிவ அங்கீகாரம், நுண்ணறிவுப் பகுப்பாய்வு ஆகியவற்றை வழங்குவதன் மூலம் கணித ஆராய்ச்சியில் சிக்கலைத் தீர்த்து, கல்வியைப் பூர்த்தி செய்கிறது. இது கணிதவியலாளர்கள், ஆராய்ச்சியாளர்கள், கல்வியாளர்களின் திறன்களை மேம்படுத்துகிறது. கணிதப் பணிகளை மிகவும் திறமையானதாகவும் துல்லியமாகவும் அணுகக் கூடியதாகவும் ஆக்குகிறது.

20. வரலாற்றுத்துறை

செயற்கை நுண்ணறிவு வரலாற்றுத்துறைக்குப் பல வழிகளில் முக்கியப் பங்கு வகிக்கிறது. ஆராய்ச்சி, பகுப்பாய்வு, பாதுகாப்பு, கல்வியை ஆதரிக்கும் பல வழிகளில் வரலாற்றுத் துறையில் செயற்கை நுண்ணறிவு பங்களிப்புச் செய்கிறது.

தரவு பகுப்பாய்வு, மாதிரி அங்கீகாரம்

செயற்கை நுண்ணறிவு வழிமுறைகள் ஆவணங்கள், உரைகள், படங்கள், கலைப்பொருட்கள் போன்ற பெரிய அளவிலான வரலாற்றுத் தரவை பகுப்பாய்வு செய்ய முடியும். இயற்கை மொழி செயலாக்கம், பட அங்கீகாரம், தரவுச் சுரங்க நுட்பங்களைப் பயன்படுத்துவதன் மூலம், செயற்கை நுண்ணறிவு வரலாற்றுப் பதிவுகளுக்குள் வடிவங்கள், தொடர்புகள், போக்குகளை அடையாளம் காண முடியும். இது நுண்ணறிவுகளை வழங்குகிறது. வரலாற்று ஆராய்ச்சியை எளிதாக்குகிறது.

உரை டிஜிட்டல்மயமாக்கல், டிரான்ஸ்கிரிப்ஷன்

செயற்கை நுண்ணறிவு பெரும்பாலும் கையால் எழுதப்பட்ட அல்லது பழங்கால மொழிகளில் உள்ள வரலாற்று நூல்கள், கையெழுத்துப் பிரதிகள், ஆவணங்களின் டிஜிட்டல் மயமாக்கல், டிரான்ஸ்கிரிப்ஷன் ஆகியனவற்றுக்கு உதவும். ஆப்டிகல் கேரக்டர் ரெகக்னிஷன் (ஓ.சி.ஆர்) நுட்பங்கள், செயற்கை நுண்ணறிவுடன் இணைந்து, இயற்பியல் ஆவணங்களை டிஜிட்டல் வடிவங்களாக மாற்ற முடியும்.

தகவல் மீட்பு

செயற்கை நுண்ணறிவு மூலம் இயங்கும் தேடு பொறிகள் மற்றும் பரிந்துரை அமைப்புகள் தொடர்புடைய வரலாற்று ஆதாரங்கள்,

குறிப்புகள், அறிஞர் படைப்புகளைக் கண்டுபிடிப்பதில் வரலாற்றாசிரியர்களுக்கு உதவும். இயந்திரக் கற்றல் வழிமுறைகளைப் பயன்படுத்துவதன் மூலம் இந்த அமைப்புகள் பயனாளிகளின் கேள்விகளைப் புரிந்துகொள்ளலாம். வரலாற்று உரைகளைப் பகுப்பாய்வு செய்யலாம். துல்லியமான இலக்குத் தேடல் முடிவுகளை வழங்கலாம். நேரத்தை மிச்சப்படுத்தலாம். ஆராய்ச்சிச் செயல்திறனை மேம்படுத்தலாம்.

சென்டிமெண்ட் அனாலிசிஸ், ஒபினியன் மைனிங்

வரலாற்று நிகழ்வுகள் அல்லது புள்ளிவிவரங்கள் குறித்த பொதுமக்களின் உணர்வுகள், அணுகுமுறைகள், கருத்துக்களைப் பகுப்பாய்வு செய்யச் செயற்கை நுண்ணறிவு நுட்பங்கள் பயன்படுத்தப்படலாம்.

வரலாற்று நூல்கள், சமூக ஊடகத் தரவுகள் அல்லது செய்திக் கட்டுரைகளின் உணர்வுப் பகுப்பாய்வு பொதுமக்களின் உணர்வுகள், எதிர்வினைகள் குறித்த நுண்ணறிவுகளை வழங்க முடியும். இது அந்த நேரத்தில் நிகழ்வுகள் எவ்வாறு உணரப்பட்டன, சமூகத்தில் அவற்றின் தாக்கம் எத்தகையதாக இருந்தது என்பனவற்றைப் புரிந்துகொள்ள வரலாற்றாசிரியர்களுக்கு உதவுகிறது.

வரலாற்றுக் கலைப்பொருட்களின் பாதுகாப்பு, மறுசீரமைப்பு

படச் செயலாக்கம், கணினிப் பார்வை போன்ற செயற்கை நுண்ணறிவு தொழில்நுட்பங்கள் வரலாற்றுக் கலைப்பொருட்கள், ஓவியங்கள், புகைப்படங்களைப் பாதுகாக்கவும் மீட்டெடுக்கவும் உதவும். செயற்கை நுண்ணறிவு வழிமுறைகள் படத் தரத்தை மேம்படுத்தலாம். சத்தத்தை அகற்றலாம். சேதமடைந்த பகுதிகளை மீட்டெடுக்கலாம். வரலாற்றுக் காட்சிப் பதிவுகளைப் பாதுகாக்க இவை உதவும்.

மெய்நிகர் புனரமைப்புகள், உருவகப்படுத்துதல்கள்

வரலாற்று நிகழ்வுகள், தளங்கள் அல்லது நிலப்பரப்புகளின் மெய்நிகர் புனரமைப்புகள், உருவகப்படுத்துதல்களை உருவாக்கச் செயற்கை நுண்ணறிவு பயன்படுத்தப்படலாம். வரலாற்றுத் தரவு, தொல்பொருள் கண்டுபிடிப்புகள், கணினி கிராபிக்ஸ், மெய்நிகர் யதார்த்தம் போன்ற செயற்கை நுண்ணறிவு நுட்பங்களை இணைப்பதன் மூலம், வரலாற்றாசிரியர்கள் வரலாற்றுச் சூழல்களைக் காட்சிப்படுத்தவும், புரிந்துகொள்ளவும் உதவும் அதிவேக அனுபவங்களை உருவாக்க முடியும்.

வரலாற்றுக் கல்வி, ஊடாடும் கற்றல்

செயற்கை நுண்ணறிவு மூலம் இயங்கும் கல்வி தளங்கள், மெய்நிகர் உதவியாளர்கள் வரலாற்றைப் படிக்கும் மாணவர்களுக்கு ஊடாடும். தனிப்பயனாக்கப்பட்ட கற்றல் அனுபவங்களை வழங்க முடியும். செயற்கை நுண்ணறிவு தொழில்நுட்பங்கள் வரலாற்று நுண்ணறிவுகளை வழங்கலாம். கேள்விகளுக்குப் பதிலளிக்கலாம். துணைப் பொருட்களை வழங்கலாம். வரலாற்று உள்ளடக்கத்துடன் தொடர்பு கொள்ள உதவும்.

டிஜிட்டல் ஆவணக்காப்பகங்கள், குணப்படுத்துதல்

டிஜிட்டல் வரலாற்றுக் காப்பகங்கள், அருங்காட்சியகங்கள், சேகரிப்புகளை ஒழுங்கமைப்பதற்கும் செயற்கை நுண்ணறிவு உதவும். செயற்கை நுண்ணறிவு வழிமுறைகள் வரலாற்றுக் கலைப்பொருட்களின் குறியிடல், வகைப்படுத்தல், மெட்டாடேட்டா பிரித்தெடுத்தல் ஆகியவற்றைத் தன்னியக்கமாக்க முடியும். இதனால் அவை ஆராய்ச்சியாளர்கள், பொதுமக்களுக்குக் கண்டறியக் கூடியவையாகவும், அணுகக் கூடியவையாகவும் மாறும்.

செயற்கை நுண்ணறிவு வரலாற்று ஆராய்ச்சி, பகுப்பாய்வை ஆதரிக்க முடியும் என்றாலும் வரலாற்று நிகழ்வுகள், சூழல் முக்கியத்துவத்தின் விளக்கம் மனித வரலாற்றாசிரியர்களின் அதிகார வரம்பிற்குள் உள்ளது என்பதை நாம் கவனத்தில் கொள்ள வேண்டும். செயற்கை நுண்ணறிவு வரலாற்று ஆராய்ச்சிச் செயல்முறைகளுக்கு உதவவும் மேம்படுத்தவும் நெறிப்படுத்தவும் ஒரு கருவியாகச் செயல்படுகிறது. ஆனால், வரலாற்றாசிரியர்களின் நிபுணத்துவம், விமர்சனச் சிந்தனைச் சூழலியல் புரிதல், பகுப்பாய்வு, வரலாற்று விவரிப்புகளின் விளக்கத்திற்கு அவசியம்.

21. புவியியல்துறை

புவியியல் ஆராய்ச்சி, பகுப்பாய்வு, வரைபடம், முடிவு எடுத்தல் ஆகியவற்றின் பல்வேறு அம்சங்களை மேம்படுத்துவதன் மூலம் புவியியல் துறையில் செயற்கை நுண்ணறிவு குறிப்பிடத்தக்கப் பங்கு வகிக்க முடியும்.

ரிமோட் சென்சிங், படப் பகுப்பாய்வு

செயற்கைக்கோள் படங்கள், வான்வழிப் புகைப்படங்களைப் பகுப்பாய்வு செய்ய இயந்திரக் கற்றல், கணினிப் பார்வை போன்ற செயற்கை நுண்ணறிவு நுட்பங்கள் பயன்படுத்தப்படுகின்றன. செயற்கை நுண்ணறிவு வழிமுறைகள் நிலப்பரப்பு வகைகளை அடையாளம் காணவும், வகைப்படுத்தவும், தாவரங்களில் ஏற்படும் மாற்றங்களைக் கண்டறியவும், நகர்ப்புற வளர்ச்சியைக் கண்காணிக்கவும், பூமியின் மேற்பரப்பைப் பற்றிய மதிப்புமிக்க தகவல்களைப் பிரித்தெடுக்கவும் முடியும்.

புவியியல் தகவல் அமைப்புகள் (ஜிஐஎஸ்)

இடம் சார்ந்த தரவை செயலாக்குவதற்கும், பகுப்பாய்வு செய்வதற்கும் ஜிஐஎஸ் (Geographic Information System GIS) பயன்பாடுகளில் செயற்கை நுண்ணறிவு பயன்படுத்தப்படுகிறது. செயற்கை நுண்ணறிவு வழிமுறைகள் இடம் சார்ந்த தரவு ஒருங்கிணைப்பு, அம்ச பிரித்தெடுத்தல், இடம் சார்ந்த வடிவ அங்கீகாரம், இடம் சார்ந்த மாடலிங் ஆகியவற்றில் உதவக்கூடும். இது ஆராய்ச்சியாளர்கள், பகுப்பாய்வாளர்களுக்கு இடம் சார்ந்த உறவுகளைப் பற்றிய நுண்ணறிவுகளைப் பெறவும், இடம் சார்ந்த பகுப்பாய்வு நடத்தவும், தகவலறிந்த முடிவுகளை எடுக்கவும் உதவுகிறது.

ஜியோஸ்பேஷியல் தரவு செயலாக்கம்

செயற்கை நுண்ணறிவு தொழில்நுட்பங்கள் செயற்கைக்கோள் படங்கள், இடவியல் வரைபடங்கள், ஜி.பி.எஸ் தரவு போன்ற பெரிய அளவிலான புவியியல் தரவைச் செயலாக்கலாம். பகுப்பாய்வு செய்யலாம்.

செயற்கை நுண்ணறிவு வழிமுறைகள் இந்தத் தரவுத் தொகுப்புகளிலிருந்து அர்த்தமுள்ள தகவல்களைப் பிரித்தெடுக்கலாம். வடிவங்களை அடையாளம் காணலாம். நில மேலாண்மை, நகர்ப்புற திட்டமிடல், சுற்றுச்சூழல் கண்காணிப்பு, பேரழிவு ஆகியவற்றில் பயன்பாடுகளுக்கு மதிப்புமிக்க நுண்ணறிவுகளை வழங்க முடியும்.

ஜியோஸ்பேஷியல் டேட்டா விஷுவலைசேஷன்

டேட்டா கிளஸ்டரிங், ஊடாடும் வரைபடம், 3 டி மாடலிங் போன்ற நுட்பங்கள் மூலம் புவியியல் தரவைக் காட்சிப்படுத்தச் செயற்கை நுண்ணறிவு உதவும்.

செயற்கை நுண்ணறிவு மூலம் இயங்கும் காட்சிப்படுத்தல் கருவிகள் ஆராய்ச்சியாளர்கள், கொள்கை வகுப்பாளர்கள், பொதுமக்கள் ஆகியோர் சிக்கலான புவியியல் தகவல்களை மிகவும் உள்ளுணர்வுடன் திறம்படப் புரிந்துகொள்ள உதவுகின்றன.

இருப்பிட நுண்ணறிவு, புவியியல் பகுப்பாய்வு

செயற்கை நுண்ணறிவு இருப்பிட அடிப்படையிலான சேவைகள், புவியியல் பகுப்பாய்வைச் செயல்படுத்துகிறது, வாடிக்கையாளரின் நடத்தை, போக்குவரத்துத் திட்டமிடல், தளவாடத் தேர்வு, தளத் தேர்வு குறித்த நுண்ணறிவுகளை வழங்குகிறது. செயற்கை நுண்ணறிவு வழிமுறைகள் பெரிய தரவுத் தொகுப்புகளைப் பகுப்பாய்வு செய்யலாம். இடம் சார்ந்த வடிவங்களைக் கணிக்க முடியும். மேலும் சில்லறை விற்பனை, போக்குவரத்து, நகர்ப்புற திட்டமிடல் உள்ளிட்ட பல்வேறு தொழில்களில் முடிவெடுப்பதை ஆதரிக்க முடியும்.

இயற்கை பேரழிவு முன்னறிவிப்பு மற்றும் மேலாண்மை

வரலாற்றுத் தரவுகள், வானிலை முறைகள், செயற்கைக்கோள் படங்களைப் பகுப்பாய்வு செய்வதன் மூலம் இயற்கை பேரழிவுகளைக் கணிக்கவும், நிர்வகிக்கவும் செயற்கை நுண்ணறிவு உதவும். செயற்கை நுண்ணறிவு மாதிரிகள் வெள்ளம், பூகம்பம், பிற இயற்கை ஆபத்துகளுக்கான ஆரம்ப எச்சரிக்கை

அமைப்புகளை வழங்க முடியும். இது சிறந்த பேரழிவுத் தயார் நிலைக்கு உதவுகிறது.

புவியியல் பெயர் அங்கீகாரம்

புவியியல் பெயர் அங்கீகாரம், உரைத் தரவிலிருந்து நிறுவனப் பிரித்தெடுத்தல் ஆகியவற்றிற்குச் செயற்கை நுண்ணறிவு நுட்பங்களைப் பயன்படுத்தலாம்.

இது ஜியோகோடிங், இட அடையாளம், செய்திக் கட்டுரைகள், சமூக ஊடகங்கள், வரலாற்று ஆவணங்கள் போன்ற கட்டமைக்கப்படாத உரை மூலங்களிலிருந்து இருப்பிட அடிப்படையிலான தகவல்களைப் பிரித்தெடுப்பதை ஆதரிக்கிறது.

இருப்பிட அடிப்படையிலான பரிந்துரை அமைப்புகள்

ஆர்வமுள்ள இடங்கள், பயண இடங்கள், உணவகங்கள், பிற இருப்பிட குறிப்பிட்ட பரிந்துரைகளுக்கான தனிப்பயனாக்கப்பட்ட பரிந்துரைகளை வழங்கச் செயற்கை நுண்ணறிவு மூலம் இயங்கும் பரிந்துரை அமைப்புகள் புவியியல் தரவைப் பயன்படுத்தலாம். பயனாளிகளின் விருப்பத்தேர்வுகள், புவியியல் தரவு, சூழல் தகவல்களைப் பகுப்பாய்வு செய்வதன் மூலம், செயற்கை நுண்ணறிவு பயனரின் இருப்பிடம், ஆர்வங்களின் அடிப்படையில் பொருத்தமான விருப்பங்களைப் பரிந்துரைக்க முடியும்.

ஒட்டுமொத்தமாக, செயற்கை நுண்ணறிவு திறமையான தரவு செயலாக்கம், வடிவ அங்கீகாரம், முன்கணிப்புத் திறன் முதலியவற்றை வழங்குவதன் மூலம் புவியியல் ஆராய்ச்சி, இடம் சார்ந்த பகுப்பாய்வு, முடிவெடுக்கும் முன்னேற்றத்திற்குப் பங்களிக்கிறது. இது இடம் சார்ந்த உறவுகளைப் புரிந்துகொள்வதை ஆதரிக்கிறது, பல்வேறு களங்களில் தகவலறிந்த முடிவுகளை எடுக்க உதவுகிறது. மேலும் சமூக, சுற்றுச்சூழல் நன்மைகளுக்காகப் புவியியல் தரவின் பயன்பாட்டை மேம்படுத்துகிறது.

22. தாவரவியல்துறை

தாவர ஆராய்ச்சி, அடையாளம் காணுதல், வகைப்படுத்தல், பாதுகாப்பு ஆகியவற்றின் பல்வேறு அம்சங்களை ஆதரிப்பதன் மூலம் தாவரவியல் துறையில் செயற்கை நுண்ணறிவு குறிப்பிடத்தக்கப் பங்கு வகிக்கிறது.

தாவர அடையாளம்

செயற்கை நுண்ணறிவு மூலம் இயங்கும் தாவர அடையாள அமைப்புகள் புகைப்படங்களின் அடிப்படையில் தாவர இனங்களை அடையாளம் காணப் பட அங்கீகார நுட்பங்களைப் பயன்படுத்துகின்றன. இலை வடிவங்கள், மலர் பண்புகள், பிற காட்சி அம்சங்களைப் பகுப்பாய்வு செய்வதன் மூலம், செயற்கை நுண்ணறிவு வழிமுறைகள் தாவரங்களின் படங்களை அறியப்பட்ட இனங்களின் தரவுத் தளத்துடன் பொருத்த முடியும். தாவர அடையாளம் காண்பதில் தாவரவியலாளர்கள், ஆராய்ச்சியாளர்கள், ஆர்வலர்கள் முதலியோருக்குச் செயற்கை நுண்ணறிவு உதவுகிறது.

தாவர நோயைக் கண்டறிதல்

கணினிப் பார்வை, இயந்திரக் கற்றல் போன்ற செயற்கை நுண்ணறிவு நுட்பங்கள் தாவர நோய்களை முன்கூட்டியே கண்டறிய உதவும். இலைகள், தண்டுகள் அல்லது பிற தாவரப் பாகங்களின் படங்களைப் பகுப்பாய்வு செய்வதன் மூலம், செயற்கை நுண்ணறிவு வழிமுறைகள் நோய் அறிகுறிகளையும், வடிவங்களையும் அடையாளம் காண முடியும். இது நோய்கள் பரவுவதைத் தடுத்துச் சரியான நேரத்தில் தலையிடவும், சிகிச்சைகளை மேற்கொள்ளவும் உதவுகிறது.

இனப் பகிர்வு மாதிரியாக்கம்

சுற்றுச்சூழல் மாறுபாடுகள், நிகழ்வுத் தரவுகளின் அடிப்படையில் தாவர இனங்களின் புவியியல் பரவலை மாதிரியாக்கச் செயற்கை நுண்ணறிவு உதவும். காலநிலை, மண் அமைப்பு, உயரம் போன்ற காரணிகளைப் பகுப்பாய்வு செய்வதன் மூலம், செயற்கை நுண்ணறிவு வழிமுறைகள் தாவர இனங்களுக்குப் பொருத்தமான வாழ்விடங்கள், சாத்தியமான வரம்பு மாற்றங்களைக் கணிக்க முடியும். இது பாதுகாப்பு, திட்டமிடல், பல்லுயிர் மேலாண்மை ஆகியனவற்றை ஆதரிக்கிறது.

மரபணு பகுப்பாய்வு

தாவர மரபியல், மரபணு வெளிப்பாடு முறைகள், பரிணாம உறவுகளை ஆய்வு செய்ய மரபணு பகுப்பாய்வில் செயற்கை நுண்ணறிவு நுட்பங்கள் பயன்படுத்தப்படுகின்றன. செயற்கை நுண்ணறிவு வழிமுறைகள் மரபணு வரிசைப்படுத்தல், மரபணு மாறுபாடு அடையாளம், மரபணு குறிப்பு, ஒப்பீட்டு மரபணுவியல் ஆகியவற்றிற்கு உதவக்கூடும். இது தாவரப் பண்புகள், தழுவல்கள், பரிணாமச் செயல்முறைகள் பற்றிய நுண்ணறிவுகளை வழங்குகிறது.

தாவர பினோடைப்பிங்

செயற்கை நுண்ணறிவு தொழில்நுட்பங்கள் தாவர பினோடைப்பிங்கிற்கு உதவக் கூடும். இதில் வளர்ச்சி, சுற்றுச்சூழல் நிலைமைகளுக்கான பதில்கள், தாவரப் பண்புகளை அளவிடுதல், பகுப்பாய்வு செய்தல் ஆகியவை அடங்கும்.

செயற்கை நுண்ணறிவு வழிமுறைகள் சென்சார்கள், இமேஜிங் நுட்பங்கள், பிற அளவீட்டுக் கருவிகளிலிருந்து தரவைச் செயலாக்க முடியும். இது பினோடிபிக் தகவல்களைப் பிரித்தெடுக்கவும், பகுப்பாய்வு செய்யவும் பயிர் மேம்பாடு, மரபணு ஆராய்ச்சி, தாவர இனப்பெருக்கம் ஆகியனவற்றுக்கு உதவுகிறது.

சூழலியல் மாதிரியாக்கம்

தாவர, மகரந்தச் சேர்க்கை இடைவினைகள், இனங்களின் சகவாழ்வு, சூழலியல் தொடர்ச்சி போன்ற சிக்கலான சூழலியல் உறவுகளைப் பகுப்பாய்வு செய்வதன் மூலம் செயற்கை நுண்ணறிவு சூழலியல் மாதிரியாக்கத்தை ஆதரிக்கிறது. செயற்கை நுண்ணறிவு வழிமுறைகள் பெரிய தரவுத் தொகுப்புகளைப் பகுப்பாய்வு செய்யலாம். சூழலியல் வடிவங்களை அடையாளம்

காணலாம். சுற்றுச்சூழல் இயக்கவியலை உருவகப்படுத்தலாம். தாவரச் சமூகங்கள், சுற்றுச் சூழலுடனான அவற்றின் தொடர்புகளைப் பற்றிய நமது புரிதலை மேம்படுத்தலாம்.

பாதுகாப்பு, கண்காணிப்பு

செயற்கை நுண்ணறிவு தொழில்நுட்பங்கள் தாவர மக்கள்தொகை, வாழ்விடங்கள், பல்லுயிர்ப் பெருக்கத்தில் ஏற்படும் மாற்றங்களைக் கண்காணித்து, பகுப்பாய்வு செய்வதன் மூலம் தாவரப் பாதுகாப்பு முயற்சிகளுக்குப் பங்களிக்க முடியும். செயற்கை நுண்ணறிவு வழிமுறைகள் செயற்கைக்கோள் படங்கள், ட்ரோன் தரவு, பிற தொலையுணர்வு தரவுகளைச் செயலாக்க முடியும். இது நிலப்பரப்பு மாற்றங்கள், காடழிப்பு, ஆக்கிரமிப்பு இனங்கள், வாழ்விடச் சிதைவு ஆகியவற்றைக் கண்டறிய முடியும்.

தாவர இனப்பெருக்கம், பயிர் மேம்பாடு

மரபணு வழிமுறைகள், இயந்திரக் கற்றல் போன்ற செயற்கை நுண்ணறிவு நுட்பங்கள், இனப்பெருக்க உத்திகளை மேம்படுத்துவதன் மூலமும், விரும்பத்தக்கப் பண்புகளைத் தேர்ந்தெடுப்பதன் மூலமும், கலப்பினச் செயல்திறனைக் கணிப்பதன் மூலமும் தாவர இனப்பெருக்கத் திட்டங்களுக்கு உதவக்கூடும்.

செயற்கை நுண்ணறிவு வழிமுறைகள் மரபணு தரவு, சுற்றுச்சூழல் காரணிகள், இனப்பெருக்க வரலாறு ஆகியவற்றைப் பகுப்பாய்வு செய்து பயிர் மேம்பாட்டை விரைவுபடுத்தவும், விவசாய உற்பத்தித்திறனை அதிகரிக்கவும் முடியும்.

ஒட்டுமொத்தமாக, செயற்கை நுண்ணறிவு கணக்கீட்டுச் சக்தி, மாதிரி அங்கீகாரம், தரவுப் பகுப்பாய்வுத் திறன்களை வழங்குவதன் மூலம் தாவரவியல் ஆராய்ச்சி, தாவரப் பாதுகாப்பு, விவசாய நடைமுறைகளை ஆதரிக்கிறது. இது தாவர அடையாளம், நோயைக் கண்டறிதல், மரபணுப் பகுப்பாய்வு, சுற்றுச்சூழல் மாதிரியாக்கம், பாதுகாப்பு முயற்சி ஆகியனவற்றுக்கு உதவுகிறது. தாவர உயிரியல், பல்லுயிர், நிலையான தாவர மேலாண்மை ஆகியவற்றைப் பற்றிய நமது புரிதலை எளிதாக்குகிறது.

23. விலங்கியல்துறை

விலங்கியல் துறையில் செயற்கை நுண்ணறிவு முக்கியப் பங்கு வகிக்கிறது. விலங்கு ஆராய்ச்சி, இனங்களை அடையாளம் காணுதல், நடத்தைப் பகுப்பாய்வு, பாதுகாப்பு, சுற்றுச்சூழல் ஆய்வுகள் எனப் பல்வேறு அம்சங்களை ஆதரிக்கிறது.

இனங்களை அடையாளம் காணுதல்

செயற்கை நுண்ணறிவு மூலம் இயங்கும் பட அங்கீகார நுட்பங்கள் புகைப்படங்கள் அல்லது காணொளிக் காட்சிகளின் அடிப்படையில் விலங்கு இனங்களை அடையாளம் காண உதவும். வண்ண வடிவங்கள், உடல் வடிவங்கள், அடையாளங்கள் போன்ற காட்சி அம்சங்களைப் பகுப்பாய்வு செய்வதன் மூலம், செயற்கை நுண்ணறிவு வழிமுறைகள் விலங்குகளின் படங்களை அறியப்பட்ட இனங்களின் தரவுத்தளத்துடன் பொருத்த முடியும். இது இனங்களை அடையாளம் காணுதல் மற்றும் மக்கள்தொகை கண்காணிப்புக்கு உதவுகிறது.

விலங்கு நடத்தைப் பகுப்பாய்வு

கணினிப் பார்வை, இயந்திரக் கற்றல் போன்ற செயற்கை நுண்ணறிவு தொழில்நுட்பங்கள் விலங்குகளின் நடத்தையைக் கணிப்பதற்கு உதவும். காணொளி பதிவுகள் அல்லது சென்சார் தரவைப் பகுப்பாய்வு செய்வதன் மூலம் செயற்கை நுண்ணறிவு வழிமுறைகள் தனிப்பட்ட விலங்குகளைக் கண்டறிந்து கண்காணிக்கலாம். நடத்தை முறைகளை அடையாளம் காணலாம். இயக்கம், இடைவினைகள், சமூக நடத்தை போன்ற அளவுருக்களை அளவிட முடியும்.

பாதுகாப்புக் கண்காணிப்பு

விலங்குகளின் எண்ணிக்கை, வாழ்விடங்கள், பல்லுயிர்ப் பெருக்கத்தில் ஏற்படும் மாற்றங்களைக் கண்காணித்துப் பகுப்பாய்வு செய்வதன் மூலம் செயற்கை நுண்ணறிவு பாதுகாப்பு முயற்சிகளை ஆதரிக்க முடியும். மேலும் தொலையுணர்வு தரவு, செயற்கைக்கோள் படங்கள், ஒலிப் பதிவுகள், சென்சார் தரவைச் செயலாக்க முடியும். இது வாழ்விடச் சீரழிவு, விலங்குகளின் இயக்கங்கள், வேட்டையாடும் நடவடிக்கைகள், வனவிலங்குகளுக்கான பிற அச்சுறுத்தல்களைக் கண்டறிந்து பாதுகாப்புத் திட்டமிடுவதற்கும் மேலாண்மை செய்வதற்கும் உதவுகிறது.

சூழலியல் மாதிரியாக்கம்

செயற்கை நுண்ணறிவு நுட்பங்கள் விலங்குகளின் மக்கள்தொகை, சுற்றுச்சூழல் அமைப்புகளில் சிக்கலான சூழலியல் உறவுகள், இயக்கவியலைப் பகுப்பாய்வு செய்ய உதவுகின்றன.

செயற்கை நுண்ணறிவு வழிமுறைகள் பெரிய தரவுத்தொகுப்புகளைச் செயலாக்கலாம். மக்கள்தொகை இயக்கவியலை உருவகப்படுத்தலாம். இனங்களின் விநியோகங்களைக் கணிக்கலாம். ட்ரோபிக் இடைவினைகளைப் பகுப்பாய்வு செய்யலாம். சுற்றுச்சூழல் செயல்பாடு, இனங்களின் இடைவினைகள், சுற்றுச்சூழல் மாற்றங்களின் தாக்கங்கள் குறித்த நுண்ணறிவுகளை இவற்றால் வழங்க முடியும்.

வனவிலங்கு கண்காணிப்பு

செயற்கை நுண்ணறிவு தொழில்நுட்பங்கள் வனவிலங்குகளின் எண்ணிக்கையைக் கண்காணிக்க உதவும். மேலும் தனிப்பட்ட விலங்குகளை அடையாளம் காணவும், மக்கள்தொகை அளவை மதிப்பிடவும், இடம்பெயர்வு முறைகளைக் கண்காணிக்கவும், விலங்குகளின் நடமாட்டத்தைக் கண்காணிக்கவும் கேமரா பொறி படங்கள், ஜி.பி.எஸ் கண்காணிப்பு தரவு, ஒலிப்பதிவுகளைப் பகுப்பாய்வு செய்யலாம். இது வனவிலங்கு ஆராய்ச்சி, பாதுகாப்பு முயற்சிகளுக்குப் பங்களிக்கிறது.

விலங்குக் குரல் பகுப்பாய்வு

செயற்கை நுண்ணறிவு வழிமுறைகள் அர்த்தமுள்ள தகவல்களைப் பிரித்தெடுக்க விலங்குக் குரல், ஒலி சமிக்ஞைகளைப் பகுப்பாய்வு செய்யலாம். செயற்கை நுண்ணறிவு மூலம் இயங்கும் ஆடியோ செயலாக்க நுட்பங்கள் இனங்களை அடையாளம் காணுதல்,

குரல் வகைப்படுத்தல், உயிரியல் ஆய்வு முதலானவற்றுக்கு உதவக்கூடும். இது விலங்குத் தகவல்தொடர்பு, இனச்சேர்க்கை நடத்தை, வாழ்விட விருப்பத் தேர்வுகள் பற்றிய நுண்ணறிவுகளை வழங்குகிறது.

மரபணு பகுப்பாய்வு

டி.என்.ஏ வரிசைப்படுத்தல், மரபணு மாறுபாடு அடையாளம், பைலோஜெனெடிக் பகுப்பாய்வு ஆகியவற்றில் உதவுவதன் மூலம் விலங்கியலில் மரபணு பகுப்பாய்வைச் செயற்கை நுண்ணறிவு ஆதரிக்கிறது. செயற்கை நுண்ணறிவு வழிமுறைகள் மரபணு தரவைச் செயலாக்கலாம். மரபணு குறிப்பான்களைக் கண்டறியலாம். பரிணாம உறவுகளைப் பகுப்பாய்வு செய்யலாம். இது மரபணு பன்முகத்தன்மை, மக்கள்தொகை மரபியல், பரிணாம உயிரியல் பற்றிய ஆய்வுகளுக்குப் பங்களிக்கிறது.

தரவு ஒருங்கிணைப்பு, அறிவுக் கண்டுபிடிப்பு

செயற்கை நுண்ணறிவு நுட்பங்கள் சூழலியல் தரவு, மரபணு தரவு, சுற்றுச்சூழல் தரவு உள்ளிட்ட விலங்கியலில் பெரிய, மாறுபட்ட தரவுத் தொகுப்புகளை ஒருங்கிணைக்கவும் பகுப்பாய்வு செய்யவும் முடியும். வழிமுறைகள் மறைக்கப்பட்ட வடிவங்களைக் கண்டறியவும், தொடர்புகளை அடையாளம் காணவும் சிக்கலான தரவுத் தொகுப்புகளிலிருந்து புதிய நுண்ணறிவுகளை உருவாக்கவும் முடியும். இது பல்துறை ஆராய்ச்சி, அறிவு கண்டுபிடிப்புகளை எளிதாக்குகிறது.

ஒட்டுமொத்தமாக, செயற்கை நுண்ணறிவு கணக்கீட்டுச் சக்தி, மாதிரி அங்கீகாரம், தரவுப் பகுப்பாய்வுத் திறன் முதலியனவற்றை வழங்குவதன் மூலம் விலங்கியல் ஆராய்ச்சி, பாதுகாப்பு முயற்சிகள், சுற்றுச்சூழல் ஆய்வுகளின் முன்னேற்றத்திற்குப் பங்களிக்கிறது. இது இனங்களை அடையாளம் காணுதல், நடத்தை பகுப்பாய்வு, பாதுகாப்புக் கண்காணிப்பு, சூழலியல் மாதிரியாக்கம் ஆகியவற்றிற்கு உதவுகிறது. விலங்கு உயிரியல், பல்லுயிர் மற்றும் விலங்குகளுக்கும் அவற்றின் சுற்றுச்சூழல்களுக்கும் இடையிலான தொடர்புகள் பற்றிய நமது புரிதலை மேம்படுத்துகிறது.

24. நுண்ணுயிரியல்துறை

நுண்ணுயிர் ஆராய்ச்சி, அடையாளம் காணுதல், மரபியல், மருந்து கண்டுபிடிப்பு, நோய்க் கட்டுப்பாடு ஆகியவற்றின் பல்வேறு அம்சங்களில் செயற்கை நுண்ணறிவு முக்கியப் பங்கு வகிக்கிறது.

நுண்ணுயிர் அடையாளம்

செயற்கை நுண்ணறிவு மூலம் இயங்கும் நுட்பங்கள் மரபணு, உருவவியல் அல்லது உயிர்வேதியியல் பண்புகளின் அடிப்படையில் நுண்ணுயிரிகளை அடையாளம் காண உதவும். மரபணு தரவு, வளர்சிதை மாற்றச் சுயவிவரங்கள் அல்லது நுண்ணிய படங்களைப் பகுப்பாய்வு செய்து நுண்ணுயிர் இனங்களை அடையாளம் காணவும் வகைப்படுத்தவும் முடியும். இது தொற்று நோய்களைக் கண்டறிவதற்கும் நுண்ணுயிர்ச் சமூகங்களின் குணாதிசயத்திற்கும் உதவுகிறது.

ஜீனோமிக்ஸ், மெட்டாஜெனோமிக்ஸ்

செயற்கை நுண்ணறிவு நுண்ணுயிர் மரபணுக்கள், மெட்டாஜெனோமிக் தரவுத் தொகுப்புகளின் பகுப்பாய்வை ஆதரிக்கிறது. செயற்கை நுண்ணறிவு வழிமுறைகள் பெரிய அளவிலான மரபணு தரவைச் செயலாக்கலாம். மரபணு மாறுபாடுகளை அடையாளம் காணலாம். மரபணு செயல்பாடுகளைக் கணிக்கலாம். நுண்ணுயிர்ப் பன்முகத்தன்மையும், பரிணாமத்தையும் பகுப்பாய்வு செய்யலாம். இது நுண்ணுயிர் உடலியல், சூழலியல் பாத்திரங்கள்,நுண்ணுயிரிகளுக்கும் அவற்றின் சுற்றுச்சூழலுக்கும் இடையிலான தொடர்புகளைப் புரிந்துகொள்ள உதவுகிறது.

ஆண்டிபயாடிக் கண்டுபிடிப்பு

செயற்கை நுண்ணறிவு புதிய நுண்ணுயிர் எதிர்ப்பிகள், ஆண்டிமைக்ரோபியல் சேர்மங்களைக் கண்டுபிடிக்க உதவும். வேதியியல் சேர்மங்கள், மூலக்கூறு கட்டமைப்புகள், நுண்ணுயிர்ச் செயல்பாட்டுத் தரவுகளின் பெரிய தரவுத்தளங்களைப் பகுப்பாய்வு செய்வதன் மூலம் செயற்கை நுண்ணறிவு வழிமுறைகள் சாத்தியமான மருந்துகளை அடையாளம் காணவும், அவற்றின் செயல்திறனைக் கணிக்கவும் ஆண்டிபயாடிக் எதிர்ப்பை எதிர்த்துப் போராட மருந்து கண்டுபிடிப்புச் செயல்முறையை விரைவுபடுத்தவும் முடியும்.

மருந்து எதிர்ப்புக் கணிப்பு

செயற்கை நுண்ணறிவு நுட்பங்கள் மரபணு, பினோடிபிக் தரவுகளின் அடிப்படையில் நுண்ணுயிர் மருந்து எதிர்ப்பைக் கணிக்க முடியும். எதிர்ப்பு மற்றும் பயிற்சி முன்கணிப்பு மாதிரிகளின் மரபணு தீர்மானிக்கும் காரணிகளைப் பகுப்பாய்வு செய்வதன் மூலம் செயற்கை நுண்ணறிவு வழிமுறைகள் மருந்து எதிர்ப்பை அடையாளம் காணவும், சிகிச்சை உத்திகளை மேம்படுத்தவும், நுண்ணுயிர்த் தொற்றுநோய்களை எதிர்த்துப் போராடப் தனிப்பயனாக்கப்பட்ட அணுகுமுறைகளை உருவாக்கவும் உதவும்.

நோய் வெடிப்பு முன்கணிப்பு

நுண்ணுயிரிகளால் ஏற்படும் நோய் வெடிப்புகளைக் கணிக்கவும், கண்காணிக்கவும் செயற்கை நுண்ணறிவு உதவும். மருத்துவப் பதிவுகள், சுற்றுச்சூழல் தரவு, சமூக ஊடக ஊட்டங்கள் போன்ற பல்வேறு தரவுத்தொகுப்புகளைப் பகுப்பாய்வு செய்வதன் மூலம் செயற்கை நுண்ணறிவு வழிமுறைகள் ஆரம்ப எச்சரிக்கை அறிகுறிகளைக் கண்டறியலாம். தொற்று நோய்களின் பரவலைக் கண்காணிக்கலாம். பொதுச் சுகாதாரத் தலையீடுகள் மற்றும் கண்காணிப்புக்கு உதவலாம்.

பயோ இன்பர்மேடிக்ஸ்

இது நுண்ணுயிர் மரபியல், டிரான்ஸ்கிரிப்டோமிக்ஸ், புரோட்டியோமிக்ஸ் உள்ளிட்ட உயிரியல் தரவின் பகுப்பாய்வு, விளக்கத்தை உள்ளடக்கியது. செயற்கை நுண்ணறிவு வழிமுறைகள் பெரிய அளவிலான தரவுத் தொகுப்புகளைக் கையாளலாம். வடிவங்களை அடையாளம் காணலாம். மரபணு செயல்பாடுகளைக் கணிக்கலாம். நுண்ணுயிர் மரபணுக்களின் குறிப்பு மற்றும் ஒப்பீட்டை எளிதாக்கலாம்.

நுண்ணுயிர் சூழலியல்

செயற்கை நுண்ணறிவு நுட்பங்கள் நுண்ணுயிர் சமூக இயக்கவியல், இடைவினைகளைப் பகுப்பாய்வு செய்ய உதவுகின்றன. சுற்றுச்சூழல் தரவு, மெட்டாஜெனோமிக் தரவுத்தொகுப்புகள், பிற சுற்றுச்சூழல் காரணிகளைப் பகுப்பாய்வு செய்வதன் மூலம் செயற்கை நுண்ணறிவு வழிமுறைகள் நுண்ணுயிர்ச் சமூக அமைப்பை மாதிரியாக்கலாம். சுற்றுச்சூழல் செயல்பாடுகளைக் கணிக்கலாம். சுற்றுச்சூழல் செயல்முறைகளில் நுண்ணுயிரிகளின் பாத்திரங்களைப் புரிந்துகொள்ளலாம்.

நோயறிதல் ஆதரவு அமைப்புகள்

நோயறிதல் ஆதரவு அமைப்புகளை வழங்குவதன் மூலம் மருத்துவ நுண்ணுயிரியலில் செயற்கை நுண்ணறிவு உதவ முடியும். செயற்கை நுண்ணறிவு வழிமுறைகள் நோயாளி தரவு, ஆய்வகச் சோதனை முடிவுகள், தொற்றுநோயியல் தகவல்களைப் பகுப்பாய்வு செய்து நுண்ணுயிர் நோய்த்தொற்றுகளின் நோயறிதல் மற்றும் சிகிச்சைக்கு உதவலாம். கண்டறியும் செயல்முறைகளின் துல்லியத்தையும் செயல்திறனையும் மேம்படுத்தலாம்.

ஒட்டுமொத்தமாக, செயற்கை நுண்ணறிவு நுண்ணுயிரியல் ஆராய்ச்சி, நுண்ணுயிர் அடையாளம், மருந்து கண்டுபிடிப்பு, நோய்க் கட்டுப்பாடு ஆகியவற்றின் முன்னேற்றத்திற்குக் கணக்கீட்டுச் சக்தி, வடிவ அங்கீகாரம், தரவுப் பகுப்பாய்வுத் திறன் முதலியவற்றை வழங்குவதன் மூலம் பங்களிக்கிறது. இது நுண்ணுயிரி அடையாளம், மரபணு பகுப்பாய்வு, மருந்து கண்டுபிடிப்பு, நோய்க் கணிப்பு முதலியனவற்றுக்கு உதவுகிறது. நுண்ணுயிரிகளைப் பற்றிய நமது புரிதலை மேம்படுத்துகிறது. அவற்றின் மரபணு ஒப்பனை, மனித ஆரோக்கியம், சுற்றுச்சூழலில் அவற்றின் தாக்கம் போன்றனவற்றைப் பற்றி அறிந்து கொள்ள அது நமக்கு உதவுகிறது.

25. சமூக அறிவியல்துறை

ஆராய்ச்சி, தரவு பகுப்பாய்வு, மாடலிங், முடிவெடுக்கும் பல்வேறு அம்சங்கள் மூலம் சமூக அறிவியல் துறையில் செயற்கை நுண்ணறிவு குறிப்பிடத்தக்கப் பங்கு வகிக்கிறது.

தரவு பகுப்பாய்வு, முன்கணிப்பு மாதிரியாக்கம்

இயந்திரக் கற்றல், தரவுச் சுரங்கம் போன்ற செயற்கை நுண்ணறிவு நுட்பங்கள் பெரிய, சிக்கலான சமூகத் தரவுத்தொகுப்புகளின் பகுப்பாய்வுக்கு உதவுகின்றன. செயற்கை நுண்ணறிவு வழிமுறைகள் வடிவங்களை அடையாளம் காணவும், போக்குகளைக் கணிக்கவும், பொதுக் கருத்து, நுகர்வோர் நடத்தை, சமூக இயக்கவியல் போன்ற பகுதிகளில் நுண்ணறிவுகளை உருவாக்கவும் சமூக ஊடகத் தரவு, கணக்கெடுப்புகள் மற்றும் பிற ஆதாரங்களைச் செயலாக்க முடியும்.

இயற்கை மொழிச் செயலாக்கம்

செயற்கை நுண்ணறிவு மூலம் இயங்கும் இயற்கை மொழிச் செயலாக்க நுட்பங்கள் சமூக அறிவியல் ஆராய்ச்சியில் உரைத் தரவுகளைப் பகுப்பாய்வு செய்ய உதவுகின்றன. உரையிலிருந்து உணர்வுகள், உணர்ச்சிகள் மற்றும் கருப்பொருள்களைப் பிரித்தெடுக்கவும் பகுப்பாய்வு செய்யவும் முடியும். இது ஆராய்ச்சியாளர்களுக்குப் பொது உரையாடலைப் படிக்கவும் தரமான தரவை பகுப்பாய்வு செய்யவும் அடிப்படை அர்த்தங்களைக் கண்டறியவும் உதவுகிறது.

சமூக வலைப்பின்னல் பகுப்பாய்வு

செயற்கை நுண்ணறிவு சமூக வலைப்பின்னல்கள், உறவுகளின் பகுப்பாய்வை ஆதரிக்கிறது. செயற்கை நுண்ணறிவு வழிமுறைகள் தனிநபர்கள், குழுக்கள், அமைப்புகளுக்கு இடையிலான தொடர்புகளை அடையாளம் காணவும் பகுப்பாய்வு செய்யவும் முடியும். சமூகக் கட்டமைப்புகள், செல்வாக்கு வடிவங்கள், தகவல் பரவல் செயல்முறைகளை வெளிப்படுத்துகிறது. சமூக வலைப்பின்னல் பகுப்பாய்வு சமூகத் தொடர்புகள், ஒத்துழைப்பு இயக்கவியல், கருத்துகளின் பரவல் ஆகியவற்றைப் புரிந்துகொள்ள உதவுகிறது.

கருத்துச் சுரங்கம், உணர்வுப் பகுப்பாய்வு

சமூக ஊடகங்கள், பிற ஆன்லைன் தளங்களில் வெளிப்படுத்தப்பட்ட பொதுக் கருத்து, உணர்வைப் பகுப்பாய்வு செய்யச் செயற்கை நுண்ணறிவு நுட்பங்கள் பயன்படுத்தப்படலாம். உரைத் தரவைச் செயலாக்கலாம். உணர்வுகளை வகைப்படுத்தலாம். போக்குகளை அடையாளம் காணலாம். ஆராய்ச்சியாளர்கள், கொள்கை வகுப்பாளர்கள் முதலியோர் பொது அணுகுமுறைகள், சமூகப் போக்குகள், கொள்கைகளின் தாக்கத்தைப் புரிந்துகொள்ள இவை உதவுகின்றன.

கணக்கீட்டு மாதிரியாக்கம்

சமூக நிகழ்வுகள், நடத்தையை உருவகப்படுத்த, கணக்கீட்டு மாதிரிகளை உருவாக்கச் செயற்கை நுண்ணறிவு உதவுகிறது. முகவர் அடிப்படையிலான மாதிரிகள், நெட்வொர்க் மாதிரிகள் அல்லது விளையாட்டு கோட்பாட்டு மாதிரிகளை உருவாக்கச் செயற்கை நுண்ணறிவு வழிமுறைகள் பயன்படுத்தப்படலாம். இது சிக்கலான சமூக அமைப்புகள், முடிவெடுக்கும் செயல்முறைகள், கொள்கை உருவகப்படுத்துதல்களின் ஆய்வை எளிதாக்குகிறது.

கொள்கைப் பகுப்பாய்வு, முடிவு ஆதரவு

செயற்கை நுண்ணறிவு சமூக அறிவியலில் கொள்கைப் பகுப்பாய்வு, முடிவெடுப்பதை ஆதரிக்கிறது. செயற்கை நுண்ணறிவு வழிமுறைகள் தரவைப் பகுப்பாய்வு செய்யலாம். காட்சிகளை உருவகப்படுத்தலாம். கொள்கை வகுப்பாளர்களுக்கு நுண்ணறிவுகளை வழங்க முடியும். இது சுகாதாரம், கல்வி, சமூக நலன் போன்ற துறைகளில் சான்று அடிப்படையிலான முடிவு எடுத்தல், கொள்கை மதிப்பீடு, தாக்க மதிப்பீடு ஆகியவற்றிற்கு உதவுகிறது.

சிபாரிசு அமைப்புகள்

சமூக அறிவியல் ஆராய்ச்சி, பயன்பாடுகளில் தனிப்பட்ட பரிந்துரைகளுக்குச் செயற்கை நுண்ணறிவு மூலம் இயங்கும் பரிந்துரை அமைப்புகள் உதவுகின்றன. பயனர் விருப்பத்தேர்வுகள், நடத்தை, சமூக இணைப்புகளைப் பகுப்பாய்வு செய்து கட்டுரைகள், புத்தகங்கள், ஆராய்ச்சிக் கட்டுரைகள் அல்லது தொடர்புடைய வளங்களுக்குப் பொருத்தமான பரிந்துரைகளை வழங்க முடியும். தகவல் கண்டுபிடிப்பு மற்றும் அறிவுப் பரவலை மேம்படுத்தலாம்.

நெறிமுறை, சமூகத் தாக்கங்கள்

வளர்ந்து வரும் தொழில்நுட்பங்களின் நெறிமுறை, சமூகத் தாக்கங்களை ஆய்வு செய்வதில் செயற்கை நுண்ணறிவு பெரும் பங்கு வகிக்கிறது. சமூக அறிவியலில் செயற்கை நுண்ணறிவு அமைப்புகளைப் பயன்படுத்துவதில் தனியுரிமை, சார்பு, நியாயம், பொறுப்பு தொடர்பான கேள்விகளை ஆராயச் செயற்கை நுண்ணறிவு வழிமுறைகள், மாதிரிகள் பயன்படுத்தப்படுகின்றன, ஆராய்ச்சியாளர்கள், கொள்கை வகுப்பாளர்கள் போன்றோருக்குச் சாத்தியமான அபாயங்கள், சவால்களை நிவர்த்தி செய்ய உதவுகின்றன.

ஒட்டுமொத்தமாக, செயற்கை நுண்ணறிவு சமூக அறிவியல் ஆராய்ச்சி, தரவு பகுப்பாய்வு, மாதிரியாக்கம், கணிப்புத் திறன்களை வழங்குவதன் மூலம் முடிவு எடுத்தல் ஆகியவற்றின் முன்னேற்றத்திற்குப் பங்களிக்கிறது. இது தரவுப் பகுப்பாய்வு, சமூக நிகழ்வுகளை மாதிரியாக்குதல், பொது உணர்வைப் புரிந்துகொள்வது, கொள்கைப் பகுப்பாய்வை ஆதரிப்பது, நெறிமுறை தாக்கங்களை நிவர்த்தி செய்வது, மனித நடத்தை, சமூக இயக்கவியல், கொள்கைகள், தலையீடுகளின் தாக்கம் குறித்த நமது புரிதலை மேம்படுத்த உதவுகிறது.

26. சுற்றுச்சூழல் அறிவியல்துறை

சுற்றுச்சூழல் கண்காணிப்பு

செயற்கை நுண்ணறிவு வழிமுறைகள் சுற்றுச்சூழலின் நிலையைக் கண்காணிக்கவும், மதிப்பிடவும் செயற்கைக்கோள் படங்கள், வானிலை முறைகள், சென்சார் அளவீடுகள் போன்ற பெரிய அளவிலான சுற்றுச்சூழல் தரவைப் பகுப்பாய்வு செய்ய முடியும். இது காடழிப்பைக் கண்காணிக்கவும், மாசு மூலங்களை அடையாளம் காணவும், வனவிலங்குகளின் எண்ணிக்கையைக் கண்காணிக்கவும் இயற்கைப் பேரழிவுகளைக் கணிக்கவும் உதவும்.

காலநிலை மாற்ற மாதிரியாக்கம்

காலநிலை தரவுகளுடன் இணைந்து, காலநிலை மாற்ற வடிவங்களை உருவகப்படுத்தும் மற்றும் கணிக்கும் செயலிகளை உருவாக்கச் செயற்கை நுண்ணறிவு நுட்பங்கள் பயன்படுத்தப்படலாம். இந்தச் செயலிகள் விஞ்ஞானிகளுக்குக் காலநிலை மாற்றத்தின் தாக்கங்களைப் புரிந்துகொள்ளவும் எதிர்காலக் காட்சிகளைத் திட்டமிடவும் பயனுள்ள தணிப்பு மற்றும் தழுவல் உத்திகளை வடிவமைக்கவும் உதவும்.

வனவிலங்குப் பாதுகாப்பு

உயிரினங்களை அடையாளம் காணவும் கண்காணிக்கவும் கேமராப் பொறிப் படங்கள் அல்லது ஒலிப் பதிவுகளைப் பகுப்பாய்வு செய்வதன் மூலம் செயற்கை நுண்ணறிவு மூலம் இயங்கும் அமைப்புகள் வனவிலங்குப் பாதுகாப்பு முயற்சிகளுக்கு உதவும். இயந்திரக் கற்றல் வழிமுறைகள் விலங்குகளின் நடத்தை,

இடம்பெயர்வு முறைகள், வேட்டையாடுதல் நடவடிக்கைகளில் உள்ள வடிவங்களைக் கண்டறிய உதவும். இது சிறந்த பாதுகாப்புத் திட்டமிடல், அமலாக்கத்தைச் செயல்படுத்த உதவுகிறது.

சுற்றுச்சூழல் இடர் மதிப்பீடு

தொழில்துறை செயல்முறைகள், உள்கட்டமைப்பு மேம்பாடு, நிலப் பயன்பாட்டுத் திட்டமிடல் போன்ற பல்வேறு நடவடிக்கைகளுடன் தொடர்புடைய சுற்றுச்சூழல் அபாயங்களை மதிப்பிடுவதற்குச் செயற்கை நுண்ணறிவு உதவும். தரவைப் பகுப்பாய்வு செய்வதன் மூலமும், சாத்தியமான தாக்கங்களை மாதிரியாக்குவதன் மூலமும் செயற்கை நுண்ணறிவு அமைப்புகள் சுற்றுச்சூழல் அமைப்புகள், நீர் வளங்கள், மனித ஆரோக்கியத்திற்குச் சாத்தியமான அபாயங்களை அடையாளம் காணவும், அதன் தாக்கங்களைக் குறைக்கவும் உதவும்.

நிலையான வள மேலாண்மை

செயற்கை நுண்ணறிவு வழிமுறைகள் வள நுகர்வு குறித்த தரவைப் பகுப்பாய்வு செய்வதன் மூலமும், வடிவங்களை அடையாளம் காண்பதன் மூலமும், திறமையான உத்திகளைப் பரிந்துரைப்பதன் மூலமும் வள மேலாண்மையை மேம்படுத்த முடியும். ஆற்றல் பயன்பாடு, நீர் மேலாண்மை, கழிவு குறைப்பு, தொழில்துறை செயல்முறைகளின் ஒட்டுமொத்த நிலைத்தன்மையை மேம்படுத்துதல் ஆகியவை இதில் அடங்கும்.

காற்று, நீர் தர கண்காணிப்பு

மாசு மூலங்களை அடையாளம் காணவும், மாசு அளவை மதிப்பிடவும், சாத்தியமான சுகாதார அபாயங்களைக் கணிக்கவும் காற்று, நீர் தரக் கண்காணிப்பு அமைப்புகளிலிருந்து சென்சார் தரவைச் செயற்கை நுண்ணறிவு பகுப்பாய்வு செய்ய முடியும். இது சுற்றுச்சூழல் அபாயங்களை முன்கூட்டியே கண்டறிந்து, உடனடி பதில் மற்றும் தணிப்பு நடவடிக்கைகளுக்கு உதவும்.

சுற்றுச்சூழல் கொள்கை, முடிவு எடுத்தல்

சிக்கலான சுற்றுச்சூழல் தரவுகளைப் பகுப்பாய்வு செய்வதன் மூலமும், கணிப்புகள், பரிந்துரைகளை உருவாக்குவதன் மூலமும் கொள்கை வகுப்பாளர்கள், முடிவெடுப்பவர்களுக்குச் செயற்கை நுண்ணறிவு மதிப்புமிக்க நுண்ணறிவுகளை வழங்க முடியும். இது பயனுள்ள கொள்கைகளை வடிவமைக்கவும், பாதுகாப்பு முயற்சிகளுக்கு முன்னுரிமை அளிக்கவும் அறிவியல்

சான்றுகளின் அடிப்படையில் தகவலறிந்த முடிவுகளை எடுக்கவும் உதவும்.

ஒட்டுமொத்தமாக, செயற்கை நுண்ணறிவு சுற்றுச்சூழலைப் பற்றிய நமது புரிதலை மேம்படுத்தவும், பாதுகாப்பு முயற்சிகளை ஆதரிக்கவும் சுற்றுச்சூழல் அறிவியலின் பல்வேறு களங்களில் மிகவும் நிலையான நடைமுறைகளைச் செயல்படுத்தவும் சக்திவாய்ந்த கருவிகள் மற்றும் நுட்பங்களை வழங்குகிறது.

27. வேளாண்மைத்துறை

செயற்கை நுண்ணறிவு வேளாண்மைத்துறையில் பல பயன்பாடுகளைக் கொண்டுள்ளது. இது நாம் உணவை உற்பத்தி செய்யும் விவசாய அமைப்புகளை நிர்வகிக்கும் முறையில் புரட்சியை ஏற்படுத்துகிறது.

துல்லியப் பண்ணையம்

செயற்கைக்கோள் படங்கள், ட்ரோன்கள், சென்சார்கள் போன்ற பல்வேறு மூலங்களிலிருந்து தரவுகளைச் சேகரித்துப் பகுப்பாய்வு செய்வதன் மூலம் செயற்கை நுண்ணறிவு துல்லியமான விவசாய நுட்பங்களைச் செயல்படுத்துகிறது. பயிர் நடவு, நீர்ப்பாசனம், உரமிடுதல், பூச்சி மேலாண்மை ஆகியவற்றை மேம்படுத்துவதற்கான நுண்ணறிவுகளை இதனால் வழங்க முடியும். இது மேம்பட்ட வளச் செயல்திறன், குறைந்த செலவுகள், பயிர் மகசூல் அதிகரிப்புக்குப் போன்றனவற்றுக்கு வழிவகுக்கிறது.

பயிர், மண் கண்காணிப்பு

தொலையுணர்வு, இமேஜிங், ஐஓடி சென்சார்களிலிருந்து தரவைச் செயலாக்குவதன் மூலம் பயிர் வளர்ச்சி, ஆரோக்கியம், தரம் போன்றனவற்றைச் செயற்கை நுண்ணறிவு கண்காணிக்கவும் பகுப்பாய்வு செய்யவும் முடியும். மேலும் இது நோய்கள், ஊட்டச்சத்து குறைபாடுகள், நீர் அழுத்தத்தின் ஆரம்ப அறிகுறிகளைக் கண்டறிய விவசாயிகளுக்கு உதவுகிறது. செயற்கை நுண்ணறிவு மூலம் இயங்கும் அமைப்புகள் மண்ணின் தரத்தை மதிப்பிடலாம். மண் அரிப்பு கட்டுப்பாடு,

உகந்த உரமிடல் உத்திகள் உள்ளிட்ட மண் மேலாண்மை நடைமுறைகளுக்கான பரிந்துரைகளை வழங்கும்.

தாவர நோய், பூச்சி மேலாண்மை

செயற்கை நுண்ணறிவு தாவர நோய்கள், பூச்சிகளைக் கண்டறிந்து நிர்வகிக்க உதவும். பட அங்கீகாரம், வடிவ கண்டறிதலில் பயிற்சியளிக்கப்பட்ட இயந்திரக் கற்றல் வழிமுறைகள் நோய்கள் அல்லது பூச்சிகளின் அறிகுறிகளை அடையாளம் காணத் தாவரங்களின் படங்களைப் பகுப்பாய்வு செய்யலாம். இது ஆரம்பகாலத் தலையீடு, இலக்குச் சிகிச்சை போன்றனவற்றுக்கு உதவுகிறது. அதிகப்படியான பூச்சிக்கொல்லிப் பயன்பாட்டின் தேவையையும், பயிர் இழப்புகளையும் குறைக்கிறது.

வேளாண் ரோபோடிக்ஸ்

செயற்கை நுண்ணறிவில் இயங்கும் ரோபோக்கள், தானியங்கி வாகனங்கள் போன்றவை விவசாயத்தில் பல்வேறு பணிகளுக்குப் பயன்படுத்தப்படுகின்றன.

நடவு, அறுவடை, களையெடுத்தல் போன்ற உழைப்பு சார்ந்த செயல்பாடுகளை இந்த ரோபோக்கள் துல்லியமாகவும், செயல்திறனுடனும் செய்ய முடியும். வயல்கள் வழியாகச் செல்லவும் பயிர்களை அடையாளம் காணவும் குறிப்பிட்ட பணிகளை மேற்கொள்ளவும் அவர்கள் கணினிப் பார்வை, இயந்திரக் கற்றல் வழிமுறைகளைப் பயன்படுத்துகின்றனர்.

பண்ணை மேலாண்மை

செயற்கை நுண்ணறிவு பண்ணை மேலாண்மைக்கு மதிப்புமிக்க நுண்ணறிவுகளை வழங்க முடியும். வானிலை முன்னறிவிப்புகள், மண் தரவு, வரலாற்றுப் பயிர்ச் செயல்திறன் உள்ளிட்ட பல மூலங்களிலிருந்து தரவை ஒருங்கிணைப்பதன் மூலம், செயற்கை நுண்ணறிவு அமைப்புகள் உகந்த நடவு அட்டவணைகள், நீர்ப்பாசன நேரம், பயிர்ச் சுழற்சி உத்திகளுக்கான பரிந்துரைகளை உருவாக்க முடியும். இது விவசாயிகளுக்குத் தரவு சார்ந்த முடிவுகளை எடுக்கவும், உற்பத்தித்திறனை மேம்படுத்தவும், மகசூலை அதிகரிக்கவும் உதவுகிறது.

கால்நடைக் கண்காணிப்பு

செயற்கை நுண்ணறிவு தொழில்நுட்பங்கள் கால்நடைகளின் ஆரோக்கியம், நல்வாழ்வைக் கண்காணிக்க முடியும். சென்சார்கள், கணினிப் பார்வை விலங்குகளின் நடத்தையைக் கண்காணிக்கவும், ஆபத்தின் அறிகுறிகளைக் கண்டறியவும்,

உணவு முறைகளைக் கண்காணிக்கவும், உடல்நலப் பிரச்சினைகளை அடையாளம் காணவும் முடியும். இது ஆரம்பகால நோயைக் கண்டறிதல், மேம்பட்ட விலங்கு நலன், திறமையான கால்நடை மேலாண்மைக்கு உதவுகிறது.

சப்ளை செயின் ஆப்டிமைசேஷன்

தளவாடங்கள், சரக்கு மேலாண்மை, சந்தைத் தேவை குறித்த தரவைப் பகுப்பாய்வு செய்வதன் மூலம் செயற்கை நுண்ணறிவு விவசாய விநியோகச் சங்கிலியை மேம்படுத்த முடியும். இது கழிவுகளைக் குறைக்கவும், விநியோகச் செயல்திறனை மேம்படுத்தவும், புதிய விளைபொருட்களைச் சரியான நேரத்தில் வழங்குவதை உறுதி செய்யவும் உதவுகிறது.

செயற்கை நுண்ணறிவு விவசாயத்தை எவ்வாறு மாற்றுகிறது என்பதற்கான சில சான்றுகள் இவை. செயற்கை நுண்ணறிவு தொழில்நுட்பங்களைப் பயன்படுத்துவதன் மூலம், விவசாயிகள் அதிக தகவலறிந்த முடிவுகளை எடுக்கலாம். உற்பத்தித்திறனை அதிகரிக்கலாம். சுற்றுச்சூழல் தாக்கங்களைக் குறைக்கலாம். இவற்றின் வழியாக நிலையான மற்றும் திறமையான உணவு உற்பத்திக்குப் பங்களிக்க முடியும்.

28. ஆட்டோமொபைல் துறை

செயற்கை நுண்ணறிவு ஆட்டோமொபைல் துறையில் குறிப்பிடத்தக்கப் பயன்பாடுகளைக் கொண்டுள்ளது. இது மேம்பட்ட வாகனத் தொழில்நுட்பங்களின் வளர்ச்சிக்குப் பங்களிக்கிறது. ஓட்டுநர் அனுபவத்தை மேம்படுத்துகிறது.

தானியங்கி வாகனங்கள்

தானியங்கி அல்லது சுய ஓட்டுநர் வாகனங்களைச் செயல்படுத்துவதில் செயற்கை நுண்ணறிவு முக்கியப் பங்கு வகிக்கிறது. இயந்திரக் கற்றல், கணினிப் பார்வை உள்ளிட்ட செயற்கை நுண்ணறிவு வழிமுறைகள், கேமராக்கள், லிடார், ரேடார் மற்றும் பிற சென்சார்களிலிருந்து சென்சார் தரவைச் செயலாக்குகின்றன.

சுற்றியுள்ள சூழலை உணரவும், பொருட்களைக் கண்டறியவும், நிகழ்நேர ஓட்டுநர் முடிவுகளை எடுக்கவும் இவற்றால் முடியும். செயற்கை நுண்ணறிவு மூலம் இயங்கும் தன்னாட்சி அமைப்புகள் சாலைகளை வழிநடத்தவும் போக்குவரத்து அடையாளங்கள், சமிக்ஞைகளை அடையாளம் காணவும் மாறும் சூழ்நிலைகளுக்குப் பதிலளிக்கவும் வடிவமைக்கப்பட்டுள்ளன.

மேம்பட்ட ஓட்டுநர் உதவி அமைப்புகள் (Advanced Driver Assistance Systems) (ஏடிஏஎஸ்)

தகவமைப்பு க்ரூஸ் கண்ட்ரோல், லேன்-கீப்பிங் அசிஸ்ட், தானியங்கி அவசர பிரேக்கிங் போன்ற ஏடிஏஎஸ் தொழில்நுட்பங்கள் ஓட்டுநர் பாதுகாப்பு, வசதியை மேம்படுத்தச் செயற்கை நுண்ணறிவு வழிமுறைகளைப் பயன்படுத்துகின்றன. பிற வாகனங்களிலிருந்து பாதுகாப்பான தூரத்தைப்

பராமரிப்பது, பாதை அடையாளங்களைக் கண்டறிவது, விபத்து எச்சரிக்கைகளை வழங்குவது போன்ற பணிகளுக்கு உதவுவதற்காகச் செயற்கை நுண்ணறிவு சென்சார் தரவைப் பகுப்பாய்வு செய்கிறது.

இயற்கை மொழிச் செயலாக்கம் (என்.எல்.பி), குரல் அங்கீகாரம்

செயற்கை நுண்ணறிவு வாகனங்களில் குரல் அடிப்படையிலான கட்டுப்பாட்டு அமைப்புகளைச் செயல்படுத்துகிறது. இது ஓட்டுநர்கள் இயற்கை மொழி கட்டளைகளைப் பயன்படுத்தி இன்ஃபோடெயின்மெண்ட் அமைப்புகள், வழிசெலுத்தல் மற்றும் பிற அம்சங்களுடன் தொடர்பு கொள்ள அனுமதிக்கிறது. என்.எல்.பி., குரல் அங்கீகாரத் தொழில்நுட்பங்கள் ஆகியன ஹேண்ட்ஸ் ஃப்ரீ செயல்பாட்டைச் செயல்படுத்துகின்றன. ஒட்டுமொத்தப் பயனர் அனுபவத்தை மேம்படுத்துகின்றன.

முன்கணிப்புப் பராமரிப்பு

செயற்கை நுண்ணறிவு வழிமுறைகள் வடிவங்களில் இருந்து சென்சார் தரவைப் பகுப்பாய்வு செய்து, வடிவங்களைக் கண்டறிந்து சாத்தியமான பராமரிப்பு சிக்கல்கள் அல்லது பகுதி தோல்விகளைக் கணிக்க முடியும். எஞ்சின் செயல்திறன், டயர் தேய்மானம், பேட்டரி ஆரோக்கியம் போன்றவற்றைக் கண்காணிப்பதன் மூலம், செயற்கை நுண்ணறிவு மூலம் இயங்கும் அமைப்புகள் செயல்திறன் பராமரிப்பு பரிந்துரைகளை வழங்க முடியும். வேலையின்மையைக் குறைக்கலாம். வாகன நம்பகத்தன்மையை மேம்படுத்தலாம்.

நுண்ணறிவுப் போக்குவரத்து அமைப்புகள் (Intelligent Transport Systems) (ஐ.டி.எஸ்)

போக்குவரத்து ஓட்டத்தை மேம்படுத்துவதற்கும் ஒட்டுமொத்தப் போக்குவரத்துச் செயல்திறனை மேம்படுத்துவதற்கும் செயற்கை நுண்ணறிவு பயன்படுத்தப்படலாம். நிகழ்நேரப் போக்குவரத்துத் தரவைப் பகுப்பாய்வு செய்வதன் மூலம் செயற்கை நுண்ணறிவு வழிமுறைகள் நெரிசலைக் கணிக்கலாம். போக்குவரத்துச் சமிக்ஞை நேரங்களை மேம்படுத்தலாம். மாற்று வழிகளைப் பரிந்துரைக்கலாம். இது பயண நேரம், எரிபொருள் நுகர்வு மற்றும் உமிழ்வு ஆகியவற்றைக் குறைக்க வழிவகுக்கிறது.

வாகன நோயறிதல், முன்கணிப்பு

சாத்தியமான குறைபாடுகளை அடையாளம் காணவும், தோல்விகளைக் கணிக்கவும் எஞ்சின் நோயறிதல், சென்சார்

அளவீடுகள், வரலாற்றுச் செயல்திறன் உள்ளிட்ட வாகனத் தரவைச் செயற்கை நுண்ணறிவு பகுப்பாய்வு செய்ய முடியும். இது சிக்கல்களை முன்கூட்டியே கண்டறியவும், பராமரிப்பு செலவுகளைக் குறைக்கவும், வாகன நம்பகத்தன்மையை மேம்படுத்தவும் உதவுகிறது.

தனிப்பயனாக்கப்பட்ட வாகன அனுபவம்

இருக்கை மாற்றங்கள், காலநிலை கட்டுப்பாடு, பொழுதுபோக்கு விருப்பங்கள் போன்ற ஓட்டுநர் விருப்பங்களைக் கற்றுக்கொள்வதன் மூலம் செயற்கை நுண்ணறிவு தொழில்நுட்பங்கள் வாகன அனுபவத்தைத் தனிப்பயனாக்கலாம். செயற்கை நுண்ணறிவு அமைப்புகளை மாற்றியமைக்கலாம். சுயவிவரங்களின் அடிப்படையில் தனிப்பயனாக்கப்பட்ட பரிந்துரைகளை வழங்கலாம். வசதிகளை மேம்படுத்தலாம்.

சைபர் செக்யூரிட்டி

சைபர் செக்யூரிட்டி அச்சுறுத்தல்களைக் கண்டறிந்து தடுக்க ஆட்டோமொபைல் துறையில் செயற்கை நுண்ணறிவு பயன்படுத்தப்படுகிறது. சந்தேகத்திற்கிடமான நடவடிக்கைகளை அடையாளம் காணவும், அங்கீகரிக்கப்படாத அணுகலில் இருந்து பாதுகாக்கவும், வாகன அமைப்புகள், தகவல்தொடர்புகளைப் பாதுகாக்கவும், செயற்கை நுண்ணறிவு வழிமுறைகள் தரவைக் கண்காணிக்கவும் பகுப்பாய்வு செய்யவும் முடியும். செயற்கை நுண்ணறிவு தொழில்நுட்பங்கள் வாகனப் பாதுகாப்பு, செயல்திறன், பயனர் அனுபவத்தை மேம்படுத்தும் திறன் ஆகியனவற்றைக் கொண்டுள்ளன. இது எதிர்காலத்தில் மிகவும் மேம்பட்ட, புத்திசாலித்தனமான வாகனங்களைத் தயாரிப்பதற்கு வழிவகுக்கிறது.

29. சைபர் பாதுகாப்பு

செயற்கை நுண்ணறிவு பரந்த அளவிலான தரவைப் பகுப்பாய்வு செய்வதற்கும், வடிவங்களைக் கண்டறிவதற்கும், முரண்பாடுகளை அடையாளம் காண்பதற்கும் உதவுவதால் அது சைபர் பாதுகாப்பில் ஒரு முக்கிய கருவியாக மாறியுள்ளது.

அச்சுறுத்தல்களைக் கண்டறிதல்

சாத்தியமான பாதுகாப்பு அச்சுறுத்தல்களைக் கண்டறிந்து அடையாளம் காணச் செயற்கை நுண்ணறிவு வழிமுறைகள் நெட்வொர்க் போக்குவரத்து, கணினிப் பதிவுகள், பயனர் நடத்தை ஆகியவற்றைப் பகுப்பாய்வு செய்யலாம். செயற்கை நுண்ணறிவு மூலம் இயங்கும் அமைப்புகள் வரலாற்றுத் தரவுகளிலிருந்து கற்றுக்கொள்ளலாம். வளர்ந்து வரும் தாக்குதல் நுட்பங்களுக்குத் தொடர்ந்து தகவமைத்துக் கொள்ளலாம். அறியப்பட்ட, அறியப்படாத அச்சுறுத்தல்களை நிகழ்நேரத்தில் கண்டறிந்து பதிலளிக்க உதவுகிறது.

ஊடுருவல் கண்டறிதல், தடுப்பு

நெட்வொர்க் போக்குவரத்து முறைகளைப் பகுப்பாய்வு செய்வதன் மூலமும், முரண்பாடுகளை அடையாளம் காண்பதன் மூலமும் சந்தேகத்திற்குரிய நடவடிக்கைகளைக் கண்டறிவதன் மூலமும், ஊடுருவல் கண்டறிதல் அமைப்புகள் (Intrusion detection systems) (ஐடிஎஸ்), ஊடுருவல் தடுப்பு அமைப்புகள் (Intrusion prevention system) (ஐபிஎஸ்) ஆகியவற்றைச் செயற்கை நுண்ணறிவு மேம்படுத்த முடியும்.

வைரஸ் ஊடுருவல், தரவு மீறல்கள் அல்லது அங்கீகரிக்கப்படாத அணுகல் முயற்சிகள் போன்ற சாத்தியமான தாக்குதல்களுக்குச் செயற்கை நுண்ணறிவு வழிமுறைகள் பதிலளிக்க முடியும்.

தீங்கிழைக்கும் மென்பொருள் கண்டறிதல்

தீங்கிழைக்கும் மென்பொருள் (Malware) அதன் பண்புகள், நடத்தையின் அடிப்படையில் அடையாளம் காணவும், வகைப்படுத்தவும் செயற்கை நுண்ணறிவு பயன்படுத்தப்படலாம். தீங்கிழைக்கும் மென்பொருளைக் கண்டறிந்து வகைப்படுத்த இயந்திரக் கற்றல் வழிமுறைகள் குறியீடு, பிணைய நடத்தை மற்றும் பிற பண்புக்கூறுகளைப் பகுப்பாய்வு செய்யலாம். இது விரைவான, மிகவும் துல்லியமான அடையாளம் மற்றும் பதிலைச் செயல்படுத்துகிறது.

பாதிப்பு மேலாண்மை

கணினி அமைப்புகள், நெட்வொர்க்குகளில் உள்ள பாதிப்புகளை அடையாளம் காணவும், முன்னுரிமை அளிக்கவும் செயற்கை நுண்ணறிவு உதவும். பாதுகாப்பு ஸ்கேன்கள், பேட்ச் தரவு, அச்சுறுத்தல் நுண்ணறிவு ஆகியவற்றைப் பகுப்பாய்வு செய்வதன் மூலம், செயற்கை நுண்ணறிவு மூலம் இயங்கும் அமைப்புகள் மிகவும் முக்கியமான பாதிப்புகள் குறித்த நுண்ணறிவுகளை வழங்க முடியும். தணிப்பு உத்திகளைப் பரிந்துரைக்க முடியும்.

பயனர், நிறுவன நடத்தைப் பகுப்பாய்வு (User and entity behavior analysis) (யுஇபிஏ)

செயற்கை நுண்ணறிவு வழிமுறைகள் பயனர் நடத்தை, அணுகல் வடிவங்கள், கணினிச் செயல்பாடுகளைப் பகுப்பாய்வு செய்து முரண்பாடுகள், சாத்தியமான உள் அச்சுறுத்தல்கள் ஆகியனவற்றைக் கண்டறிய முடியும். அடிப்படை நடத்தைச் சுய விவரங்களை நிறுவுவதன் மூலம், செயற்கை நுண்ணறிவு அமைப்புகள் விலகல்களை அடையாளம் காண முடியும். அசாதாரண அல்லது சந்தேகத்திற்குரிய நடவடிக்கைகள் நிகழும்போது விழிப்பூட்டல்களை எழுப்பலாம்.

ஃபிஷிங், மோசடி கண்டறிதல்

ஃபிஷிங் மின்னஞ்சல்கள் (Phishing emails), மோசடி வலைத்தளங்கள், சமூகப் பொறியியல் தாக்குதல்களைக் கண்டறியச் செயற்கை நுண்ணறிவு உதவும். இயற்கை மொழிச் செயலாக்க (என்.எல்.பி) நுட்பங்கள் ஃபிஷிங் முயற்சிகள், மோசடி நடவடிக்கைகளை அடையாளம் காண மின்னஞ்சல்

உள்ளடக்கம், URLகள், பயனர் நடத்தை ஆகியவற்றைப் பகுப்பாய்வு செய்யலாம்.

பாதுகாப்புப் பகுப்பாய்வு

பல மூலங்களிலிருந்து பெரிய அளவிலான பாதுகாப்புத் தரவைச் செயலாக்குவதன் மூலமும், தொடர்புப்படுத்துவதன் மூலமும் செயற்கை நுண்ணறிவு பாதுகாப்புப் பகுப்பாய்வுக்கு உதவ முடியும். செயற்கை நுண்ணறிவு வழிமுறைகள் வடிவங்களை அடையாளம் காணவும், போக்குகளைக் கண்டறியவும் சாத்தியமான பாதுகாப்பு அபாயங்கள் குறித்த நுண்ணறிவுகளை வழங்கவும் முடியும். இது செயலூக்கமான அச்சுறுத்தல் வேட்டை, சம்பவப் பதிலைச் செயல்படுத்துகிறது.

தன்னாட்சி நிகழ்வுப் பதில்

செயற்கை நுண்ணறிவு மூலம் இயங்கும் சம்பவப் பதில் (Incident response) அமைப்புகள் சம்பவ கையாளுதல் செயல்முறைகளைத் தானியக்கமாக்கவும் ஒழுங்குபடுத்தவும் முடியும். செயற்கை நுண்ணறிவு வழிமுறைகள் சமரசத்தின் (ஐஓசி) குறிகாட்டிகளைப் பகுப்பாய்வு செய்யலாம். தீர்வு நடவடிக்கைகளைப் பரிந்துரைக்கலாம். கட்டுப்பாட்டு, தணிப்பு நடவடிக்கைகளைத் தானியக்கமாக்கலாம். சம்பவப் பதிலை விரைவுபடுத்தலாம். மனித முயற்சியைக் குறைக்கலாம்.

நடத்தை பயோமெட்ரிக்ஸ்

பயனர் அடையாளங்களைச் சரிபார்க்கவும், அங்கீகரிக்கப்படாத அணுகல் முயற்சிகளைக் கண்டறியவும் தட்டச்சு முறைகள், சுட்டி இயக்கங்கள், குரல் அங்கீகாரம் போன்ற நடத்தை பயோமெட்ரிக்ஸைச் சரிபார்க்கச் செயற்கை நுண்ணறிவு பயன்படுத்தலாம். பயனர் நடத்தையைத் தொடர்ந்து கண்காணித்து, பகுப்பாய்வு செய்வதன் மூலம் செயற்கை நுண்ணறிவு அமைப்புகள் அங்கீகாரம், பாதுகாப்பின் கூடுதல் அடுக்கை வழங்க முடியும்.

இணைய அச்சுறுத்தல்களிலிருந்து நிறுவனங்கள் முன்னேறுவதற்கும், நிகழ்நேரத்தில் தாக்குதல்களைக் கண்டறிவதற்கும், அபாயங்களைக் குறைப்பதற்கும் முக்கியமான தரவு, அமைப்புகளைப் பாதுகாப்பதற்கும் திறம்படப் பதிலளிக்க உதவுவதில் செயற்கை நுண்ணறிவு தொழில்நுட்பங்கள் முக்கியமானவை.

30. பங்குச் சந்தை

செயற்கை நுண்ணறிவு, வர்த்தக சந்தையில் பல பயன்பாடுகளைக் கொண்டுள்ளது. இதில் நிதி வர்த்தகம், முதலீட்டு உத்திகள், இடர் மேலாண்மை, சந்தைப் பகுப்பாய்வு ஆகியவை அடங்கும்.

அல்காரிதமிக் டிரேடிங்

தானியங்கி வர்த்தக முடிவுகளை எடுக்க வரலாற்று விலை போக்குகள், செய்தி ஊட்டங்கள், பிற தொடர்புடைய தகவல்கள் உள்ளிட்ட பரந்த அளவிலான சந்தைத் தரவைச் செயற்கை நுண்ணறிவு வழிமுறைகள் பகுப்பாய்வு செய்ய முடியும். செயற்கை நுண்ணறிவு மூலம் இயங்கும் வர்த்தக அமைப்புகள் முன்னரே வரையறுக்கப்பட்ட உத்திகளின் அடிப்படையில் வர்த்தகங்களைச் செயல்படுத்தலாம். வர்த்தக அளவுருக்களை நிகழ்நேரத்தில் சரிசெய்யலாம். மனித வர்த்தகர்களால் அடையாளம் காணக் கடினமாக இருக்கும் சந்தைத் திறமையின்மை அல்லது வடிவங்களை அடையாளம் காண உதவும்.

சந்தைப் பகுப்பாய்வு, கணிப்பு

செயற்கை நுண்ணறிவு சிக்கலான சந்தைத் தரவு, வடிவங்களைப் பகுப்பாய்வு செய்து சந்தைப் போக்குகள், சொத்து விலை இயக்கங்கள், முதலீட்டு வாய்ப்புகள் பற்றிய நுண்ணறிவுகள், கணிப்புகளை வழங்க முடியும். இயந்திரக் கற்றல் வழிமுறைகள் வரலாற்றுத் தரவு, செய்தி உணர்வு மற்றும் பிற காரணிகளிலிருந்து கணிப்புகளை உருவாக்குவதற்கும், வர்த்தக உத்திகளில் முடிவெடுப்பதை ஆதரிப்பதற்கும் கற்றுக்கொள்ள உதவலாம்.

இடர் மதிப்பீடு, மேலாண்மை

வர்த்தகத்துடன் தொடர்புடைய அபாயங்களை மதிப்பிடுவதற்கும், நிர்வகிப்பதற்கும் செயற்கை நுண்ணறிவு உதவும். செயற்கை நுண்ணறிவு வழிமுறைகள் சந்தை ஏற்ற இறக்கம், தொடர்புகள், வரலாற்றுத் தரவைப் பகுப்பாய்வு செய்து அபாயங்களை அளவிடவும் போர்ட்ஃபோலியோ நிர்வாகத்தை மேம்படுத்தவும் உதவும். செயற்கை நுண்ணறிவு தானியங்கியால் இடர் கண்காணிப்பை வழங்க முடியும். வர்த்தகர்கள் அல்லது முதலீட்டு மேலாளர்களை முன்கூட்டியே வரையறுக்கப்பட்ட ஆபத்து அளவுருக்களிலிருந்து சாத்தியமான அபாயங்கள் அல்லது விலகல்கள் குறித்து எச்சரிக்கலாம்.

சென்டிமெண்ட் அனாலிசிஸ், செய்தி கண்காணிப்பு

செயற்கை நுண்ணறிவு வழிமுறைகள் செய்திக் கட்டுரைகள், சமூக ஊடக ஊட்டங்கள், பிற தகவல் ஆதாரங்களைப் பகுப்பாய்வு செய்து சந்தை உணர்வை அளவிடவும், சாத்தியமான சந்தை நகரும் நிகழ்வுகளை அடையாளம் காணவும் முடியும். பெரிய அளவிலான உரை தரவைப் பகுப்பாய்வு செய்வதன் மூலம், வர்த்தகர்கள், முதலீட்டாளர்கள் வர்த்தக முடிவுகளைப் பாதிக்கக்கூடிய தொடர்புடைய செய்திகள், உணர்வு மாற்றங்கள் குறித்து அறிந்து கொள்ளச் செயற்கை நுண்ணறிவு உதவும்.

உயர் அதிர்வெண் வர்த்தகம் (High frequency trading) (எச்.எஃப்.டி)

உயர் அதிர்வெண் வர்த்தகத்தில் செயற்கை நுண்ணறிவு முக்கியப் பங்கு வகிக்கிறது, அங்கு வர்த்தகங்கள் மில்லி விநாடிகள் அல்லது மைக்ரோ வினாடிகளில் செயல்படுத்தப்படுகின்றன. செயற்கை நுண்ணறிவு வழிமுறைகள் சந்தைத் தரவைப் பகுப்பாய்வு செய்யலாம். வடிவங்களை அடையாளம் காணலாம். குறுகிய காலச் சந்தை ஏற்ற இறக்கங்களைப் பயன்படுத்திக் கொள்ள விரைவான வர்த்தக முடிவுகளை எடுக்க முடியும். எச்.எஃப்.டி அமைப்புகள் பரந்த அளவிலான தரவைச் செயலாக்க முடியும். மனித வணிகர்களைவிடச் சந்தை நிலைமைகளுக்கு விரைவாகப் பதிலளிக்க முடியும்.

வர்த்தக ஆட்டோமேஷன், செயலாக்கம்

செயற்கை நுண்ணறிவு வர்த்தக செயலாக்கச் செயல்முறைகளைத் தானியக்கமாக்க முடியும். கையேடு முயற்சியைக் குறைக்கும். மனிதப் பிழையைக் குறைக்கும். செயற்கை நுண்ணறிவு மூலம் இயங்கும் அமைப்புகள் முன்பே வரையறுக்கப்பட்ட

விதிகள், அளவுருக்களின் அடிப்படையில் வர்த்தகங்களைச் செயல்படுத்தலாம். சந்தை நிலைமைகளைக் கண்காணிக்கலாம். அதற்கேற்ப நிலைகளைச் சரிசெய்யலாம். இது வர்த்தகச் செயலாக்கத்தில் செயல்திறன், துல்லியத்தை மேம்படுத்த உதவுகிறது.

போர்ட்ஃபோலியோ ஆப்டிமைசேஷன்

செயற்கை நுண்ணறிவு வழிமுறைகள் போர்ட்ஃபோலியோ ஒதுக்கீடு, மறுசீரமைப்பு உத்திகளை மேம்படுத்த முடியும். இடர் சகிப்புத்தன்மை, முதலீட்டு இலக்குகள், சந்தை நிலைமைகள் உள்ளிட்ட பல்வேறு காரணிகளைக் கருத்தில் கொள்வதன் மூலம் செயற்கை நுண்ணறிவால் உகந்த சொத்து ஒதுக்கீடு, பன்முகப்படுத்தல் உத்திகள், போர்ட்ஃபோலியோ வருவாயை அதிகரிக்க மறுசீரமைப்பு நடவடிக்கைகளைப் பரிந்துரைக்க முடியும்.

மோசடிகளைக் கண்டறிதல், சந்தைக் கண்காணிப்பு

வர்த்தக சந்தையில் சந்தையைக் கையாளுதல், உள் வர்த்தகம், மோசடி நடவடிக்கைகளைக் கண்டறியச் செயற்கை நுண்ணறிவு உதவும். செயற்கை நுண்ணறிவு வழிமுறைகள் வர்த்தக முறைகள், சந்தைத் தரவு, வரலாற்றுப் பதிவுகளைப் பகுப்பாய்வு செய்து சந்தேகத்திற்கிடமான நடவடிக்கைகளை அடையாளம் காணவும் விசாரணைக்கு எச்சரிக்கைகளை எழுப்பவும் முடியும்.

செயற்கை நுண்ணறிவு தொழில்நுட்பங்கள் வர்த்தகர்கள், முதலீட்டு நிறுவனங்கள், நிதி நிறுவனங்களுக்குப் பரந்த அளவிலான தரவைப் பயன்படுத்தவும் தகவலறிந்த முடிவுகளை எடுக்கவும் வர்த்தக செயல்முறைகளைத் தானியக்கமாக்கவும் உதவுகின்றன. இது மிகவும் திறமையான, பயனுள்ள வர்த்தக உத்திகளுக்கு வழிவகுக்கிறது.

31. டிஜிட்டல் தொழில்நுட்பம்

படங்கள், காணொளிகள் உள்ளிட்ட டிஜிட்டல் காட்சிகளின் பகுப்பாய்வு மற்றும் செயலாக்கத்தில் செயற்கை நுண்ணறிவு பல்வேறு வகைகளில் பயன்படுகிறது.

படம், காணொளி அங்கீகாரம்

செயற்கை நுண்ணறிவு வழிமுறைகள் பொருட்கள், காட்சிகள், முகங்களை அடையாளம் காண டிஜிட்டல் காட்சிகளைப் பகுப்பாய்வு செய்து விளக்க முடியும். தானியங்கி படக் குறிச்சொல், உள்ளடக்க அடிப்படையிலான பட மீட்டெடுப்பு, காணொளிகளை அட்டவணைப்படுத்தல் போன்ற பயன்பாடுகளைச் செயல்படுத்துகிறது. பாதுகாப்பு நோக்கங்களுக்காக அல்லது ஊடக நிர்வாகத்தில் குறியிடுதல், அடையாளம் காண்பதை எளிதாக்கச் செயற்கை நுண்ணறிவு முக அங்கீகாரத்தையும் செய்ய முடியும்.

பொருளைக் கண்டறிதல், கண்காணிப்பு

செயற்கை நுண்ணறிவு டிஜிட்டல் காட்சிகளுக்குள் உள்ள பொருட்களைக் கண்டறிந்து கண்காணிக்க முடியும். இது கண்காணிப்பு, காணொளிகளின் பகுப்பாய்வு, தன்னாட்சி வாகனங்கள் போன்ற பயன்பாடுகளை அனுமதிக்கிறது. வாகனங்கள், பாதசாரிகள் அல்லது குறிப்பிட்ட பொருட்கள் போன்ற ஆர்வமுள்ள பொருட்களை அடையாளம் கண்டு கண்காணிக்க முடியும். மேலும் இது நிகழ்நேரப் பகுப்பாய்வை வழங்கலாம் அல்லது மேலும் செயலாக்கத்திற்கு மெட்டாடேட்டாவை உருவாக்கலாம்.

காணொளி சுருக்கம், சிறுகுறிப்பு

முக்கிய பிரேம்கள் அல்லது ஆர்வமுள்ள தருணங்களை அடையாளம் காண்பதன் மூலம் செயற்கை நுண்ணறிவு தானாகவே நீண்ட காணொளிகளை சுருக்க முடியும். இது விளக்கமான குறிச்சொற்களை வழங்குவதன் மூலமோ அல்லது காட்சி உள்ளடக்கத்தின் அடிப்படையில் தலைப்புகளை உருவாக்குவதன் மூலமோ காணொளிகளைக் குறிக்கலாம். இது பெரிய காணொளின் சேகரிப்புகள் மூலம் தேடுவதையும், வழிநடத்துவதையும் எளிதாக்குகிறது.

காணொளி மேம்பாடு, மறுசீரமைப்பு

சத்தத்தைக் குறைப்பதன் மூலமும், வண்ணங்களை அதிகரிப்பதன் மூலமும் விவரங்களை மீட்டெடுப்பதன் மூலமும் செயற்கை நுண்ணறிவு டிஜிட்டல் காட்சிகளின் தரத்தை மேம்படுத்த முடியும். படத் தெளிவுத்திறன், டினோயிசிங் வழிமுறைகள் போன்ற ஆழமான கற்றல் அடிப்படையிலான நுட்பங்கள் காணாமல் போன அல்லது சிதைந்த தகவல்களை மீண்டும் உருவாக்க முடியும். இதன் விளைவாகப் பார்வை மேம்பட்ட, தெளிவான காணொளிகள் உருவாகின்றன.

காணொளி புரிதல், செயல் அங்கீகாரம்

செயல்கள், நிகழ்வுகளைப் புரிந்துகொள்ளச் செயற்கை நுண்ணறிவு காணொளிகளின் உள்ளடக்கத்தைப் பகுப்பாய்வு செய்ய முடியும். இயந்திரக் கற்றல் நுட்பங்களைப் பயன்படுத்துவதன் மூலம் நடைப்பயிற்சி, ஓடுதல் அல்லது விளையாட்டுகளை விளையாடுவது போன்ற செயல்பாடுகளை அடையாளம் கண்டு வகைப்படுத்தலாம். இது காணொளி கண்காணிப்பு, விளையாட்டு பகுப்பாய்வு, உள்ளடக்கப் பரிந்துரை ஆகியவற்றில் பயன்பாடுகளைக் கொண்டுள்ளது.

டீப்ஃபேக் கண்டறிதல்

டீப்ஃபேக் (DeepFake) காணொளிகளைக் கண்டறிவதில் செயற்கை நுண்ணறிவு பயன்படுத்தப்படுகிறது. அவை தனிநபர்களின் தோற்றம் அல்லது செயல்களை நம்பத் தகுந்த வகையில் மாற்றும் கையாளப்பட்ட காணொளிகளாகும். செயற்கை நுண்ணறிவு வழிமுறைகள் ஆழமான கையாளுதலின் அறிகுறிகளை அடையாளம் காண முக அசைவுகள், முரண்பாடுகள் அல்லது கலைப்பொருட்களைப் பகுப்பாய்வு செய்யலாம். தவறான தகவல்களை எதிர்த்துப் போராடவும்,

சாத்தியமான தவறாகப் பயன்படுத்துவதிலிருந்து பாதுகாக்கவும் உதவும்.

காணொளி அடிப்படையிலான நடத்தைப் பகுப்பாய்வு

முரண்பாடுகளைக் கண்டறியவும், சாத்தியமான அபாயங்களை அடையாளம் காணவும் அல்லது மனித நடவடிக்கைகளை மதிப்பிடவும் டிஜிட்டல் காட்சிகளுக்குள் நடத்தை வடிவங்களைச் செயற்கை நுண்ணறிவு பகுப்பாய்வு செய்யலாம். இது கூட்ட மேலாண்மை, பொதுப் பாதுகாப்பு, அசாதாரண நடத்தையைக் கண்டறிதல் போன்ற பகுதிகளில் பயன்பாடுகளைக் கொண்டுள்ளது.

காணொளி உருவாக்கம், தொகுப்பு

கொடுக்கப்பட்ட அளவுருக்கள் அல்லது உள்ளீட்டின் அடிப்படையில் செயற்கை நுண்ணறிவு யதார்த்தமான காணொளியின் உள்ளடக்கத்தை உருவாக்க முடியும். படைப்பு நோக்கங்களுக்காகக் காணொளி கணிப்பு, காணொளி தொகுப்பு, காணொளி உருவாக்கம் போன்ற பயன்பாடுகள் இதில் அடங்கும்.

செயற்கை நுண்ணறிவு தொழில்நுட்பங்கள் தொடர்ந்து முன்னேறி வருகின்றன. இது காட்சி தரவின் அதிநவீன, துல்லியமான பகுப்பாய்வுக்கு உதவுகிறது. இது ஊடகம், பாதுகாப்பு, பொழுதுபோக்கு, ஆராய்ச்சி போன்ற துறைகளில் பல்வேறு பயன்பாடுகளுக்கு வழிவகுக்கிறது.

32. டிஜிட்டல் கரன்சி

கிரிப்டோ கரன்சிகள், பிளாக்செயின் தொழில்நுட்பம் உள்ளிட்ட டிஜிட்டல் கரன்சி துறையில் செயற்கை நுண்ணறிவு பயன்படுகிறது.

வர்த்தகம், முதலீடு

செயற்கை நுண்ணறிவு வழிமுறைகளைப் பயன்படுத்தித் தகவலறிந்த வர்த்தக முடிவுகளை எடுப்பதற்காக வரலாற்று விலை போக்குகள், சந்தை உணர்வு, செய்தி ஊட்டங்கள் உள்ளிட்ட பரந்த அளவிலான தரவைப் பகுப்பாய்வு செய்ய முடியும்.

செயற்கை நுண்ணறிவு மூலம் இயங்கும் வர்த்தக போட்கள் முன் வரையறுக்கப்பட்ட உத்திகளின் அடிப்படையில் வர்த்தகங்களைச் செயல்படுத்தலாம். நிகழ்நேரத்தில் வர்த்தக அளவுருக்களைச் சரிசெய்யலாம். சொத்து ஒதுக்கீடு, இடர் மேலாண்மைக்கான பரிந்துரைகளை வழங்குவதன் மூலம் போர்ட்ஃபோலியோ மேலாண்மையிலும் செயற்கை நுண்ணறிவு உதவ முடியும்.

மோசடிகளைக் கண்டறிதல், பாதுகாப்பு

மோசடி நடவடிக்கைகளை அடையாளம் காணவும், டிஜிட்டல் நாணயப் பரிவர்த்தனைகளின் பாதுகாப்பை மேம்படுத்தவும் செயற்கை நுண்ணறிவு உதவும். செயற்கை நுண்ணறிவு வழிமுறைகள் பரிவர்த்தனை முறைகளைப் பகுப்பாய்வு செய்யலாம், சந்தேகத்திற்குரிய நடத்தையைக் கண்டறியலாம். சாத்தியமான மோசடி அல்லது ஹேக்கிங்

முயற்சிகளுக்கான எச்சரிக்கைகளை எழுப்பலாம். செயற்கை நுண்ணறிவு அடிப்படையிலான அமைப்புகள் அடையாளச் சரிபார்ப்புச் செயல்முறைகளை மேம்படுத்தலாம். டிஜிட்டல் பணப்பைகள் மற்றும் அவற்றின் பரிமாற்றங்களின் பாதுகாப்பை மேம்படுத்தலாம்.

இடர் மதிப்பீடு, இணக்கம்

நிலையற்ற தன்மை, சந்தை ஏற்ற இறக்கங்கள் போன்ற டிஜிட்டல் நாணயங்களுடன் தொடர்புடைய அபாயங்களை மதிப்பிடுவதற்குச் செயற்கை நுண்ணறிவு உதவும். செயற்கை நுண்ணறிவு வழிமுறைகள் வரலாற்றுத் தரவு, வெளிப்புறக் காரணிகளைப் பகுப்பாய்வு செய்து சந்தைப் போக்குகளைக் கணிக்கவும் முதலீட்டு அபாயங்களை மதிப்பிடவும் முடியும். பரிவர்த்தனைகளைக் கண்காணிப்பதன் மூலமும், சாத்தியமான பணமோசடி அல்லது சட்டவிரோத நடவடிக்கைகளைக் கண்டறிவதன் மூலமும் ஒழுங்குமுறை இணக்கத்தை உறுதிப்படுத்தச் செயற்கை நுண்ணறிவு உதவும்.

ஸ்மார்ட் ஒப்பந்தங்கள், பரவலாக்கப்பட்ட நிதி (டி.எஃப்.ஐ)

பிளாக்செயின் நெட்வொர்க்குகளில் முன் வரையறுக்கப்பட்ட நிபந்தனைகளுடன் சுய செயல்படுத்தும் ஒப்பந்தங்களான ஸ்மார்ட் ஒப்பந்தங்களின் செயல்பாடு, ஆட்டோமேஷனைச் செயற்கை நுண்ணறிவு மேம்படுத்த முடியும். ஒப்பந்த நிலைமைகளைச் சரிபார்க்கவும் ஒப்பந்தச் செயல்திறனைக் கண்காணிக்கவும் குறிப்பிட்ட அளவுகோல்களின் அடிப்படையில் செயல்களைத் தூண்டவும் உதவும். கடன் வழங்குதல், கடன் வாங்குதல் உள்ளிட்ட பரவலாக்கப்பட்ட நிதி பயன்பாடுகளின் வளர்ச்சியையும் செயற்கை நுண்ணறிவு கவனிக்க முடியும்.

பிளாக்செயின் பகுப்பாய்வு

பரிவர்த்தனை முறைகள், பிணைய நடத்தை, பயனர் செயல்பாடுகள் குறித்த நுண்ணறிவுகளைப் பெற பிளாக்செயின் தரவைச் செயற்கை நுண்ணறிவு பகுப்பாய்வு செய்யலாம். நிதிகளின் ஓட்டத்தைக் கண்காணிக்கவும், சந்தேகத்திற்கிடமான பரிவர்த்தனைகளை அடையாளம் காணவும், ஒட்டுமொத்த பிளாக்செயின் சுற்றுச்சூழல் அமைப்பில் பார்வையை வழங்கவும் உதவும். இது மோசடி கண்டறிதல், இடர் மதிப்பீடு, ஒழுங்குமுறை இணக்கத்திற்கு உதவும்.

வாடிக்கையாளர் ஆதரவு, சாட்போட்கள்

செயற்கை நுண்ணறிவு மூலம் இயங்கும் சாட்போட்கள் டிஜிட்டல் நாணயப் பயனர்களுக்கு வாடிக்கையாளர் ஆதரவை வழங்க முடியும். இந்த சாட்பாட்கள் கேள்விகளுக்குப் பதிலளிக்கலாம். பரிவர்த்தனைகள் குறித்த தகவல்களை வழங்கலாம். இவற்றால் நிகழ்நேரத்தில் உதவியை வழங்க முடியும். சாட்போட்களை இயற்கை மொழியைப் புரிந்துகொள்ளவும், பயனர் நோக்கங்களை விளக்கவும், தனிப்பயனாக்கப்பட்ட பதில்களை வழங்கவும் உதவுகின்றன.

சந்தைக் கணிப்பு, உணர்வுப் பகுப்பாய்வு

செயற்கை நுண்ணறிவு சமூக ஊடக ஊட்டங்கள், செய்திக் கட்டுரைகள், பிற தகவல் ஆதாரங்களைப் பகுப்பாய்வு செய்து சந்தை உணர்வை அளவிடவும் டிஜிட்டல் நாணய விலை இயக்கங்களைக் கணிக்கவும் முடியும். சந்தையைப் பாதிக்கும் போக்குகள், உணர்வு மாற்றங்கள், செல்வாக்குமிக்க காரணிகள் ஆகியனவற்றைக் கண்டறிய முடியும். இது வர்த்தகர்கள், முதலீட்டாளர்களுக்குத் தகவலறிந்த முடிவுகளை எடுக்க உதவுகிறது.

டிஜிட்டல் கரன்சியின் பின்னணியில் செயற்கை நுண்ணறிவின் சில பயன்பாடுகள் இவை. டிஜிட்டல் நாணய நிலப்பரப்பு உருவாகும்போது, செயற்கை நுண்ணறிவு தொழில்நுட்பங்கள் பாதுகாப்பை மேம்படுத்துவதிலும், வர்த்தக உத்திகளை மேம்படுத்துவதிலும் புதுமையான நிதிச் சேவைகளைச் செயல்படுத்துவதிலும் குறிப்பிடத்தக்கப் பங்கு வகிக்கும் என்று எதிர்பார்க்கப்படுகிறது.

33. கல்வித்துறை

செயற்கை நுண்ணறிவு கல்வித் துறைகளில் ஏராளமான பயன்பாடுகளைக் கொண்டுள்ளது. இது மாணவர்கள் கற்கும் முறை, ஆசிரியர்கள் கற்பித்தல், கல்வி நிறுவனங்கள் செயல்படும் விதத்தில் புரட்சியை ஏற்படுத்துகிறது.

தனிப்பயனாக்கப்பட்ட கற்றல்

தனிப்பட்ட மாணவர்களின் தேவைகளுக்கு ஏற்ப உள்ளடக்கம், வேகம், கடின நிலை ஆகியவற்றை மாற்றியமைப்பதன் மூலம் செயற்கை நுண்ணறிவு தனிப்பயனாக்கப்பட்ட கற்றல் அனுபவங்களை வழங்க முடியும். மாணவர்களின் செயல்திறன், கற்றல் விருப்பத்தேர்வுகள், பலங்கள், பலவீனங்களைப் பகுப்பாய்வு செய்து பொருத்தமான அறிவுறுத்தல், தகவமைப்பு கற்றல் பாதைகளை வழங்க முடியும்.

நுண்ணறிவுப் பயிற்றுவிப்பு அமைப்புகள்

செயற்கை நுண்ணறிவு மூலம் இயங்கும் பயிற்றுவிப்பு அமைப்புகள் மாணவர்களுக்குத் தனிப்பயனாக்கப்பட்ட பின்னூட்டம், வழிகாட்டுதல், ஆதரவை வழங்க முடியும். இந்த அமைப்புகள் மாணவர்களின் பதில்களைப் பகுப்பாய்வு செய்யலாம். தவறான கருத்துக்களை அடையாளம் காணலாம். கற்றல் விளைவுகளை மேம்படுத்த இலக்கு விளக்கங்கள், பயிற்சிகள் முதலானவற்றை வழங்க முடியும்.

தானியங்கித் தரப்படுத்தல், மதிப்பீடு

பணிகள், சோதனைகள், வினாடி - வினாக்களுக்கான தரவரிசை செயல்முறையைச் செயற்கை நுண்ணறிவு தானியக்கமாக்க

முடியும். மாணவர்களின் பதில்களைப் பகுப்பாய்வு செய்வதன் மூலம், செயற்கை நுண்ணறிவு வழிமுறைகள் புறநிலை மற்றும் நிலையான மதிப்பீட்டை வழங்க முடியும். ஆசிரியர்களின் நேரத்தை மிச்சப்படுத்தலாம். மாணவர்களுக்குச் சரியான நேரத்தில் கருத்துக்களை வழங்க முடியும்.

கல்வியில் இயற்கை மொழிச் செயலாக்கம் (என்.எல்.பி)

என்.எல்.பி நுட்பங்கள் மனித மொழியைப் புரிந்துகொள்ளவும், செயலாக்கவும் செயற்கை நுண்ணறிவு அமைப்புகளுக்கு உதவுகின்றன. செயற்கை நுண்ணறிவு மூலம் இயங்கும் சாட்போட்கள், மெய்நிகர் உதவியாளர்கள் மாணவர்களுடன் தொடர்பு கொள்ளலாம். கேள்விகளுக்குப் பதிலளிக்கலாம். என். எல்.பி கல்வி அமைப்புகளில் மொழி கற்றல், மொழிபெயர்ப்பு, உரைப் பகுப்பாய்வு பணிகளை எளிதாக்குகிறது.

நுண்ணறிவு உள்ளடக்க உருவாக்கம்

பாடத் திட்டங்கள், வினாடி - வினாக்கள், ஆய்வுப் பொருட்கள் உள்ளிட்ட கல்வி உள்ளடக்கத்தைச் செயற்கை நுண்ணறிவு உருவாக்க முடியும். தற்போதுள்ள கல்வி வளங்கள், பாடத்திட்டங்கள், தனிப்பயனாக்கப்பட்ட உள்ளடக்கத்தை உருவாக்கவும் செயல்திறனை ஊக்குவிக்கவும் பாடத்திட்ட வளர்ச்சியை ஆதரிக்கவும் மாணவர்களின் தேவைகளைப் பகுப்பாய்வு செய்யலாம்.

தரவுப் பகுப்பாய்வு, முடிவு எடுத்தல்

செயற்கை நுண்ணறிவு மாணவர்களின் செயல்திறன், வருகை, ஈடுபாடு போன்ற கல்வித் தரவைப் பகுப்பாய்வு செய்து நுண்ணறிவுகளை உருவாக்கவும் முடிவு எடுப்பதைத் தெரிவிக்கவும் முடியும். செயற்கை நுண்ணறிவு மூலம் இயங்கும் அமைப்புகள் போக்குகளை அடையாளம் காணவும் மாணவர்களின் விளைவுகளைக் கணிக்கவும் கல்வி செயல்முறைகள் மற்றும் விளைவுகளை மேம்படுத்தத் தலையீடுகளைப் பரிந்துரைக்கவும் முடியும்.

கல்வியில் மெய்நிகர் ரியாலிட்டி (விஆர்), ஆக்மென்டெட் ரியாலிட்டி (ஏஆர்)

செயற்கை நுண்ணறிவு தொழில்நுட்பங்கள், விஆர், ஏஆர் உடன் இணைந்து, அதிவேக, ஊடாடும் கற்றல் அனுபவங்களை உருவாக்க முடியும். செயற்கை நுண்ணறிவு வழிமுறைகள் மெய்நிகர் சூழல்களை மாற்றியமைக்க முடியும். நிகழ்நேரக்

கருத்துக்களை வழங்க முடியும். மேலும் சூழ்நிலைத் தகவல்களை வழங்க முடியும். பல்வேறு பாடங்களில் புரிதல் மற்றும் ஈடுபாட்டை மேம்படுத்தலாம்.

கல்வி ஆதரவு, அணுகல்

சிறப்புத் தேவைகள் அல்லது கற்றல் சிரமங்கள் உள்ள மாணவர்களுக்குச் செயற்கை நுண்ணறிவு உதவ முடியும். பேச்சு அறிதல், உரையிலிருந்து பேச்சுக் கருவிகள் போன்ற செயற்கை நுண்ணறிவு மூலம் இயங்கும் உதவி தொழில்நுட்பங்கள் அணுகலை எளிதாக்கலாம். இது மாணவர்கள் தடைகளைக் கடந்து கற்றல் செயல்பாட்டில் முழுமையாகப் பங்கேற்க உதவுகிறது.

கல்வி மேலாண்மை, நிர்வாகம்

செயற்கை நுண்ணறிவு கல்வி நிறுவனங்களில் நிர்வாகப் பணிகளை ஒழுங்குபடுத்த முடியும். செயற்கை நுண்ணறிவு மூலம் இயங்கும் அமைப்புகள் திட்டமிடல், வள ஒதுக்கீடு, மாணவர் பதிவு மேலாண்மை ஆகியவற்றைத் தன்னியக்கமாக்கலாம். நிர்வாகச் சுமையைக் குறைக்கலாம். செயல்பாட்டுச் செயல்திறனை மேம்படுத்தலாம்.

கல்வி ஆராய்ச்சி, முன்கணிப்பு பகுப்பாய்வு

பெரிய அளவிலான கல்வித் தரவைப் பகுப்பாய்வு செய்வதன் மூலமும், வடிவங்கள், தொடர்புகளை அடையாளம் காண்பதன் மூலமும் செயற்கை நுண்ணறிவு கல்வி ஆராய்ச்சியை ஆதரிக்க முடியும். வரலாற்றுத் தரவுகளின் அடிப்படையில் கணிப்புகள், பரிந்துரைகளைச் செய்ய முடியும். இது கல்விக் கொள்கைகள், தலையீடுகளைத் தெரிவிக்க உதவுகிறது. கற்பித்தல், கற்றல் செயல்முறையின் பல்வேறு அம்சங்களில் செயற்கை நுண்ணறிவின் பங்களிப்பு அதிகரித்து வருகிறது. இது பாரம்பரியக் கல்வி முறைகளில் புரட்சியை ஏற்படுத்துகிறது.

நுண்ணறிவுப் பயிற்றுவிப்பு அமைப்புகள்

செயற்கை நுண்ணறிவு மூலம் இயங்கும் பயிற்றுவிப்பு அமைப்புகள் தனிப்பட்ட மாணவர்களுக்குத் தனிப்பயனாக்கப்பட்ட வழிகாட்டுதல், பின்னூட்டம் மற்றும் ஆதரவை வழங்க முடியும். இந்த அமைப்புகள் மாணவர்களின் பதில்களைப் பகுப்பாய்வு செய்கின்றன. சிரமம் அல்லது தவறான கருத்துகளின் பகுதிகளை அடையாளம் காண்கின்றன. கற்றல் விளைவுகளை மேம்படுத்தப் பொருத்தமான விளக்கங்களையும் பயிற்சிகளையும் வழங்குகின்றன.

தகவமைப்புக் கற்றல்

தனிப்பட்ட மாணவர்களின் தேவைகள் கற்றல் பாணிகளுக்கு ஏற்ப உள்ளடக்கத்தை வடிவமைக்கும் தகவமைப்புக் கற்றல் தளங்களைச் செயற்கை நுண்ணறிவு செயல்படுத்துகிறது. மாணவர்களின் செயல்திறன், விருப்பத்தேர்வுகள், தனிப்பயனாக்கப்பட்ட கற்றல் பாதைகளை வழங்குவதற்கான முன்னேற்றத்தைப் பகுப்பாய்வு செய்கின்றன. மாணவர்கள் பொருத்தமான சவால்கள் மற்றும் ஆதரவைப் பெறுவதை உறுதி செய்கின்றன.

தானியங்கித் தரப்படுத்தல், பின்னூட்டம்

பணிகள், வினாடி - வினாக்கள், தேர்வுகளுக்கான தரவரிசை செயல்முறையைச் செயற்கை நுண்ணறிவு தன்னியக்கமாக்க முடியும். செயற்கை நுண்ணறிவு வழிமுறைகள் மாணவர்களின் பதில்களைப் பகுப்பாய்வு செய்து, புறநிலை மற்றும் சரியான நேரத்தில் கருத்துக்களை வழங்குகின்றன. ஆசிரியர்களின் நேரத்தை மிச்சப்படுத்துகின்றன. மாணவர்களின் செயல்திறன் குறித்த உடனடி தகவல்களை வழங்குகின்றன.

மொழி கற்றலுக்கான இயற்கை மொழிச் செயலாக்கம் (என்.எல்.பி)

என்.எல்.பி நுட்பங்கள் மனித மொழியைப் புரிந்துகொள்ளவும் செயலாக்கவும் செயற்கை நுண்ணறிவு அமைப்புகளுக்கு உதவுகின்றன. செயற்கை நுண்ணறிவு மூலம் இயங்கும் மொழி கற்றல் கருவிகள் மாணவர்களின் மொழித் திறன்களை மதிப்பிடலாம். உச்சரிப்பு வழிகாட்டலை வழங்கலாம். மொழிப் பயிற்சி நடவடிக்கைகளை வழங்கலாம். குழு உரையாடல்களை எளிதாக்கலாம்.

மெய்நிகர் உதவியாளர்கள், சாட்போட்கள்

செயற்கை நுண்ணறிவு மூலம் இயங்கும் மெய்நிகர் உதவியாளர்கள், சாட்போட்கள் மாணவர்களுக்குக் கேள்விகளுக்குப் பதிலளிக்கவும், தகவல்களை வழங்கவும், பல்வேறு கற்றல் நடவடிக்கைகள் மூலம் வழிகாட்டவும் உதவும். இந்தச் செயற்கை நுண்ணறிவு அமைப்புகள் மாணவர்களின் கேள்விகளைப் புரிந்து கொள்ளவும், பதிலளிக்கவும் இயற்கை மொழி செயலாக்கத்தைப் பயன்படுத்துகின்றன.

தனிப்பயனாக்கப்பட்ட உள்ளடக்கப் பரிந்துரைகள்

மாணவர்களின் ஆர்வங்கள், கற்றல் இலக்குகள், கடந்தகால ஈடுபாட்டின் அடிப்படையில் கட்டுரைகள், காணொளிகள்

அல்லது புத்தகங்கள் போன்ற தொடர்புடைய கல்வி வளங்களைப் பரிந்துரைக்க முடியும். இது மாணவர்கள் புதிய பொருட்களைக் கண்டுபிடிக்கவும் குறிப்பிட்ட தலைப்புகளைப் பற்றிய புரிதலை ஆழப்படுத்தவும் உதவுகிறது.

மாணவர் செயல்திறனுக்கான தரவுப் பகுப்பாய்வு

மாணவர்களின் செயல்திறனில் வடிவங்கள், போக்குகளை அடையாளம் காணச் செயற்கை நுண்ணறிவு பெரிய அளவிலான கல்வித் தரவைப் பகுப்பாய்வு செய்ய முடியும். செயற்கை நுண்ணறிவு வழிமுறைகள் மாணவர்களின் பலம், பலவீனங்கள், கற்றல் முன்னேற்றம் குறித்த நுண்ணறிவுகளை வழங்க முடியும். இது ஆசிரியர்கள் தரவு தகவலறிந்த அறிவுறுத்தல் முடிவுகளை எடுக்க உதவுகிறது.

மெய்நிகர் ரியாலிட்டி (விஆர்), ஆக்மென்டெட் ரியாலிட்டி (ஏஆர்)

விஆர், ஏஆர் உடன் இணைந்த செயற்கை நுண்ணறிவு தொழில்நுட்பங்கள் அதிவேக, குழுவாக கற்கும் அனுபவங்களை உருவாக்க முடியும். செயற்கை நுண்ணறிவு வழிமுறைகள் மெய்நிகர் சூழல்களை மாற்றியமைக்கின்றன. நிகழ்நேரக் கருத்துக்களை வழங்குகின்றன. மேலும் சூழ்நிலை தகவல்களை வழங்குகின்றன. பல்வேறு பாடங்களில் புரிதலையும் ஈடுபாட்டையும் மேம்படுத்துகின்றன.

நுண்ணறிவு உள்ளடக்க உருவாக்கம்

பாடத் திட்டங்கள், வினாடி - வினாக்கள், ஆய்வுப் பொருட்கள் உள்ளிட்ட கல்வி உள்ளடக்கத்தைச் செயற்கை நுண்ணறிவால் உருவாக்க முடியும். செயற்கை நுண்ணறிவு வழிமுறைகள் தற்போதுள்ள வளங்கள், பாடத் திட்டங்கள், தனிப்பயனாக்கப்பட்ட உள்ளடக்கத்தை உருவாக்குவதற்கான மாணவர்களின் தேவைகளைப் பகுப்பாய்வு செய்யலாம். பாடத்திட்ட மேம்பாடு, அறிவுறுத்தல் வடிவமைப்பில் ஆசிரியர்களை ஆதரிக்கலாம்.

ஒத்துழைப்பு, குழு வேலை

தொலைநிலை ஒத்துழைப்பு, திட்ட மேலாண்மை, சக மதிப்பீட்டிற்கான தளங்கள், கருவிகளை வழங்குவதன் மூலம் செயற்கை நுண்ணறிவு ஒத்துழைப்பு, குழுப் பணிகளை எளிதாக்க முடியும். மெய்நிகர் கற்றல் சூழலில் மாணவர்களிடையே தகவல்தொடர்பு, ஒருங்கிணைப்பு, கருத்துப் பரிமாற்றத்தை ஆதரிக்க முடியும். நேரடிக் கற்பித்தல், கற்றல் செயல்பாட்டில்

செயற்கை நுண்ணறிவு எவ்வாறு பயன்படுத்தப்படுகிறது என்பதற்கான சில சான்றுகள் இவை. 'ஆன்லைன்' கற்பித்தல் செயல்பாட்டில் செயற்கை நுண்ணறிவு அதிகமாகப் பயன்படுத்தப் படுகிறது. இது மெய்நிகர் கற்றல் சூழலில் கல்வி வழங்கப்படும் முறையை மாற்றுகிறது.

நுண்ணறிவு உள்ளடக்க விநியோகம்

செயற்கை நுண்ணறிவு வழிமுறைகள் தனிப்பட்ட மாணவர் தேவைகள், விருப்பத் தேர்வுகள், கற்றல் பாணிகளின் அடிப்படையில் உள்ளடக்க விநியோகத்தைத் தனிப்பயனாக்க முடியும். செயற்கை நுண்ணறிவு மூலம் இயங்கும் தளங்கள் கற்றல் பொருட்களின் விளக்கக்காட்சியை மாற்றியமைக்கலாம். கற்பித்தலின் வேகத்தைச் சரிசெய்யலாம். மாணவர்களின் புரிதலை மேம்படுத்தத் தனிப்பயனாக்கப்பட்ட சான்றுகளையும், விளக்கங்களையும் வழங்க முடியும்.

தரப்படுத்தல் மற்றும் பின்னூட்டம்

ஆன்லைன் மதிப்பீடுகள், வினாடி - வினாக்கள், பணிகளுக்கான தரவரிசை செயல்முறையைச் செயற்கை நுண்ணறிவு தானியக்கமாக்க முடியும். மாணவர்களின் பதில்களைப் பகுப்பாய்வு செய்வதன் மூலம், செயற்கை நுண்ணறிவு வழிமுறைகள் புறநிலை, நிலையான தரவரிசையை வழங்க முடியும். ஆசிரியர்களின் நேரத்தை மிச்சப்படுத்தலாம். மாணவர்களின் செயல்திறன் குறித்த உடனடிக் கருத்துக்களை வழங்க முடியும்.

மெய்நிகர் உதவியாளர்கள், சாட்போட்கள்

செயற்கை நுண்ணறிவு மூலம் இயங்கும் மெய்நிகர் உதவியாளர்கள், சாட்போட்கள் ஆன்லைன் கற்றல் சூழலில் மாணவர்கள், ஆசிரியர்களை ஆதரிக்க முடியும். இந்தச் செயற்கை நுண்ணறிவு அமைப்புகள் மாணவர்களின் கேள்விகளுக்குப் பதிலளிக்கலாம். தகவல்களை வழங்கலாம். வழிகாட்டலை வழங்கலாம். தொழில்நுட்பச் சிக்கல்களுக்கு உதவலாம். மேலும் ஊடாடும் மற்றும் பதிலளிக்கக் கூடிய கற்றல் அனுபவத்தை உருவாக்கலாம்.

நுண்ணறிவு பயிற்றுவிப்பு அமைப்புகள்

செயற்கை நுண்ணறிவு மூலம் இயங்கும் பயிற்றுவிப்பு அமைப்புகள் தனிப்பட்ட மாணவர்களுக்குத் தனிப்பயனாக்கப்பட்ட வழிகாட்டுதல், ஆதரவை வழங்க முடியும். இந்த அமைப்புகள்

மாணவர்களின் கற்றல் தரவைப் பகுப்பாய்வு செய்கின்றன. சிரமத்தின் பகுதிகளை அடையாளம் காண்கின்றன. மேலும் சவால்களைச் சமாளிக்க மாணவர்களுக்கு உதவ இலக்கு பின்னூட்டம், விளக்கங்கள், பயிற்சி வாய்ப்புகள் முதலானவற்றை வழங்குகின்றன.

தகவமைப்புக் கற்றல் தளங்கள்

செயற்கை நுண்ணறிவு ஒவ்வொரு மாணவரின் தேவைகளுக்கும் கற்றல் அனுபவத்தை வடிவமைக்கும் தகவமைப்புக் கற்றல் தளங்களைச் செயல்படுத்துகிறது. செயற்கை நுண்ணறிவு வழிமுறைகள் மாணவர்களின் செயல்திறன், முன்னேற்றம், கற்றல் முறைகளைப் பகுப்பாய்வு செய்து உள்ளடக்கம், செயல்பாடுகள், மதிப்பீடுகளை இயக்கவியல் ரீதியாகச் சரிசெய்கின்றன. தனிப்பட்ட கற்பவர்களுக்கு உகந்த சவால்கள் மற்றும் ஆதரவை உறுதி செய்கின்றன.

மொழி கற்றலுக்கான இயற்கை மொழிச் செயலாக்கம் (என்.எல்.பி)

என்.எல்.பி திறன்களைக் கொண்ட செயற்கை நுண்ணறிவு ஆன்லைன் சூழலில் மொழி கற்பவர்களுக்கு உதவும். இந்தச் செயற்கை நுண்ணறிவு அமைப்புகள் உச்சரிப்பை மதிப்பிடலாம். மொழிப் பயிற்சி நடவடிக்கைகளை வழங்கலாம். நிகழ்நேர மொழி கருத்துக்களை வழங்கலாம். மொழி கையகப்படுத்தலை ஆதரிக்கக் குழு உரையாடல்களை எளிதாக்கலாம்.

தரவுப் பகுப்பாய்வு, நுண்ணறிவுகள்

மதிப்புமிக்க நுண்ணறிவுகளை வழங்க ஆன்லைன் கற்றல் தளங்களில் உருவாக்கப்பட்ட பெரிய அளவிலான கல்வித் தரவை செயற்கை நுண்ணறிவு பகுப்பாய்வு செய்ய முடியும். செயற்கை நுண்ணறிவு வழிமுறைகள் வடிவங்கள், போக்குகள், கற்றல் இடைவெளிகளை அடையாளம் காண முடியும். இது மாணவர்களின் விளைவுகளை மேம்படுத்தத் தரவு தகவலறிந்த அறிவுறுத்தல் முடிவுகளையும் தலையீடுகளையும் செய்ய ஆசிரியர்களுக்கு உதவுகிறது.

விர்ச்சுவல் ரியாலிட்டி (விஆர்), ஆக்மென்டட் ரியாலிட்டி (ஏஆர்)

விஆர், ஏஆர் தொழில்நுட்பங்களுடன் இணைந்த செயற்கை நுண்ணறிவால் ஆன்லைன் கற்பித்தலில் அதிவேக, ஊடாடும் கற்றல் அனுபவங்களை உருவாக்க முடியும். செயற்கை நுண்ணறிவு வழிமுறைகள் மெய்நிகர் சூழல்களை மாற்றியமைக்கின்றன. நிகழ்நேரக் கருத்துக்களை வழங்குகின்றன. மேலும் சூழ்நிலை தகவல்களை வழங்குகின்றன. ஆன்லைன் கற்றலில்

மாணவர்களின் ஈடுபாடு மற்றும் புரிதலை மேம்படுத்துகின்றன.

புரோக்டரிங், ஒருமைப்பாடு கண்காணிப்பு

சாத்தியமான மோசடி அல்லது கல்வி நேர்மையின்மையைக் கண்டறிய ஆன்லைன் தேர்வு ப்ரொக்டரிங்கிற்குச் செயற்கை நுண்ணறிவு பயன்படுத்தப்படலாம். சந்தேகத்திற்கிடமான நடவடிக்கைகளை அடையாளம் காணவும், தேர்வு ஒருமைப்பாட்டைப் பராமரிக்கவும் செயற்கை நுண்ணறிவின் மூலம் இயங்கும் புரோக்டரிங் அமைப்புகளைக் கொண்டு மாணவர்களின் நடத்தை, கண் மற்றும் அசைவுகளைக் கண்காணிக்க முடியும்.

தனிப்பயனாக்கப்பட்ட பரிந்துரைகள், பாதைகள்

செயற்கை நுண்ணறிவு வழிமுறைகள் மாணவர்களின் ஆர்வங்கள், கற்றல் இலக்குகள், செயல்திறன் ஆகியவற்றின் அடிப்படையில் பொருத்தமான கற்றல் வளங்கள், துணைப் பொருட்கள் அல்லது கூடுதல் படிப்புகளைப் பரிந்துரைக்க முடியும். இந்தப் பரிந்துரைகள் மாணவர்கள் புதிய தலைப்புகளை ஆராயவும் அவர்களின் அறிவை ஆழப்படுத்தவும் தனிப்பயனாக்கப்பட்ட கற்றல் பாதைகளை உருவாக்கவும் உதவும்.

செயற்கை நுண்ணறிவு தொழில்நுட்பங்கள் கற்பித்தல் செயல்திறனை மேம்படுத்துவதற்கும் கற்றல் அனுபவங்களைத் தனிப்பயனாக்குவதற்கும் ஆசிரியர்கள், மாணவர்கள் இருவருக்கும் அவர்களின் கல்வி இலக்குகளை அடைவதில் மதிப்புமிக்க ஆதரவை வழங்குவதற்கும் ஆற்றலைக் கொண்டுள்ளன.

செயற்கை நுண்ணறிவு தொழில்நுட்பங்கள் கற்றல் அனுபவங்களைத் தனிப்பயனாக்குவதன் மூலமும், கற்பித்தல் செயல்திறனை மேம்படுத்துவதன் மூலமும், கல்விச் செயல்முறைகளை மேம்படுத்துவதன் மூலமும் இறுதியில் மாணவர்களின் விளைவுகள், ஒட்டுமொத்தக் கல்விப் பரப்பை மேம்படுத்துவதன் மூலமும் கல்வியை மாற்றும் திறனைக் கொண்டுள்ளன.

செயற்கை நுண்ணறிவு தொழில்நுட்பங்கள் அறிவுறுத்தலைத் தனிப்பயனாக்குவதன் மூலமும், சரியான நேரத்தில் கருத்துக்களை வழங்குவதன் மூலமும், மாணவர் ஈடுபாட்டை ஆதரிப்பதன் வழியாகவும், கல்வியாளர்களுக்கு மதிப்புமிக்க நுண்ணறிவுகளை வழங்குவதன் மூலமும் ஆன்லைன் கற்றல் அனுபவத்தை மேம்படுத்துகின்றன.

34. வங்கித்துறை

செயற்கை நுண்ணறிவு வங்கித்துறையில் பல பயன்பாடுகளைக் கொண்டுள்ளது. இது வங்கிச் செயல்பாடுகள், வாடிக்கையாளர் சேவை, இடர் மேலாண்மையின் பல்வேறு அம்சங்களை மாற்றுகிறது.

மோசடிகளைக் கண்டறிதல், தடுப்பு

மோசடி செயல்பாட்டைக் குறிக்கும் வடிவங்கள், முரண்பாடுகளை அடையாளம் காணப் பரிவர்த்தனை வரலாறு, வாடிக்கையாளர் நடத்தை, வெளிப்புற ஆதாரங்கள் உள்ளிட்ட பெரிய அளவிலான வங்கித் தரவைச் செயற்கை நுண்ணறிவு வழிமுறைகளால் பகுப்பாய்வு செய்ய முடியும். செயற்கை நுண்ணறிவு மூலம் இயங்கும் அமைப்புகள் நிகழ்நேரத்தில் மோசடியைக் கண்டறிந்து தடுக்க உதவும். இது வங்கிகள், வாடிக்கையாளர்களுக்கு நிதி இழப்புகளைக் குறைக்கும்.

வாடிக்கையாளர் சேவை, சாட்போட்கள்

தனிப்பயனாக்கப்பட்ட வாடிக்கையாளர் ஆதரவு, உதவியை வழங்க ஏஐ மூலம் இயங்கும் சாட்போட்கள், மெய்நிகர் உதவியாளர்கள் வங்கியில் பயன்படுத்தப்படுகின்றன. இவை வாடிக்கையாளர் விசாரணைகளைப் புரிந்துகொண்டு பதிலளிக்க முடியும். கணக்கு விசாரணைகளுக்கு உதவ முடியும். பரிவர்த்தனை தகவல்களை வழங்கும். அடிப்படை வங்கிச் சேவைகளை வழங்கும். வாடிக்கையாளர் அனுபவத்தை மேம்படுத்தும். இதனால் வங்கியில் காத்திருக்கும் நேரங்கள் குறையும்.

கிரெடிட் ஸ்கோர், ரிஸ்க் அசெஸ்மெண்ட்

செயற்கை நுண்ணறிவு வழிமுறைகள் வாடிக்கையாளர் தரவு, கடன் வரலாறுகள், மாற்றுத் தரவு மூலங்களைப் பகுப்பாய்வு செய்து கடன் தகுதியை மதிப்பிடுவதற்கும் ஆபத்து சுய விவரங்களைத் தீர்மானிப்பதற்கும் முடியும். செயற்கை நுண்ணறிவு மூலம் இயங்கும் அமைப்புகள் கிரெடிட் ஸ்கோரைத் தன்னியக்கமாக்கலாம். கடன் விண்ணப்பச் செயல்முறைகளை ஒழுங்குபடுத்தலாம். மேலும் விரைவான மற்றும் துல்லியமான இடர் மதிப்பீடுகளை வழங்கலாம். சிறந்த கடன் முடிவுகளை ஆதரிக்கலாம்.

பணமோசடி எதிர்ப்பு (ஏஎம்எல்), உங்கள் வாடிக்கையாளரை அறிந்து கொள்ளுங்கள் (கேஓய்சி)

ஏஎம்எல் (Anti money laundering) கேஓய்சி (Know Your Customer) விதிமுறைகளுக்கு இணங்க செயற்கை நுண்ணறிவு வங்கிகளுக்கு உதவ முடியும். செயற்கை நுண்ணறிவு வழிமுறைகள் வாடிக்கையாளர் தரவைப் பகுப்பாய்வு செய்யலாம். சந்தேகத்திற்கிடமான பரிவர்த்தனைகள் அல்லது வடிவங்களை அடையாளம் காணலாம். மேலும் வாடிக்கையாளர்கள் மீது மேம்பட்ட கவனத்தை ஏற்படுத்தலாம். ஒழுங்குமுறை தேவைகளைப் பூர்த்தி செய்ய வங்கிகளுக்கு உதவலாம். பணமோசடி நடவடிக்கைகளைத் தடுக்கலாம்.

முதலீடு, செல்வ மேலாண்மை

தனிப்பட்ட முதலீட்டு ஆலோசனை, போர்ட்ஃபோலியோ மேலாண்மையை வழங்க முதலீடு எனச் செல்வ மேலாண்மையில் செயற்கை நுண்ணறிவு பயன்படுத்தப்படுகிறது. செயற்கை நுண்ணறிவு மூலம் இயங்கும் அமைப்புகள் சந்தைத் தரவைப் பகுப்பாய்வு செய்யலாம். இடர்ச் சுயவிவரங்களை மதிப்பிடலாம். தனிப்பட்ட முதலீட்டாளர்களின் இலக்குகள் மற்றும் விருப்பங்களுக்கு ஏற்ப முதலீட்டுப் பரிந்துரைகளைச் செய்யலாம்.

இடர் மேலாண்மை, முன்கணிப்புப் பகுப்பாய்வு

சாத்தியமான அபாயங்களை அடையாளம் காணவும், சந்தையின் போக்குகளைக் கணிக்கவும் செயற்கை நுண்ணறிவால் பெரிய அளவிலான நிதி, சந்தை தரவைப் பகுப்பாய்வு செய்ய முடியும். இடர் மேலாண்மை அமைப்புகள் வங்கிகளுக்குக் கடன் ஆபத்து, சந்தை ஆபத்து, பணப்புழக்க அபாயத்தை மதிப்பிடுவதற்கும் நிர்வகிப்பதற்கும் உதவும். இது முடிவெடுப்பதை ஆதரிக்கும்.

இடர்த் தணிப்பு உத்திகளை மேம்படுத்தும் நுண்ணறிவுகளை வழங்குகிறது.

நிதித் திட்டமிடலுக்கான சாட்பாட்கள்

செயற்கை நுண்ணறிவு மூலம் இயங்கும் சாட்பாட்கள் வாடிக்கையாளர்களுக்கு நிதி திட்டமிடல், வரவுசெலவு, சேமிப்பு இலக்குகளுடன் உதவ முடியும். இந்தச் சாட்பாட்கள் தனிப்பயனாக்கப்பட்ட பரிந்துரைகளை வழங்கலாம். செலவு முறைகளைப் பகுப்பாய்வு செய்யலாம். நிதி ஆலோசனைகளை வழங்கலாம். வாடிக்கையாளர்கள் தங்கள் நிதிகளைப் பற்றித் தகவலறிந்த முடிவுகளை எடுக்க உதவலாம்.

ஒழுங்குமுறை இணக்கம்

சிக்கலான விதிமுறைகளைப் பகுப்பாய்வு செய்து விளக்குவதன் மூலம் ஒழுங்குமுறை இணக்கத்தை நிர்வகிக்க வங்கிகளுக்குச் செயற்கை நுண்ணறிவு உதவ முடியும். மேலும், இணக்கக் கண்காணிப்பைத் தானியக்கமாக்கலாம். சாத்தியமான இணக்க மீறல்களைக் குறிக்கலாம். ஒழுங்குமுறை அறிக்கையிடலில் உதவலாம். இணக்கமின்மை மற்றும் தொடர்புடைய அபராதங்களின் அபாயத்தைக் குறைக்கலாம்.

வாடிக்கையாளர் தொடர்புக்கான இயற்கை மொழிச் செயலாக்கம் (என்.எல்.பி)

என்.எல்.பி திறன்களைக் கொண்ட செயற்கை நுண்ணறிவு வாடிக்கையாளர் தொடர்புகளை மேம்படுத்த இயற்கை மொழியைப் புரிந்துகொண்டு செயலாக்க முடியும். வாடிக்கையாளர்களின் வினவல்களை விளக்கலாம். பொருத்தமான தகவல்களைப் பிரித்தெடுக்கலாம். துல்லியமான பதில்களை வழங்கலாம். வாடிக்கையாளர் சேவை, ஈடுபாட்டை மேம்படுத்தலாம்.

தானியங்கி ஆவணச் செயலாக்கம்

கடன் விண்ணப்பங்கள், கணக்குத் திறப்புகள், வாடிக்கையாளர் உள்நுழைவு போன்ற வங்கியில் ஆவணச் செயலாக்கப் பணிகளைச் செயற்கை நுண்ணறிவு தன்னியக்கமாக்க முடியும். செயற்கை நுண்ணறிவு வழிமுறைகள் ஆவணங்களிலிருந்து தொடர்புடைய தரவைப் பிரித்தெடுக்கலாம். தகவல்களைச் சரிபார்க்கலாம். ஆவண அடிப்படையிலான பணிப்பாய்வுகளை ஒழுங்குபடுத்தலாம். கையேடு முயற்சியைக் குறைக்கலாம். செயல்திறனை மேம்படுத்தலாம்.

செயற்கை நுண்ணறிவு தொழில்நுட்பங்கள் வங்கி செயல்பாடுகளை மேம்படுத்துகின்றன. வாடிக்கையாளர் சேவையை மேம்படுத்துகின்றன. மிகவும் துல்லியமான இடர் மேலாண்மையைச் செயல்படுத்துகின்றன. மேலும் விதிமுறைகளுக்கு இணங்குவதை ஆதரிக்கின்றன. வாடிக்கையாளர்களுக்குச் சிறந்த வங்கி அனுபவங்கள் மற்றும் வங்கிகளுக்கு மிகவும் திறமையான செயல்பாடுகளுக்குப் பங்களிக்கின்றன.

35. ஆன்லைன் வணிகம்

செயற்கை நுண்ணறிவு ஆன்லைன் சந்தைப்படுத்தலில் பரவலாகப் பயன்படுத்தப்படுகிறது. இது வணிகங்கள் தங்கள் சந்தைப்படுத்தல் உத்திகளை மேம்படுத்தவும், வாடிக்கையாளர் இலக்கை மேம்படுத்தவும், ஒட்டுமொத்தச் சந்தைப்படுத்தல் செயல்திறனை மேம்படுத்தவும் உதவுகிறது.

வாடிக்கையாளர் பிரிவு, இலக்கு

செயற்கை நுண்ணறிவு வழிமுறைகள் வாடிக்கையாளர் தரவு, ஆன்லைன் நடத்தை, கொள்முதல் வரலாற்றைப் பகுப்பாய்வு செய்து பகிரப்பட்ட பண்புகள், விருப்பங்களின் அடிப்படையில் வாடிக்கையாளர்களைத் தனித்தனிக் குழுக்களாகப் பிரிக்க முடியும். தனிப்பயனாக்கப்பட்ட சந்தைப்படுத்தல் பிரச்சாரங்கள், சலுகைகளுடன் குறிப்பிட்ட வாடிக்கையாளர் பிரிவுகளைக் குறிவைக்க வணிகங்களுக்கு இந்தப் பிரிவு உதவுகிறது.

முன்கணிப்புப் பகுப்பாய்வு

வாடிக்கையாளர் நடத்தையைக் கணிக்கவும், போக்குகளை அடையாளம் காணவும், சந்தை இயக்கவியலைக் கணிக்கவும் செயற்கை நுண்ணறிவால் பெரிய அளவிலான தரவைப் பகுப்பாய்வு செய்ய முடியும். செயற்கை நுண்ணறிவு மூலம் இயங்கும் முன்கணிப்புப் பகுப்பாய்வு மாதிரிகள் வணிகங்கள் வாடிக்கையாளர் தேவைகளை எதிர்பார்க்கவும், சந்தைப்படுத்தல் செலவினங்களை மேம்படுத்தவும், பிரச்சாரச் செயல்திறனை மேம்படுத்தத் தரவு சார்ந்த முடிவுகளை எடுக்கவும் உதவும்.

தனிப்பயனாக்கம், பரிந்துரை இயந்திரங்கள்

செயற்கை நுண்ணறிவு வழிமுறைகள் தனிப்பட்ட வாடிக்கையாளர் விருப்பத்தேர்வுகள், கொள்முதல் வரலாறு, உலாவல் நடத்தை (Web browsing) ஆகியவற்றின் அடிப்படையில் தனிப்பயனாக்கப்பட்ட சந்தைப்படுத்தல் செய்திகள் மற்றும் பரிந்துரைகளை வழங்க முடியும். செயற்கை நுண்ணறிவு மூலம் இயங்கும் பரிந்துரை இயந்திரங்கள் பொருத்தமான தயாரிப்புகள், சேவைகள் அல்லது உள்ளடக்கத்தைப் பரிந்துரைக்க முடியும். வாடிக்கையாளர் ஈடுபாட்டை அதிகரிக்கும். ஓட்டுநர் மாற்றங்களை அதிகரிக்கும்.

சாட்பாட்கள், மெய்நிகர் உதவியாளர்கள்

செயற்கை நுண்ணறிவு மூலம் இயங்கும் சாட்போட்கள், மெய்நிகர் உதவியாளர்கள் வாடிக்கையாளர்களுடன் நிகழ்நேரத்தில் தொடர்பு கொள்ளலாம். தனிப்பயனாக்கப்பட்ட உதவியை வழங்கலாம். விசாரணைகளுக்குப் பதிலளிக்கலாம். வாங்கும் செயல்முறை மூலம் வாடிக்கையாளர்களை வழிநடத்தலாம். இந்தச் செயற்கை நுண்ணறிவு அமைப்புகள் வாடிக்கையாளர் ஆதரவை மேம்படுத்துகின்றன மற்றும் ஒட்டுமொத்தப் பயனர் அனுபவத்தை மேம்படுத்துகின்றன.

உள்ளடக்க உருவாக்கம், மேம்படுத்தல்

செயற்கை நுண்ணறிவு தொழில்நுட்பங்கள் தயாரிப்பு விளக்கங்கள், வலைப்பதிவு கட்டுரைகள், சமூக ஊடக இடுகைகள் போன்ற உள்ளடக்கத்தை உருவாக்க முடியும். தேடுபொறித் தேர்வுமுறைக்கான (எஸ்சிஓ) உள்ளடக்கத்தை மேம்படுத்தலாம். வணிகங்களின் ஆன்லைன் இருப்பு அதிகபட்சப் பார்வை, கரிமப் போக்குவரத்திற்கு உகந்ததாக இருப்பதை உறுதி செய்கிறது.

சென்டிமெண்ட் அனாலிசிஸ், சோஷியல் லிசனிங்

வாடிக்கையாளர் கருத்துக்கள், விருப்பத்தேர்வுகள், பிராண்ட் உணர்வைப் புரிந்துகொள்ளச் சமூக ஊடக உரையாடல்கள், வாடிக்கையாளர் மதிப்புரைகள், ஆன்லைன் உணர்வின் பிற ஆதாரங்களைச் செயற்கை நுண்ணறிவு வழிமுறைகள் பகுப்பாய்வு செய்யலாம். சென்டிமெண்ட் பகுப்பாய்வு வணிகங்கள் பிராண்ட் நற்பெயரைக் கண்காணிக்கவும், வாடிக்கையாளர் உணர்வை அளவிடவும், வளர்ந்து வரும் போக்குகளை அடையாளம் காணவும் உதவுகிறது.

நிரல் விளம்பரம்

நிரலாக்க விளம்பரங்களில் (Programmatic Advertising) செயற்கை நுண்ணறிவு பரவலாகப் பயன்படுத்தப்படுகிறது. அங்கு வழிமுறைகள் விளம்பரச் சரக்குகளை வாங்குவதையும் விற்பதையும் தன்னியக்கமாக்குகின்றன. செயற்கை நுண்ணறிவு மூலம் இயங்கும் தளங்கள் பார்வையாளர்களின் தரவை பகுப்பாய்வு செய்கின்றன, விளம்பர இடங்களை மேம்படுத்துகின்றன. மேலும் குறிப்பிட்ட வாடிக்கையாளர் பிரிவுகளுக்கு இலக்கு விளம்பரங்களை நிகழ்நேரத்தில் வழங்குகின்றன. விளம்பரச் செயல்திறனை மேம்படுத்துகின்றன.

ஏ / பி சோதனை, உகந்த தாக்குதல்

ஏ / பி சோதனை (Split testing) மூலம் சந்தைப்படுத்தல் பிரச்சாரங்களைச் செயற்கை நுண்ணறிவு மேம்படுத்த முடியும். விளம்பர நகல், வடிவமைப்பு அல்லது லேண்டிங் பக்கத் தளவமைப்புகள் போன்ற சந்தைப்படுத்தல் கூறுகளின் பல மாறுபாடுகளைச் செயற்கை நுண்ணறிவு வழிமுறைகள் தானாகவே சோதிக்கின்றன. மேலும் முன்பே வரையறுக்கப்பட்ட குறிக்கோள்களின் அடிப்படையில் மிகவும் பயனுள்ள கலவையைத் தீர்மானிக்கின்றன. பிரச்சாரச் செயல்திறனை மேம்படுத்துகின்றன.

வாடிக்கையாளர் கணிப்பு

செயற்கை நுண்ணறிவு வழிமுறைகள் வாடிக்கையாளர் நடத்தை, ஈடுபாடு அளவீடுகள், வரலாற்றுத் தரவைப் பகுப்பாய்வு செய்து வாடிக்கையாளரின் குழப்பத்தைக் கணிக்க முடியும். அவ்வித வாடிக்கையாளர்களை அடையாளம் காண்பதன் மூலம் வணிகங்கள் வாடிக்கையாளர் விலகலைக் குறைக்கவும் வாடிக்கையாளர் விசுவாசத்தை அதிகரிக்கவும் இலக்குத் தக்கவைப்பு உத்திகளைச் செயல்படுத்தலாம்.

மார்க்கெட்டிங் ஆட்டோமேஷன்

மின்னஞ்சல் பிரச்சாரங்கள், முன்னணி வளர்ப்பு, சமூக ஊடகத் திட்டமிடல் போன்ற சந்தைப்படுத்தல் பணிகளை ஒழுங்குபடுத்தும் மார்க்கெட்டிங் ஆட்டோமேஷன் தளங்களைச் செயற்கை நுண்ணறிவு செயல்படுத்துகிறது. செயற்கை நுண்ணறிவு மூலம் இயங்கும் ஆட்டோமேஷன் அமைப்புகள் தகவல் தொடர்புகளைத் தனிப்பயனாக்கலாம். தானியங்கி பதில்களைத் தூண்டலாம். வாடிக்கையாளர் பயணம் முழுவதும் முன்னணிகளை வளர்க்கலாம். செயற்கை நுண்ணறிவு

தொழில்நுட்பங்கள் வணிகங்கள் தனிப்பயனாக்கப்பட்ட அனுபவங்களை வழங்கவும் சந்தைப்படுத்தல் முயற்சிகளை மேம்படுத்தவும் தரவு சார்ந்த முடிவுகளை எடுக்கவும் உதவுகின்றன. இது மேம்பட்ட வாடிக்கையாளர் ஈடுபாடு, அதிகரித்த மாற்றங்கள், மேம்பட்ட ஒட்டுமொத்தச் சந்தைப்படுத்தல் செயல்திறனுக்கு வழிவகுக்கிறது.

36. சுற்றுலாத்துறை

பயணத் திட்டமிடல், வாடிக்கையாளர் அனுபவம், செயல்பாட்டுச் செயல்திறன் ஆகியவற்றின் பல்வேறு அம்சங்களை மேம்படுத்தச்

சுற்றுலாத் துறையில் செயற்கை நுண்ணறிவு அதிகமாகப் பயன்படுத்தப்படுகிறது.

தனிப்பயனாக்கப்பட்ட பயணப் பரிந்துரைகள்

தனிப்பயனாக்கப்பட்ட பயணப் பரிந்துரைகளை வழங்க வாடிக்கையாளர்களின் விருப்பத்தேர்வுகள், பயண வரலாறு, ஆன்லைன் நடத்தை உள்ளிட்ட பரந்த அளவிலான தரவைச் செயற்கை நுண்ணறிவு வழிமுறைகள் பகுப்பாய்வு செய்யலாம். செயற்கை நுண்ணறிவு மூலம் இயங்கும் பயணத் தளங்கள் இலக்குகள், ஈர்ப்புகள், தங்குமிடங்கள், தனிப்பட்ட பயணிகளின் ஆர்வங்கள், விருப்பங்களுக்கு ஏற்ப செயல்பாடுகளைப் பரிந்துரைக்க முடியும்.

மெய்நிகர் பயண உதவியாளர்கள்

செயற்கை நுண்ணறிவால் இயங்கும் மெய்நிகர் பயண உதவியாளர்கள் பயணிகளுக்கு அவர்களின் பயணம் முழுவதும் உடன் இருக்கும்படியான நிகழ்நேர உதவியை வழங்க முடியும். இந்த உதவியாளர்கள் விமானங்கள், தங்குமிடங்கள், உணவகங்கள், பார்க்க வேண்டிய இடங்கள், போக்குவரத்து விருப்பங்கள் பற்றிய தகவல்களை வழங்க முடியும். செயற்கை நுண்ணறிவு அவர்களுக்குத் தனிப்பயனாக்கப்பட்ட பரிந்துரைகளை வழங்கலாம். கேள்விகளுக்குப் பதிலளிக்கலாம்.

முன்பதிவுகளுக்கு உதவலாம். அவர்களின் ஒட்டுமொத்தப் பயண அனுபவத்தையும் மேம்படுத்தலாம்.

சாட்போட்கள், வாடிக்கையாளர் ஆதரவு

செயற்கை நுண்ணறிவு மூலம் இயங்கும் சாட்போட்கள் வாடிக்கையாளர் ஆதரவை வழங்க முடியும். பயணிகளின் விசாரணைகளைச் சரியான நேரத்தில் நிவர்த்தி செய்யலாம். இந்த சாட்போட்கள் வழக்கமான கேள்விகளைக் கையாளலாம். பயணக் கொள்கைகளைப் பற்றிய தகவல்களை வழங்கலாம். முன்பதிவுகளில் உதவியை வழங்கலாம். 24/7 வாடிக்கையாளர் சேவையை வழங்கலாம். பதிலளிக்கும் தன்மை மற்றும் வாடிக்கையாளர் திருப்தியை மேம்படுத்தலாம்.

மொழி மொழிபெயர்ப்பு, தகவல்தொடர்பு

செயற்கை நுண்ணறிவு மூலம் இயங்கும் நிகழ்நேர மொழிபெயர்ப்பு கருவிகள் உரை, பேச்சு, சைகைகளை மொழிபெயர்ப்பதன் மூலமும், வெவ்வேறு மொழிகளில் தகவல்தொடர்பை எளிதாக்குவதன் மூலமும், பயண அனுபவத்தை மேம்படுத்துவதன் மூலமும் மொழித் தடைகளைக் கடக்கப் பயணிகளுக்கு உதவும்.

தேவை முன்னறிவிப்பு, விலை நிர்ணயத் தேர்வுமுறை

செயற்கை நுண்ணறிவு வழிமுறைகள் வரலாற்றுப் பயணத் தரவு, சந்தை போக்குகள், வெளிப்புறக் காரணிகளைப் பகுப்பாய்வு செய்து பயணத் தேவையை முன்னறிவிக்கவும் விலை உத்திகளை மேம்படுத்தவும் முடியும். சுற்றுலா வணிகங்களுக்கு விலை நிர்ணயத்தை மாற்றியமைக்கவும், வருவாய் நிர்வாகத்தை மேம்படுத்தவும், ஆக்கிரமிப்பு விகிதங்களை மேம்படுத்தவும் உதவும்.

பயணத் தொகுப்புகளுக்கான பரிந்துரை அமைப்புகள்

தனிப்பயனாக்கப்பட்ட பயணத் தொகுப்புகளை உருவாக்க வாடிக்கையாளர் தரவு, விருப்பத்தேர்வுகள், பயண முறைகளைச் செயற்கை நுண்ணறிவு வழிமுறைகள் பகுப்பாய்வு செய்யலாம். முன்கூட்டியே திட்டமிட்ட பயணத்திட்டங்களைப் பரிந்துரைக்கலாம் அல்லது பயணிகளின் விருப்பங்கள், பட்ஜெட் கட்டுப்பாடுகள், விரும்பிய அனுபவங்களின் அடிப்படையில் வடிவமைக்கப்பட்ட தொகுப்புகளை உருவாக்கலாம்.

ஸ்மார்ட் இலக்கு மேலாண்மை

(SMART goals stands for Specific, Measurable, Achievable, Relevant, and Time-Bound)

ஸ்மார்ட் இலக்கு மேலாண்மைக்குச் செயற்கை நுண்ணறிவு பயன்படுத்தப்படலாம். அங்கு சென்சார்கள், சமூக ஊடகங்கள், பயணத் தளங்கள் உள்ளிட்ட பல்வேறு மூலங்களிலிருந்து தரவுகள், பார்வையாளர்களின் எண்ணங்கள், கூட்ட மேலாண்மை, வள ஒதுக்கீட்டைக் கண்காணிக்கப் பகுப்பாய்வு செய்யப்படுகிறது. செயற்கை நுண்ணறிவு மூலம் இயங்கும் அமைப்புகள் பார்வையாளர்களின் அனுபவங்களை மேம்படுத்தவும், பாதுகாப்பு நடவடிக்கைகளை மேம்படுத்தவும், சுற்றுலாத் தலங்களின் நிலைத்தன்மையை மேம்படுத்தவும் உதவும்.

படம், காணொளி பகுப்பாய்வு

தானியங்கி குறியிடல், பொருள் அறிதல், உணர்வுப் பகுப்பாய்வு ஆகியவற்றை வழங்கப் பயணிகள் பதிவேற்றிய படங்கள், காணொளிகளைச் செயற்கை நுண்ணறிவு வழிமுறைகள் பகுப்பாய்வு செய்யலாம். இவை சுற்றுலா வணிகங்கள் பயணிகளின் விருப்பங்களைப் பற்றிய நுண்ணறிவுகளைப் பெறவும், பெரும்பாலானோரின் கவன ஈர்ப்புகளை அடையாளம் காணவும், வாடிக்கையாளர் உணர்வைப் புரிந்துகொள்ளவும் உதவுகிறது.

ரோபோடிக்ஸ், ஆட்டோமேஷன்

செயற்கை நுண்ணறிவில் இயங்கும் ரோபோக்கள், ஆட்டோமேஷன் அமைப்புகள் சுற்றுலா தொடர்பான பல்வேறு பணிகளுக்கு உதவும். சான்றாக, ரோபோக்கள் உணவகங்களில் பாதுகாப்பு சேவைகளை வழங்கலாம். செக்-இன், செக்-அவுட் செயல்முறைகளைக் கையாளலாம். அருங்காட்சியகங்கள் அல்லது ஈர்ப்புகளில் வழிகாட்டப்பட்ட சுற்றுப்பயணங்களை வழங்கலாம். செயல்திறனை மேம்படுத்தலாம். பயணிகளுக்குத் தனித்துவமான அனுபவங்களை வழங்கலாம்.

வாடிக்கையாளர் நுண்ணறிவுகளுக்கான தரவுப் பகுப்பாய்வு

மதிப்புமிக்க நுண்ணறிவுகளைப் பெற அதிக அளவு வாடிக்கையாளர் தரவைச் செயற்கை நுண்ணறிவு பகுப்பாய்வு செய்ய முடியும். இதன் மூலம் சுற்றுலா வணிகங்களுக்கு வாடிக்கையாளர் நடத்தை, விருப்பத்தேர்வுகள், உணர்வைப்

புரிந்துகொள்ள உதவும். இலக்கு சந்தைப்படுத்தல் பிரச்சாரங்கள், தனிப்பயனாக்கப்பட்ட சலுகைகள், மேம்பட்ட வாடிக்கையாளர் திருப்தி ஆகியவற்றைச் செயல்படுத்தலாம்.

செயற்கை நுண்ணறிவு தொழில்நுட்பங்கள் தனிப்பயனாக்கப்பட்ட அனுபவங்கள், திறமையான செயல்பாடுகள், தரவு சார்ந்த முடிவுகளை எடுக்க உதவுகின்றன. இறுதியில் பயணத் திட்டமிடல் செயல்முறையை மேம்படுத்துகின்றன. வாடிக்கையாளர் அனுபவங்களை மேம்படுத்துகின்றன. சுற்றுலாத் துறையில் புதுமையை ஊக்குவிக்கின்றன.

37. நீதித்துறை

சட்ட ஆராய்ச்சி

சட்ட ஆராய்ச்சியில் வழக்கறிஞர்கள், நீதிபதிகளுக்கு உதவப் பரந்த அளவிலான சட்ட ஆவணங்கள், நீதிமன்ற வழக்குகள், சட்டங்களைச் செயற்கை நுண்ணறிவால் பகுப்பாய்வு செய்ய முடியும். இந்த அமைப்புகள் தொடர்புடைய தகவல்களை விரைவாக மீட்டெடுக்கலாம். வடிவங்களை அடையாளம் காணலாம். வழக்குகளின் சுருக்கங்களை வழங்கலாம். நேரத்தை மிச்சப்படுத்தலாம். துல்லியத்தை மேம்படுத்தலாம்.

வழக்கு முன்கணிப்பு

செயற்கை நுண்ணறிவு வழிமுறைகள் கடந்தகால நீதித்துறை முடிவுகளைப் பகுப்பாய்வு செய்து இதேபோன்ற வழக்குகளின் முடிவைக் கணிக்க முடியும். இது வழக்குரைஞர்கள் தங்கள் வழக்குகளின் சாத்தியமான வெற்றியை மதிப்பிடுவதற்கும் தீர்வுகள், மேல்முறையீடுகள் அல்லது விசாரணை உத்திகள் குறித்துத் தகவலறிந்த முடிவுகளை எடுக்கவும் உதவும்.

ஆவணப் பகுப்பாய்வு

செயற்கை நுண்ணறிவு மூலம் இயங்கும் அமைப்புகள் சட்ட ஆவணங்கள், ஒப்பந்தங்கள், ஒப்பந்தங்களிலிருந்து தகவல்களைப் பகுப்பாய்வு செய்து பிரித்தெடுக்க முடியும். இந்த அமைப்புகள் உட்பிரிவுகள், முக்கிய வார்த்தைகள், தொடர்புடைய விவரங்கள் முதலானவற்றை அடையாளம் காண முடியும். இது சட்ட ஆவணங்களை மதிப்பாய்வு செய்து ஒழுங்கமைக்கும் செயல்முறையை மிகவும் திறமையானதாக ஆக்குகிறது.

சட்ட உதவி

சாட்போட் போன்ற செயற்கை நுண்ணறிவு பயன்பாடுகள் தனிநபர்களுக்கு அடிப்படை சட்ட ஆலோசனை, வழிகாட்டலை வழங்க முடியும். இந்தச் செயற்கை நுண்ணறிவு அமைப்புகள் பொதுவாகக் கேட்கப்படும் சட்டக் கேள்விகளுக்குப் பதிலளிக்க முடியும். சட்டப் படிவங்களுக்கு உதவலாம். சட்டச் செயல்முறைகளைப் பற்றிய பொதுவான தகவல்களை வழங்க முடியும். இதனால் நீதிக்கான அணுகலை அதிகரிக்க முடியும்.

தண்டனை, இடர் மதிப்பீடு

ஆபத்தை மதிப்பிடுவதற்கும், கிரிமினல் குற்றவாளிகளுக்குப் பொருத்தமான தண்டனைகளைத் தீர்மானிப்பதற்கும் செயற்கை நுண்ணறிவு வழிமுறைகள் பயன்படுத்தப்படலாம். குற்றவியல் வரலாறு, மக்கள்தொகை, குற்ற விவரங்கள் போன்ற பல்வேறு காரணிகளைப் பகுப்பாய்வு செய்வதன் மூலம் செயற்கை நுண்ணறிவு அமைப்புகள் நியாயத்தைக் கருத்தில் கொண்டு, பாரபட்சத்தைக் குறைக்கும் போது நீதிபதிகள் அதிகப்படியான தகவலறிந்த முடிவுகளை எடுக்க உதவும்.

மோசடி கண்டறிதல்

நிதி பரிவர்த்தனைகளில் வடிவங்கள், முரண்பாடுகளை அடையாளம் காணச் செயற்கை நுண்ணறிவு அமைப்புகள் பயன்படுத்தப்படலாம். இது பணமோசடி அல்லது வரி ஏய்ப்பு போன்ற மோசடி நடவடிக்கைகளைக் கண்டறிய உதவுகிறது. இந்த அமைப்புகள் பெரிய அளவிலான தரவுகளைப் பகுப்பாய்வு செய்து மேலதிக விசாரணைக்குச் சந்தேகத்திற்குரிய பரிவர்த்தனைகளை அடையாளம் காண முடியும்.

வழக்கு மேலாண்மை

நிர்வாகப் பணிகளைத் தன்னியக்கமாக்குவதன் மூலமும், விசாரணைகளைத் திட்டமிடுவதன் மூலமும், வழக்கு முன்னேற்றத்தைக் கண்காணிப்பதன் மூலமும் நீதிமன்ற வழக்குகளின் நிர்வாகத்தைச் செயற்கை நுண்ணறிவு தொழில்நுட்பங்கள் ஒழுங்குபடுத்த முடியும். இது வளங்களை மிகவும் திறமையாகப் பயன்படுத்த அனுமதிக்கிறது. நீதித்துறை செயல்முறையில் தாமதங்களைக் குறைக்கிறது.

செயற்கை நுண்ணறிவு பல்வேறு நீதித்துறை செயல்முறைகளில் மதிப்புமிக்க உதவியை வழங்க முடியும் என்றாலும் இறுதி முடிவுகள், தீர்ப்புகள் பொதுவாக மனித நீதிபதிகள், சட்ட

வல்லுநர்களால் எடுக்கப்படுகின்றன என்பதை நாம் கவனத்தில் கொள்ள வேண்டியது அவசியம். செயற்கை நுண்ணறிவு அமைப்புகள் மனிதத் தீர்ப்பை மாற்றுவதைவிட முடிவெடுப்பதை ஆதரிப்பதற்கான கருவிகளாகப் பயன்படுத்தப்பட வேண்டும். நீதித்துறையில் செயற்கை நுண்ணறிவைப் பயன்படுத்துவதில் வெளிப்படைத்தன்மை, பொறுப்புக்கூறல், நியாயத்தை உறுதிப்படுத்த நெறிமுறை பரிசீலனைகள், பாதுகாப்புகள் இருக்க வேண்டும்.

38. காவல்துறை

சட்டம் ஒழுங்கை மேம்படுத்தவும், பொதுமக்களின் பாதுகாப்பை மேம்படுத்தவும் செயற்கை நுண்ணறிவு பல்வேறு வழிகளில் பயன்படுத்தப்படுகிறது.

காணொளி கண்காணிப்பு

செயற்கை நுண்ணறிவு மூலம் இயங்கும் காணொளி பகுப்பாய்வு அமைப்புகள் சந்தேகத்திற்கிடமான நபர்கள், அசாதாரண நடத்தைகள் அல்லது சந்தேகத்திற்குரிய பொருட்கள் குறித்து அதிகாரிகளை எச்சரிக்கக் கண்காணிப்பு கேமராக்களிலிருந்து நேரடி அல்லது பதிவு செய்யப்பட்ட காணொளிகளைப் பகுப்பாய்வு செய்யலாம். இவை குற்றங்களைத் தடுக்கவும், கூட்ட மேலாண்மை, பொது இடங்களில் சாத்தியமான அச்சுறுத்தல்களை அடையாளம் காணவும் உதவும்.

முக அங்கீகாரம்

கண்காணிப்புக் காட்சிகளில் பதிவான முகங்களை அறியப்பட்ட குற்றவியல் தரவுத்தளங்களுடன் பொருத்துவதற்குச் செயற்கை நுண்ணறிவு அடிப்படையிலான முக அங்கீகாரத் தொழில்நுட்பத்தைப் பயன்படுத்தலாம். இது காணாமல் போன நபர்களைக் கண்டுபிடிப்பதற்கும், சந்தேகப்படும் நபர்களை அடையாளம் காணவும், நிகழ்நேரத்தில் கண்காணிப்பதற்கும், கைது செய்யவும் உதவுகிறது.

முன்னறிவிப்புக் காவல்

செயற்கை நுண்ணறிவு வழிமுறைகள் வரலாற்றுக் குற்றத் தரவுகள், வானிலை முறைகள், மக்கள்தொகையியல், பிற தொடர்புடைய

காரணிகளைப் பகுப்பாய்வு செய்து குற்றச் செயல்களுக்கு அதிக வாய்ப்புள்ள பகுதிகள், நேரங்களைக் கணிக்க முடியும். இந்தத் தகவல் சட்ட அமலாக்க முகமைகளுக்குச் செயற்கை நுண்ணறிவு வளங்களை அளித்து, மிகவும் திறம்படவும் முன்கூட்டியே குற்றங்களைத் தடுக்கவும் உதவும்.

குற்ற வடிவப் பகுப்பாய்வு

செயற்கை நுண்ணறிவு அமைப்புகள் வடிவங்கள், தொடர்புகள், போக்குகளை அடையாளம் காணப் பெரிய அளவிலான குற்றத் தரவுகளைப் பகுப்பாய்வு செய்ய முடியும். இந்தத் தகவல்கள் குற்றங்களை இணைப்பதற்கும், குற்றம் நடந்த, நடக்கப் போகும் பகுதிகளை அடையாளம் காண்பதற்கும் குறிப்பிட்ட வகையான குற்ற நடவடிக்கைகளை எதிர்த்துப் போராடுவதற்கான உத்திகளை உருவாக்குவதற்கும் புலனாய்வாளர்களுக்கு உதவும்.

நுண்ணறிவு இடர் மதிப்பீடு

குற்றச் செயல்களில் ஈடுபடும் நபர்கள் அல்லது சட்ட அமலாக்க மேற்பார்வையின் கீழ் உள்ளவர்களால் ஏற்படும் ஆபத்தை மதிப்பிடுவதற்குச் செயற்கை நுண்ணறிவு வழிமுறைகள் பயன்படுத்தப்படலாம். குற்றவியல் வரலாறு, சமூக இணைப்புகள், சூழ்நிலை தரவு போன்ற பல்வேறு காரணிகளைப் பகுப்பாய்வு செய்வதன் மூலம், இந்த அமைப்புகள் செயலூக்கமான தலையீட்டிற்கான வளங்களை முன்னுரிமைப்படுத்தவும் ஒதுக்கவும் உதவும்.

மொழிச் செயலாக்கம், பகுப்பாய்வு

காவல்துறை அறிக்கைகள், சட்ட ஆவணங்கள், சமூக ஊடக இடுகைகள், தகவல்தொடர்பு இடைமறிப்புகள் போன்ற பெரிய அளவிலான உரைத் தரவைப் பகுப்பாய்வு செய்யச் செயற்கை நுண்ணறிவு மூலம் இயங்கும் இயற்கை மொழிச் செயலாக்க (என்.எல்.பி) நுட்பங்களைப் பயன்படுத்தலாம். இது தொடர்புடைய தகவல்களை அடையாளம் காணவும், நுண்ணறிவுகளைப் பிரித்தெடுக்கவும், குற்ற நடவடிக்கைகள் அல்லது அச்சுறுத்தல்கள் தொடர்பான வடிவங்களைக் கண்டறியவும் உதவும்.

மோசடிகளைக் கண்டறிதல்

ஹேக்கிங், தரவு மீறல்கள், ஆன்லைன் மோசடி போன்ற சைபர் குற்றங்களைக் கண்டறிந்து தடுக்கச் செயற்கை நுண்ணறிவு தொழில்நுட்பங்கள் உதவும். மேலும் நெட்வொர்க்

போக்குவரத்தைப் பகுப்பாய்வு செய்யலாம். முரண்பாடுகளை அடையாளம் காணலாம். சைபர் பாதுகாப்பு அச்சுறுத்தல்களுக்கு எதிராக முன்கூட்டியே எச்சரிக்கை செய்யலாம்.

முன்கணிப்பு

செயற்கை நுண்ணறிவு வழிமுறைகள் வரலாற்றுக் குற்றத் தரவு, புள்ளி விவரங்கள், பிற தொடர்புடைய காரணிகளைப் பகுப்பாய்வு செய்து அதிக ஆபத்துள்ள பகுதிகள், குற்ற நடவடிக்கைகளுக்கான நேரங்களைக் கணிக்கவும் அடையாளம் காணவும் முடியும். இந்தத் தகவல் சட்ட அமலாக்க முகமைகளுக்கு அதிகாரிகளை முன்கூட்டியே நியமிக்கவும், குற்றங்களைத் தடுக்கவும் உதவும்.

முக அங்கீகாரம்

செயற்கை நுண்ணறிவு மூலம் இயங்கும் காணொளி கண்காணிப்பு அமைப்புகள் சந்தேகத்திற்கிடமான நடவடிக்கைகளைக் கண்டறியவும், தனிநபர்களை அடையாளம் காணவும் நேரடி அல்லது பதிவு செய்யப்பட்ட காணொளிகளைப் பகுப்பாய்வு செய்யலாம். அறியப்பட்ட குற்றவாளிகள் அல்லது காணாமல் போன நபர்களின் தரவுத்தளங்களுடன், முகங்களைப் பொருத்த முக அங்கீகாரத் தொழில்நுட்பம் பயன்படுத்தப்படலாம். இந்தத் திறன்கள் விசாரணைகளுக்கு உதவுகின்றன. சூழ்நிலை விழிப்புணர்வை மேம்படுத்துகின்றன. சந்தேகத்துக்குரிய நபர்களை அடையாளம் காண உதவுகின்றன.

புலனாய்வு ஆதரவு

ஆவணங்கள், வழக்கு கோப்புகள், சமூக ஊடக உள்ளடக்கம், டிஜிட்டல் ஆதாரங்கள் உள்ளிட்ட பெரிய அளவிலான தரவைப் பகுப்பாய்வு செய்வதன் மூலம் குற்றவியல் விசாரணைகளுக்குச் செயற்கை நுண்ணறிவு உதவ முடியும். செயற்கை நுண்ணறிவு வழிமுறைகள் வடிவங்களைக் கண்டறியலாம். தொடர்புடைய நிகழ்வுகளை இணைக்கலாம். சிக்கலான வழக்குகளை மிகவும் திறமையாகத் தீர்ப்பதில் துப்பறிவாளர்களுக்கும், புலனாய்வாளர்களுக்கும் வழிவகுக்கும்.

குற்றப் பகுப்பாய்வு, மாதிரி அங்கீகாரம்

ஆய்வாளர்களுக்கு உடனடியாகத் தெரியாத வடிவங்கள், போக்குகள், தொடர்புகளை அடையாளம் காணச் செயற்கை நுண்ணறிவு குற்றத் தரவைப் பகுப்பாய்வு செய்ய முடியும். இந்தப் பகுப்பாய்வு காவல் துறைகளுக்கு மூலோபாய ரீதியாக

வளங்களை ஒதுக்கவும், குற்றம் நடந்த பகுதிகளை அடையாளம் காணவும், பயனுள்ள குற்றத் தடுப்பு உத்திகளை உருவாக்கவும் உதவும்.

பேச்சு, ஆடியோ பகுப்பாய்வு

முக்கிய வார்த்தைகளைக் கண்டறியவும், குரல் வடிவங்களை அடையாளம் காணவும், தொடர்புடைய தகவல்களைப் பிரித்தெடுக்கவும் அவசர அழைப்புகள் அல்லது கண்காணிப்பு ஆடியோ போன்ற ஆடியோ பதிவுகளைப் பகுப்பாய்வு செய்யலாம். இந்தத் தொழில்நுட்பம் சாத்தியமான அச்சுறுத்தல்களை அடையாளம் காணவும், அவசர அழைப்புகளைப் பகுப்பாய்வு செய்யவும், துறையில் உள்ள அதிகாரிகளுக்கு நிகழ்நேரத் தகவல்களை வழங்கவும் உதவும்.

சைபர் கிரைம் தடுப்பு, விசாரணை

நெட்வொர்க் போக்குவரத்தைக் கண்காணிப்பதன் மூலமும், முரண்பாடுகளை அடையாளம் காண்பதன் மூலமும், சாத்தியமான பாதுகாப்பு மீறல்களைக் கண்டறிவதன் மூலமும் சைபர் குற்றங்களைக் கண்டறிந்து எதிர்த்துப் போராட செயற்கை நுண்ணறிவு உதவும். மேலும் டிஜிட்டல் ஆதாரங்களைப் பகுப்பாய்வு செய்வதற்கும், தீங்கிழைக்கும் நடவடிக்கைகளைக் கண்டறிவதற்கும், சைபர் குற்றங்கள் தொடர்பான விசாரணைகளுக்கும் உதவும்.

மெய்நிகர் உதவியாளர்கள், சாட்போட்கள்

செயற்கைநுண்ணறிவு மூலம் இயங்கும் மெய்நிகர் உதவியாளர்கள், சாட்போட்கள் வழக்கமான விசாரணைகளைக் கையாளலாம். பொதுமக்களுக்குத் தகவல்களை வழங்கலாம். அவசரநிலை அல்லாத சூழ்நிலைகளில் உதவியை வழங்கலாம். இது மனித வளங்களை விடுவிக்கவும், பதில் நேரங்களை மேம்படுத்தவும், குடிமக்களுக்கு அணுகக்கூடிய மற்றும் துல்லியமான தகவல்களை வழங்கவும் உதவும்.

காவல்துறையில் செயற்கை நுண்ணறிவைப் பயன்படுத்துவது தனியுரிமை, சார்பு, பொறுப்புக்கூறல் போன்ற நெறிமுறை, சட்டப் பரிசீலனைகளை எழுப்புகிறது என்பதை நாம் கவனத்தில் கொள்ள வேண்டியது அவசியம். செயற்கை நுண்ணறிவு அமைப்புகளைப் பயன்படுத்தும்போது வெளிப்படைத் தன்மை, பொறுப்புக்கூறல், தொடர்புடைய சட்டங்கள், ஒழுங்கு முறைகளுக்கு இணங்குவதைக் காவல் துறைகள் உறுதி செய்ய வேண்டும்.

எந்தவொரு சாத்தியமான சார்புகளையும் நிவர்த்தி செய்வதற்கும் சட்ட அமலாக்கத்தில் செயற்கை நுண்ணறிவைப் பயன்படுத்துவது தனிப்பட்ட உரிமைகளை மதிக்கிறது, பொது நம்பிக்கையை ஊக்குவிக்கிறது என்பதை உறுதிப்படுத்தவும் மற்றும் கவனமான மேற்பார்வை, கடுமையான சோதனை, தொடர்ச்சியான மதிப்பீடு அவசியம்.

சட்டம் மற்றும் ஒழுங்கில் செயற்கை நுண்ணறிவைப் பயன்படுத்துவது தனியுரிமை கவலைகள், வழிமுறைகளில் சாத்தியமான சார்புகள்,முடிவெடுப்பதில் வெளிப்படைத்தன்மை உள்ளிட்ட நெறிமுறை பரிசீலனைகளை எழுப்புகிறது என்பதைக் கவனத்தில் கொள்ள வேண்டியது அவசியம். சட்ட அமலாக்கம், பொதுப் பாதுகாப்பின் பின்னணியில் செயற்கை நுண்ணறிவு தொழில்நுட்பங்களின் பொறுப்பான பயன்பாட்டை உறுதிப்படுத்தச் சரியான விதிமுறைகள், வழிகாட்டுதல்கள், பாதுகாப்புகள் இருக்க வேண்டும்.

39. போக்குவரத்துத்துறை

போக்குவரத்து மேலாண்மையை மேம்படுத்துவதற்கும், போக்குவரத்து நெட்வொர்க்குகளை மேம்படுத்துவதற்கும், ஒட்டுமொத்தப் போக்குவரத்து பாதுகாப்பை மேம்படுத்துவதற்கும் போக்குவரத்துக் கட்டுப்பாட்டு அமைப்புகளுக்குச் செயற்கை நுண்ணறிவு அதிகமாகப் பயன்படுத்தப்படுகிறது.

டிராஃபிக் ஃப்ளோ ஆப்டிமைசேஷன்

செயற்கை நுண்ணறிவு வழிமுறைகள் போக்குவரத்து ஓட்டத்தைக் கண்காணிக்கவும், நெரிசல் ஏற்படும் பாதைகளில் கவனம் செலுத்தவும், போக்குவரத்து நிலைமைகளைக் கணிக்கவும், போக்குவரத்து சென்சார்கள், கேமராக்கள், பிற மூலங்களிலிருந்து நிகழ்நேரத் தரவைப் பகுப்பாய்வு செய்யலாம். போக்குவரத்துச் சமிக்ஞை நேரங்களை மேம்படுத்தவும், பாதை உள்ளமைவுகளைச் சரிசெய்யவும், போக்குவரத்துச் செயல்திறனை மேம்படுத்தக் கட்டுப்பாட்டு அமைப்புகளைச் செயல்படுத்தவும் இந்தத் தகவல் பயன்படுத்தப்படலாம்.

நுண்ணறிவு போக்குவரத்து சிக்னல் கட்டுப்பாடு

செயற்கை நுண்ணறிவு அடிப்படையிலான போக்குவரத்து சிக்னல் கட்டுப்பாட்டு அமைப்புகள் நிகழ்நேரப் போக்குவரத்து நிலைமைகளின் அடிப்படையில் சிக்னல் நேரங்களை மாற்றியமைக்க முடியும். சிக்னல் சுழற்சிகளை மேம்படுத்துவதற்கும், சந்திப்புகளில் போக்குவரத்து நெரிசலைக் குறைப்பதற்கும், போக்குவரத்து அளவு, நெரிசல் அளவு, பாதசாரி இயக்கங்கள் போன்ற காரணிகளை இந்த அமைப்புகள் கருத்தில் கொள்ளலாம்.

போக்குவரத்து விபத்து கண்டறிதல், மேலாண்மை

விபத்துகள், சாலை அபாயங்கள் அல்லது முறிவுகள் போன்ற போக்குவரத்து நிகழ்வுகளைக் கண்டறியக் கண்காணிப்பு கேமராக்கள், சென்சார்கள், சமூக ஊடக ஊட்டங்கள் உள்ளிட்ட பல்வேறு மூலங்களிலிருந்து தரவுகளைச் செயற்கை நுண்ணறிவு மூலம் இயங்கும் அமைப்புகள் பகுப்பாய்வு செய்யலாம். இத்தகைய சம்பவங்களை முன்கூட்டியே கண்டறிந்து, விரைவான பதில் இடையூறுகளைக் குறைக்கவும், அவசரகாலப் பதில் நேரங்களை மேம்படுத்தவும், சிறந்த போக்குவரத்து ஓட்டத்தை உறுதிப்படுத்தவும் உதவும்.

நுண்ணறிவு போக்குவரத்து அமைப்புகள் (ஐ.டி.எஸ்)

போக்குவரத்து நிர்வாகத்தை மேம்படுத்தப் பல்வேறு தொழில்நுட்பங்களை ஒருங்கிணைக்கும் ஒருங்கிணைந்த ஐ.டி. எஸ் (Intelligent transportation systems) தீர்வுகளில் செயற்கை நுண்ணறிவு பயன்படுத்தப்படலாம்.

நிகழ்நேரப் போக்குவரத்து கண்காணிப்பு, டைனமிக் பாதை வழிகாட்டுதல், நுண்ணறிவு பார்க்கிங் மேலாண்மை, பயணிகள் தகவல் சேவைகளுக்கான அமைப்புகள் இதில் அடங்கும். ஓட்டுநர்கள், போக்குவரத்து மேலாண்மை அதிகாரிகளுக்கு விரிவான, தனிப்பயனாக்கப்பட்ட தகவல்களை வழங்கச் செயற்கை நுண்ணறிவு பல மூலங்களிலிருந்து தரவுகளைப் பகுப்பாய்வு செய்யலாம்.

முன் கணிப்புப் போக்குவரத்து மாடலிங்

செயற்கை நுண்ணறிவு வழிமுறைகள் வரலாற்றுப் போக்குவரத்துத் தரவு, வானிலை நிலைமைகள், சிறப்பு நிகழ்வுகள், பிற காரணிகளைப் பகுப்பாய்வு செய்து போக்குவரத்து வடிவங்களுக்கான முன் கணிப்பு மாதிரிகளை உருவாக்க முடியும். இது போக்குவரத்து நிறுவனங்களுக்குப் போக்குவரத்து தேவையை எதிர்பார்க்கவும், உள்கட்டமைப்பு மேம்பாடுகளைத் திட்டமிடவும் எதிர்காலச் சூழ்நிலைகளுக்குப் போக்குவரத்து நெட்வொர்க்குகளை மேம்படுத்தவும் உதவும்.

தானியங்கிப் போக்குவரத்து அமலாக்கம்

தானியங்கி உரிமத் தகடு அங்கீகாரம் (ஏ.எல்.பி.ஆர்) (Automatic Number Plate Detection and Recognition) அமைப்புகள் போன்ற செயற்கை நுண்ணறிவு தொழில்நுட்பங்கள் போக்குவரத்து விதிமுறைகளை அமல்படுத்தவும், வாகன வேகத்தைக் கண்காணிக்கவும், விதிமீறல்களைக் கண்டறியவும்

பயன்படுத்தப்படலாம். இந்த அமைப்புகளைக் கொண்டு குற்றச் செயல்களில் ஈடுபடும் வாகனங்களை அடையாளம் காண முடியும். சுங்கச்சாவடிகளை அமல்படுத்தலாம் அல்லது போக்குவரத்து குற்றங்களுக்கு மேற்கோள்களை வழங்கலாம்.

இணைக்கப்பட்ட தானியங்கி வாகனங்கள்

இணைக்கப்பட்ட, தானியங்கி வாகனங்களின் (சிஏவி) (Connected and automated vehicles) வளர்ச்சிச் செயல்பாட்டில் செயற்கை நுண்ணறிவு முக்கியப் பங்கு வகிக்கிறது. வாகனக் கட்டுப்பாடு, வழிசெலுத்தல், முடிவெடுப்பதற்குச் செயற்கை நுண்ணறிவு வழிமுறைகள் பயன்படுத்தப்படுகின்றன. இது சிஏவிகள் போக்குவரத்துக் கட்டுப்பாட்டு அமைப்புகளுடன் தொடர்பு கொள்ளவும், பிற வாகனங்களுடன் தொடர்பு கொள்ளவும் சிக்கலான போக்குவரத்து சூழ்நிலைகளைப் பாதுகாப்பாகவும், திறமையாகவும் வழிநடத்தவும் உதவுகிறது.

போக்குவரத்துக் கட்டுப்பாட்டு அமைப்புகளில் செயற்கை நுண்ணறிவின் பயன்பாடு பொருத்தமான உள்கட்டமைப்பு, தரவுத் தனியுரிமை நடவடிக்கைகள், ஒழுங்குமுறைகளால் ஆதரிக்கப்படுவதை உறுதி செய்வது முக்கியம். பொதுமக்களின் நம்பிக்கையைப் பேணுவதற்கும் செயற்கை நுண்ணறிவு மூலம் இயங்கும் போக்குவரத்துக் கட்டுப்பாட்டு அமைப்புகளின் பாதுகாப்பான, சமமான செயல்பாட்டை உறுதி செய்வதற்கும் நெறிமுறை பரிசீலனைகள், வெளிப்படைத்தன்மை மற்றும் பொறுப்புக்கூறல் ஆகியவற்றுக்கு முன்னுரிமை அளிக்கப்பட வேண்டும்.

40. விளம்பரத்துறை

செயற்கை நுண்ணறிவு அதிக இலக்கு, தனிப்பயனாக்கப்பட்ட, திறமையான விளம்பர பிரச்சாரங்களைச் செயல்படுத்துவதன் மூலம் விளம்பரத் துறையில் புரட்சியை ஏற்படுத்தியுள்ளது.

பார்வையாளர் இலக்கு, பிரிவு

பொருத்தமான பார்வையாளர் பிரிவுகளை அடையாளம் காணப் பயனாளிகளின் நடத்தை, புள்ளிவிவரங்கள், விருப்பத்தேர்வுகள், உலாவல் வரலாறு உள்ளிட்ட பரந்த அளவிலான தரவைச் செயற்கை நுண்ணறிவு வழிமுறைகள் பகுப்பாய்வு செய்யலாம். இது விளம்பரதாரர்கள் தங்கள் தயாரிப்புகள் அல்லது சேவைகளில் அதிக ஆர்வமுள்ள நபர்களின் குறிப்பிட்ட குழுக்களுக்கு அதிக இலக்கு மற்றும் தனிப்பயனாக்கப்பட்ட விளம்பரங்களை வழங்க உதவுகிறது.

விளம்பரத் தேர்வுமுறை

செயல்திறன் தரவைத் தொடர்ந்து பகுப்பாய்வு செய்வதன் மூலமும், நிகழ்நேர மாற்றங்களைச் செய்வதன் மூலமும் செயற்கை நுண்ணறிவால் இயக்கப்பட்ட வழிமுறைகள் விளம்பரப் பிரச்சாரங்களை மேம்படுத்த முடியும். இந்த வழிமுறைகள் விளம்பரச் செயல்திறன், ROI ஐ அதிகரிக்க ஏல உத்திகள், விளம்பர இடங்கள், ஆக்கப்பூர்வமான கூறுகளைத் தானாகச் சரிசெய்ய முடியும். வெவ்வேறு விளம்பர மாறுபாடுகளை ஒப்பிட்டு மிகவும் வெற்றிகரமானவற்றை அடையாளம் காண ஏ / பி சோதனையையும் செயற்கை நுண்ணறிவால் மேற்கொள்ள முடியும்.

பரிந்துரை இயந்திரங்கள்

செயற்கை நுண்ணறிவு மூலம் இயங்கும் பரிந்துரை அமைப்புகள் தனிப்பயனாக்கப்பட்ட தயாரிப்புப் பரிந்துரைகளை வழங்கப் பயனர் தரவு, நடத்தையைப் பகுப்பாய்வு செய்யலாம். இது பொதுவாக ஈ-காமர்ஸ் தளங்கள், ஆன்லைன் சந்தைகளில் தனிப்பட்ட பயனர்களுக்குப் பொருத்தமான தயாரிப்புகள் அல்லது சேவைகளைப் பரிந்துரைக்கப் பயன்படுத்தப்படுகிறது. இது மாற்றம் மற்றும் வாங்குவதற்கான வாய்ப்பை அதிகரிக்கிறது.

விளம்பர கிரியேட்டிவ் ஜெனரேஷன்

விளம்பரப் படைப்புகளைத் தானாக உருவாக்க உற்பத்தி நெட்வொர்க்குகள் (Generative Adversarial Network) *(ஜிஏஎன்)*, இயற்கை மொழிச் செயலாக்கம் (என்எல்பி) போன்ற செயற்கை நுண்ணறிவு தொழில்நுட்பங்கள் பயன்படுத்தப்படலாம். இலக்கு பார்வையாளர்களுடன் (Target Audience) எதிரொலிக்கும் தனிப்பயனாக்கப்பட்ட, ஈர்க்கக்கூடிய விளம்பரங்களை உருவாக்கச் செயற்கை நுண்ணறிவு ஏற்கனவே உள்ள விளம்பர உள்ளடக்கம், படங்கள், வாடிக்கையாளர் விருப்பத்தேர்வுகளைப் பகுப்பாய்வு செய்யலாம்.

சாட்போட்கள், மெய்நிகர் உதவியாளர்கள்

வாடிக்கையாளர்களுடன் தொடர்பு கொள்ளவும், விசாரணைகளுக்குப் பதிலளிக்கவும், தயாரிப்புத் தகவல்களை வழங்கவும், பரிவர்த்தனைகளை எளிதாக்கவும் விளம்பரத்தில் செயற்கை நுண்ணறிவால் இயங்கும் சாட்போட்கள், மெய்நிகர் உதவியாளர்கள் பயன்படுத்தப்படுகின்றன. இந்தச் செயற்கை நுண்ணறிவு அமைப்புகள் தனிப்பயனாக்கப்பட்ட பரிந்துரைகளை வழங்கலாம். வாடிக்கையாளர் சிக்கல்களைச் சரிசெய்யலாம். தடையற்ற பயனர் அனுபவத்தை வழங்க முடியும்.

மோசடிகளைக் கண்டறிதல், தடுப்பு

விளம்பரச் சுற்றுச்சூழல் அமைப்பில் விளம்பர மோசடி, புகைப்பட மோசடி, பிற மோசடி நடவடிக்கைகளைக் கண்டறியச் செயற்கை நுண்ணறிவு வழிமுறைகள் பெரிய அளவிலான தரவைப் பகுப்பாய்வு செய்யலாம். விளம்பரதாரர்கள், தளங்கள் மோசடி அபாயங்களைக் குறைக்கவும், விளம்பரப் பிரச்சார ஒருமைப்பாட்டை உறுதிப்படுத்தவும், உதவும் வடிவங்கள், முரண்பாடுகள், சந்தேகத்திற்குரிய நடத்தை ஆகியவற்றைச் செயற்கை நுண்ணறிவு அடையாளம் காண முடியும்.

தரவுப் பகுப்பாய்வு, நுண்ணறிவுகள்

செயற்கை நுண்ணறிவு மூலம் இயங்கும் பகுப்பாய்வுக் கருவிகள் பதிவுகள், புகைப்படங்கள், மாற்றங்கள், வாடிக்கையாளர் தொடர்புகள் உள்ளிட்ட விளம்பரத் தரவைச் செயலாக்கலாம் மற்றும் பகுப்பாய்வு செய்யலாம். செயற்கை நுண்ணறிவு அர்த்தமுள்ள நுண்ணறிவுகளைப் பிரித்தெடுக்கலாம். போக்குகளை அடையாளம் காணலாம். விளம்பர உத்திகளை மேம்படுத்தவும், புதிய வாடிக்கையாளர் பிரிவுகளைக் குறிவைக்கவும், பிரச்சாரச் செயல்திறனை மேம்படுத்தவும் செயல்படக்கூடிய பரிந்துரைகளை வழங்க முடியும்.

விளம்பரங்களில் செயற்கை நுண்ணறிவைப் பயன்படுத்துவதில் நெறிமுறை பரிசீலனைகள், வெளிப்படைத்தன்மை, நுகர்வோர் தனியுரிமைக்கு முன்னுரிமை அளிக்கப்பட வேண்டும் என்பதைக் கவனத்தில் கொள்ள வேண்டும். விளம்பரதாரர்கள் பொருத்தமான விதிமுறைகளுக்கு இணங்க வேண்டும்.நுகர்வோர் நம்பிக்கையைப் பராமரிக்கவும் பயனர் தனியுரிமையைப் பாதுகாக்கவும் தரவுச் சேகரிப்பு மற்றும் பயன்பாட்டில் வெளிப்படைத்தன்மையை உறுதி செய்ய வேண்டும்.

41. ராணுவம்

செயற்கை நுண்ணறிவு ராணுவப் பயன்பாடுகளில் பல்வேறு வழிகளில் ஆராயப்பட்டு, பயன்படுத்தப்படுகிறது.

தன்னாட்சி அமைப்புகள்

செயற்கை நுண்ணறிவு நேரடி மனிதக் கட்டுப்பாடு இல்லாமல் பணிகளைச் செய்யக்கூடிய தன்னாட்சி அமைப்புகள், ரோபோடிக் தளங்களின் வளர்ச்சிக்கு உதவுகிறது. இதில் ஆளில்லா விமானங்கள் (யுஏவி) (Unmanned aerial vehicle), தரை வாகனங்கள், நீருக்கடியில் உள்ள வாகனங்கள் ஆகியவை அடங்கும். தன்னாட்சி அமைப்புகள் கண்காணிப்பு, உளவு, தளவாடங்கள், போர் நடவடிக்கைகளுக்குக்கூடப் பயன்படுத்தப்படலாம். இது மனித வீரர்களுக்கு ஆபத்தைக் குறைக்கிறது.

அறிவார்ந்த முடிவு ஆதரவு

முடிவெடுக்கும் செயல்முறைகளில் ராணுவத் தளபதிகள், பணியாளர்கள் ஆகியோருக்குச் செயற்கை நுண்ணறிவால் உதவ முடியும். பல மூலங்களிலிருந்து பரந்த அளவிலான தரவைப் பகுப்பாய்வு செய்வதன் மூலம் செயற்கை நுண்ணறிவு வழிமுறைகள் நிகழ்நேரச் சூழ்நிலை விழிப்புணர்வை வழங்கலாம். நுண்ணறிவுகளை உருவாக்கலாம். மூலோபாய, தந்திரோபாய (Strategic Management) செயல்பாடுகளுக்கான பரிந்துரைகளை வழங்க முடியும். இது முடிவெடுக்கும் செயல்திறனையும் வேகத்தையும் அதிகரிக்கும். வளர்ந்து வரும் போர்க்கள நிலைமைகளுக்கு விரைவான பதில்களைச் செயல்படுத்துகிறது.

முன்னறிவிப்புப் பராமரிப்பு

பராமரிப்பு தேவைகளைக் கணிக்கவும், பராமரிப்பு அட்டவணைகளை மேம்படுத்தவும், வேலையின்மை நேரத்தைக் குறைக்கவும் இராணுவ உபகரணங்கள், வாகனங்களிலிருந்து சென்சார் தரவைச் செயற்கை நுண்ணறிவு வழிமுறைகள் பகுப்பாய்வு செய்யலாம். சாத்தியமான சிக்கல்களை முன்கூட்டியே அடையாளம் காண்பதன் மூலம் செயற்கை நுண்ணறிவு உபகரணங்களின் நம்பகத்தன்மையை மேம்படுத்தலாம். செலவுகளைக் குறைக்கலாம். ராணுவ சொத்துக்கள் நிலைநிறுத்தலுக்குத் தயாராக இருப்பதை உறுதி செய்யலாம்.

சைபர் பாதுகாப்பு, பாதுகாப்பு

சைபர் அச்சுறுத்தல்கள், தாக்குதல்களைக் கண்டறிந்து பாதுகாப்பதில் செயற்கை நுண்ணறிவு முக்கியப் பங்கு வகிக்கிறது. செயற்கை நுண்ணறிவு மூலம் இயங்கும் அமைப்புகள் நெட்வொர்க் போக்குவரத்தைப் பகுப்பாய்வு செய்யலாம். முரண்பாடுகளை அடையாளம் காணலாம். சாத்தியமான ஊடுருவல்கள் அல்லது தீங்கிழைக்கும் நடவடிக்கைகளைக் கண்டறியலாம். செயற்கை நுண்ணறிவு வழிமுறைகள் நிகழ்நேர அச்சுறுத்தல் நுண்ணறிவு, சம்பவப் பதில், பாதிப்பு மதிப்பீடுகளிலும் உதவக்கூடும், இது ராணுவ நெட்வொர்க்குகள் மற்றும் முக்கியமான உள்கட்டமைப்பைப் பாதுகாக்க உதவுகிறது.

பயிற்சி, உருவகப்படுத்துதல்

செயற்கை நுண்ணறிவு அடிப்படையிலான பயிற்சி, உருவகப்படுத்துதல் அமைப்புகள் வீரர்களுக்கு யதார்த்தமான, அதிவேகப் பயிற்சி சூழல்களை வழங்க முடியும். மெய்நிகர் ரியாலிட்டி (விஆர்), ஆக்மென்டெட் ரியாலிட்டி (ஏஆர்) தொழில்நுட்பங்கள், செயற்கை நுண்ணறிவு வழிமுறைகளுடன் இணைந்து, உருவகப்படுத்தப்பட்ட காட்சிகளை உருவாக்க முடியும். இது வீரர்கள் முடிவெடுப்பது, தந்திரோபாய சூழ்ச்சிகள் (Tactical Manoeuvre), பணித் திட்டமிடல் ஆகியவற்றைப் பயிற்சி செய்ய அனுமதிக்கிறது. செயற்கை நுண்ணறிவு மெய்நிகர் எதிரிகளாகச் செயல்பட முடியும், வீரர்களின் செயல்களுக்கு ஏற்ப தகவமைத்துக் கொள்ளலாம். யதார்த்தமான பயிற்சி அனுபவங்களை வழங்கலாம்.

லாஜிஸ்டிக்ஸ், சப்ளை செயின் மேனேஜ்மெண்ட்

சரக்கு நிலைகள், தேவை முன்னறிவிப்புகள், போக்குவரத்துப் பாதைகள், பராமரிப்புத் தேவைகள் குறித்த தரவைப் பகுப்பாய்வு செய்வதன் மூலம் செயற்கை நுண்ணறிவு ராணுவத் தளவாடங்கள், விநியோகச் சங்கிலி நடவடிக்கைகளை மேம்படுத்த முடியும். மேலும் விநியோகச் சங்கிலி செயல்முறைகளை ஒழுங்குபடுத்தவும், வள ஒதுக்கீட்டில் செயல்திறனை மேம்படுத்தவும், ஒட்டுமொத்தத் தளவாட மேலாண்மையை மேம்படுத்தவும் உதவும்.

நுண்ணறிவுப் பகுப்பாய்வு

செயற்கைக்கோள் படங்கள், சமிக்ஞைகள் நுண்ணறிவு, திறந்த மூலத் தகவல்கள் உள்ளிட்ட பரந்த அளவிலான உளவுத் தரவைச் செயலாக்குவதற்கும், பகுப்பாய்வு செய்வதற்கும் செயற்கை நுண்ணறிவு உதவும். வடிவங்களை அடையாளம் காணவும், முரண்பாடுகளைக் கண்டறியவும், மாறுபட்ட தரவு மூலங்களிலிருந்து செயல்படக்கூடிய நுண்ணறிவைப் பிரித்தெடுக்கவும் உதவும். இது உளவுத்துறைப் பகுப்பாய்வின் வேகத்தையும், துல்லியத்தையும் மேம்படுத்தலாம் ராணுவ முடிவெடுக்கும் செயல்முறைகளை ஆதரிக்கலாம்.

ராணுவத்தில் செயற்கை நுண்ணறிவை நிலைநிறுத்துவதற்கு நெறிமுறை, சட்டத் தாக்கங்களைக் கவனமாகப் பரிசீலிக்க வேண்டும் என்பதைக் கவனத்தில் கொள்ள வேண்டியது அவசியம். பொறுப்பான பயன்பாடு, சர்வதேசச் சட்டங்களுக்கு இணங்குதல், திட்டமிடப்படாத விளைவுகளைத் தடுக்கப் பொருத்தமான மனித மேற்பார்வை ஆகியவற்றை உறுதி செய்வதற்கான பாதுகாப்புகள் இருக்க வேண்டும். கூடுதலாக, பொறுப்புக்கூறல், வெளிப்படைத்தன்மை, மனித உரிமை தரங்களுக்கு இணங்குதல் ஆகியவற்றில் கவனம் செலுத்துவதன் மூலம் செயற்கை நுண்ணறிவு உருவாக்கப்பட்டுப் பயன்படுத்தப்பட வேண்டும்.

42. மின்னணு மற்றும் தகவல் தொடர்புத்துறை

செயற்கை நுண்ணறிவு மின்னணு மற்றும் தகவல் தொடர்புத் துறையில் குறிப்பிடத்தக்கப் பங்களிப்புகளைச் செய்து வருகிறது, தொழில்நுட்ப மேம்பாடு, தகவல் தொடர்பு அமைப்புகள், மின்னணு சாதனங்களின் பல்வேறு அம்சங்களில் புரட்சியை ஏற்படுத்துகிறது.

சர்க்யூட் டிசைன், ஆப்டிமைசேஷன்

செயற்கை நுண்ணறிவு வழிமுறைகள் மின்னணு சுற்றுகளின் வடிவமைப்பு, உகந்ததாக்கலுக்கு உதவும். செயற்கை நுண்ணறிவுச் சுற்று அளவுருக்களைப் பகுப்பாய்வு செய்யலாம். செயல்திறனை உருவகப்படுத்தலாம். செயல்திறனை மேம்படுத்தவும், மின் நுகர்வைக் குறைக்கவும், ஒட்டுமொத்தச் சுற்றுச் செயல்திறனை மேம்படுத்தவும் வடிவமைப்பு மாற்றங்களைப் பரிந்துரைக்க முடியும்.

சமிக்ஞை செயலாக்கம்

இயந்திரக் கற்றல், ஆழமான கற்றல் போன்ற செயற்கை நுண்ணறிவு நுட்பங்கள் சமிக்ஞை செயலாக்கப் பணிகளில் பயன்படுத்தப்படுகின்றன. பேச்சு அறிதல், படம், காணொளி செயலாக்கம்,ஆடியோ செயலாக்கம்,வயர்லெஸ் தகவல்தொடர்பு போன்ற பகுதிகளில் சமிக்ஞைகளைச் செயற்கை நுண்ணறிவு வழிமுறைகள் பகுப்பாய்வு செய்து செயலாக்க முடியும். செயற்கை நுண்ணறிவு சமிக்ஞை செயலாக்க வழிமுறைகளின் துல்லியத்தையும் வேகத்தையும் மேம்படுத்தலாம். மேம்பட்ட

பயன்பாடுகளைச் செயல்படுத்தலாம். தகவல்தொடர்பு அமைப்பின் செயல்திறனை மேம்படுத்தலாம்.

ஆண்டெனா வடிவமைப்பு, பீம்ஃபார்மிங்

செயற்கை நுண்ணறிவு ஆண்டெனா வடிவமைப்பு, பீம்ஃபார்மிங் நுட்பங்களுக்கு உதவும். செயற்கை நுண்ணறிவு வழிமுறைகள் ஆண்டெனா வடிவியல்களை மேம்படுத்தலாம். கதிர்வீச்சு வடிவங்களைக் கணிக்கலாம். வயர்லெஸ் தகவல்தொடர்பு அமைப்புகளின் கவரேஜ், திறன், நம்பகத்தன்மையை மேம்படுத்த பீம்ஃபார்மிங் வழிமுறைகளை மேம்படுத்தலாம்.

நெட்வொர்க் ஆப்டிமைசேஷன், மேனேஜ்மெண்ட்

செயற்கை நுண்ணறிவு மின்னணு மற்றும் தகவல் தொடர்புத் துறையில் குறிப்பிடத்தக்கப் பங்களிப்புகளைச் செய்து வருகிறது, தொழில்நுட்ப மேம்பாடு, தகவல் தொடர்பு அமைப்புகள், மின்னணு சாதனங்களின் பல்வேறு அம்சங்களில் புரட்சியை ஏற்படுத்துகிறது.

சர்க்யூட் டிசைன், ஆப்டிமைசேஷன்

செயற்கை நுண்ணறிவு வழிமுறைகள் மின்னணு சுற்றுகளின் வடிவமைப்பு, உகந்ததாக்கலுக்கு உதவும். செயற்கை நுண்ணறிவுச் சுற்று அளவுருக்களைப் பகுப்பாய்வு செய்யலாம். செயல்திறனை உருவகப்படுத்தலாம். செயல்திறனை மேம்படுத்தவும், மின் நுகர்வைக் குறைக்கவும், ஒட்டுமொத்தச் சுற்றுச் செயல்திறனை மேம்படுத்தவும் வடிவமைப்பு மாற்றங்களைப் பரிந்துரைக்க முடியும்.

சமிக்ஞை செயலாக்கம்

இயந்திரக் கற்றல், ஆழமான கற்றல் போன்ற செயற்கை நுண்ணறிவு நுட்பங்கள் சமிக்ஞை செயலாக்கப் பணிகளில் பயன்படுத்தப்படுகின்றன. பேச்சு அறிதல், படம், காணொளி செயலாக்கம், ஆடியோ செயலாக்கம், வயர்லெஸ் தகவல்தொடர்பு போன்ற பகுதிகளில் சமிக்ஞைகளைச் செயற்கை நுண்ணறிவு வழிமுறைகள் பகுப்பாய்வு செய்து செயலாக்க முடியும். செயற்கை நுண்ணறிவு சமிக்ஞை செயலாக்க வழிமுறைகளின் துல்லியத்தையும் வேகத்தையும் மேம்படுத்தலாம். மேம்பட்ட பயன்பாடுகளைச் செயல்படுத்தலாம். தகவல்தொடர்பு அமைப்பின் செயல்திறனை மேம்படுத்தலாம்.

ஆண்டெனா வடிவமைப்பு, பீம்ஃபார்மிங்

செயற்கை நுண்ணறிவு ஆண்டெனா வடிவமைப்பு, பீம்ஃபார்மிங் (Beamforming) நுட்பங்களுக்கு உதவும். செயற்கை நுண்ணறிவு வழிமுறைகள் ஆண்டெனா வடிவியல்களை மேம்படுத்தலாம். கதிர்வீச்சு வடிவங்களைக் கணிக்கலாம். வயர்லெஸ் தகவல்தொடர்பு அமைப்புகளின் கவரேஜ், திறன், நம்பகத்தன்மையை மேம்படுத்த பீம்ஃபார்மிங் வழிமுறைகளை மேம்படுத்தலாம்.

பேச்சு, இயற்கை மொழி செயலாக்கம்

பேச்சு அறிதல், இயற்கை மொழிச் செயலாக்கம் போன்ற செயற்கை நுண்ணறிவு நுட்பங்கள் பல்வேறு மின்னணு, தகவல்தொடர்பு பயன்பாடுகளில் பயன்படுத்தப்படுகின்றன. செயற்கை நுண்ணறிவு வழிமுறைகள் குரல் கட்டுப்படுத்தப்பட்ட சாதனங்கள், மொழிபெயர்ப்பு, உணர்வு பகுப்பாய்வு, நுண்ணறிவு மெய்நிகர் உதவியாளர்களைச் செயல்படுத்தலாம், மனிதக் கணினித் தொடர்பு, தகவல்தொடர்பு அமைப்புகளை மேம்படுத்தலாம்.

நுண்ணறிவு வயர்லெஸ் தகவல்தொடர்பு

மாறிவரும் சேனல் நிலைமைகளுக்கு ஏற்ப மாற்றியமைப்பதன் மூலமும், பரிமாற்ற அளவுருக்களை மேம்படுத்துவதன் மூலமும், குறுக்கீட்டைத் தணிப்பதன் மூலமும் செயற்கை நுண்ணறிவு வயர்லெஸ் தகவல்தொடர்பு அமைப்புகளை மேம்படுத்த முடியும். செயற்கை நுண்ணறிவு வழிமுறைகள் வள ஒதுக்கீட்டை மேம்படுத்தலாம். ஸ்பெக்ட்ரம் பயன்பாட்டை நிர்வகிக்கலாம். வயர்லெஸ் தகவல்தொடர்பு நெட்வொர்க்குகளின் ஒட்டுமொத்தச் செயல்திறன் மற்றும் நம்பகத்தன்மையை மேம்படுத்தலாம். தனிப்பட்ட தொடர்புகள், வணிகச் சூழல்களில் பல்வேறு வழிகளில் தகவல்தொடர்புத் திறன்களை மேம்படுத்தப் பயன்படுத்தப்படலாம்.

மொழி மொழிபெயர்ப்பு

செயற்கை நுண்ணறிவால் இயங்கும் மொழி, மொழிபெயர்ப்புக் கருவிகள் பல்வேறு மொழிகளில் தகவல்தொடர்புகளை எளிதாக்கும். இந்தக் கருவிகளால் பேசும் அல்லது எழுதப்பட்ட சொற்களை நிகழ்நேரத்தில் மொழிபெயர்க்க முடியும். இது தனிநபர்கள் வெவ்வேறு மொழிகளைப் பேசும் மற்றவர்களுடன் திறம்படத் தொடர்பு கொள்ள உதவுகிறது. செயற்கை நுண்ணறிவு

மொழிபெயர்ப்பு அமைப்புகள் ஆவணங்களை விளக்குவதற்கும், மொழிபெயர்ப்பதற்கும் உலகளாவிய தகவல்தொடர்பு, ஒத்துழைப்பை மேம்படுத்துவதற்கும் உதவும்.

பேச்சு அறிதல், டிரான்ஸ்கிரிப்ஷன்

செயற்கை நுண்ணறிவு அடிப்படையிலான பேச்சு அறிதல் அமைப்புகள் பேசும் சொற்களை உரையாகத் துல்லியமாக மாற்ற முடியும். இந்த அமைப்புகள் குரல் உதவியாளர்கள், டிரான்ஸ்கிரிப்ஷன் சேவைகள், தானியங்கி மூடிய தலைப்பு போன்ற பயன்பாடுகளில் பயன்படுத்தப்படுகின்றன. பேச்சு அறிதல் துல்லியத்தை மேம்படுத்துவதன் மூலம் செயற்கை நுண்ணறிவு தொழில்நுட்பம் தகவல்தொடர்பை மிகவும் அணுகக் கூடியதாகவும், திறமையானதாகவும் அனைவரையும் உள்ளடக்கியதாகவும் ஆக்குகிறது.

இலக்கணம், எழுத்து உதவி

செயற்கை நுண்ணறிவால் இயங்கும் இலக்கணம், எழுதும் கருவிகள் தனிநபர்கள் தங்கள் எழுத்துத் தொடர்புத் திறன்களை மேம்படுத்த உதவும். இந்தக் கருவிகள் இலக்கணம், எழுத்துப்பிழை, பாணி குறித்த நிகழ்நேரக் கருத்துக்களை வழங்க முடியும். திருத்தங்கள், மாற்று வழிமுறைகளைப் பரிந்துரைக்கின்றன. சுருக்கமான, ஒத்திசைவான எழுதப்பட்ட உள்ளடக்கத்தை உருவாக்குவதற்கும் செயற்கை நுண்ணறிவு உதவக்கூடும். தனிநபர்கள் தங்கள் கருத்துக்களை மிகவும் திறம்பட வெளிப்படுத்த உதவுகிறது.

குரல் பகுப்பாய்வு, உணர்ச்சி கண்டறிதல்

செயற்கை நுண்ணறிவு வழிமுறைகள் தகவல்தொடர்புகளின் போது உணர்ச்சிகள், உணர்வுகளைக் கண்டறியக் குரல் வடிவங்கள், தொனிகள், உள்ளீடுகளைப் பகுப்பாய்வு செய்யலாம். வாடிக்கையாளர் சேவை தொடர்புகள், மெய்நிகர் பயிற்சி, பொதுப் பேச்சு போன்ற பயன்பாடுகளில் இந்தத் தொழில்நுட்பத்தைப் பயன்படுத்தலாம். குரல் விநியோகம், உணர்ச்சித் தாக்கம் குறித்த கருத்துக்களை வழங்குவதன் மூலம் செயற்கை நுண்ணறிவு அமைப்புகள் தனிநபர்கள் தங்கள் தகவல்தொடர்பு திறன்கள் மற்றும் உணர்ச்சி நுண்ணறிவை மேம்படுத்த உதவும்.

சொற்களற்ற தகவல்தொடர்பு பகுப்பாய்வு

தகவல்தொடர்பின் போது மனித நடத்தையைப் புரிந்துகொள்வதற்கும், விளக்குவதற்கும், முக பாவனைகள்,

சைகைகள், உடல் மொழி போன்ற காட்சிக் குறிப்புகள், சொற்களற்ற தகவல்தொடர்புகளைச் செயற்கை நுண்ணறிவு பகுப்பாய்வு செய்ய முடியும். வீடியோ கான்பரன்சிங், மெய்நிகர் கூட்டங்கள், விளக்கக் காட்சிகள் போன்ற பயன்பாடுகளில் இது மதிப்புமிக்கதாக இருக்கும். இது தனிநபர்களுக்கு அவர்களின் விழிப்புணர்வையும் சொற்களற்ற தகவல்தொடர்பில் செயல்திறனையும் மேம்படுத்த உதவுகிறது.

சாட்பாட்கள், மெய் நிகர் உதவியாளர்கள்

செயற்கை நுண்ணறிவு மூலம் இயங்கும் சாட்போட்கள், மெய் நிகர் உதவியாளர்கள் பயனர்களுடன் உரை அல்லது குரல் அடிப்படையிலான உரையாடல்களில் ஈடுபடலாம். இந்த அமைப்புகள் விசாரணைகளுக்கு உதவலாம். தகவல்களை வழங்கலாம். இயற்கை மொழி தொடர்புகளில் ஈடுபடலாம். பயனர் தொடர்புகளிலிருந்து தொடர்ந்து கற்றுக்கொள்வதன் மூலம் செயற்கை நுண்ணறிவு சாட்போட்கள் காலப்போக்கில் தங்கள் தகவல்தொடர்பு திறன்களை மேம்படுத்தலாம், மிகவும் துல்லியமான, பயனுள்ள பதில்களை வழங்கலாம்.

சமூகத் திறன் பயிற்சி

நிஜ வாழ்க்கை சமூகத் தொடர்புகளை உருவகப்படுத்தும் மெய் நிகர் பயிற்சிச் சூழல்களை உருவாக்கச் செயற்கை நுண்ணறிவு பயன்படுத்தப்படலாம். இந்த உருவகப்படுத்துதல்கள் வேலை நேர்காணல்கள், விற்பனை விளக்கக் காட்சிகள் அல்லது பேச்சுவார்த்தைப் பயிற்சிகள் போன்ற பல்வேறு சூழ்நிலைகளில் தனிநபர்கள் தங்கள் தகவல்தொடர்பு திறன்களைப் பயிற்சி செய்யவும் மேம்படுத்தவும் உதவும்.

தகவல்தொடர்பு செயல்திறனை மேம்படுத்தச் செயற்கை நுண்ணறிவு பின்னூட்டம், பயிற்சி, தனிப்பயனாக்கப்பட்ட பரிந்துரைகளை வழங்க முடியும். தகவல் தொடர்புத் திறன்களில் செயற்கை நுண்ணறிவு மதிப்புமிக்க ஆதரவை வழங்க முடியும் என்றாலும் இது மனிதத் தொடர்பு, பச்சாத்தாபத்தை மாற்றக்கூடாது என்பதை நாம் கவனத்தில் கொள்ள வேண்டியது அவசியம்.

செயற்கை நுண்ணறிவு அமைப்புகள் மனிதத் தகவல்தொடர்புகளை மேம்படுத்துவதற்கும், உதவுவதற்கும், புரிதல், உள்ளடக்கம், பயனுள்ள வெளிப்பாட்டை மேம்படுத்துவதற்கும் கருவிகளாகப் பார்க்கப்பட வேண்டும்.

தகவல்தொடர்பு தொடர்பான பயன்பாடுகளில் செயற்கை நுண்ணறிவைப் பயன்படுத்தும் போது நெறிமுறை பரிசீலனைகள் மற்றும் தனியுரிமை பாதுகாப்பு உறுதிப்படுத்தப்பட வேண்டும். மின்னணு மற்றும் தகவல் தொடர்புத் துறைகளில் செயற்கை நுண்ணறிவின் ஒருங்கிணைப்பு நம்பகத்தன்மை, ஆற்றல் திறன், பாதுகாப்பு, தனியுரிமை போன்ற அம்சங்களை நாம் கருத்தில் கொள்ள வேண்டும்.

இந்த டொமைன்களில் செயற்கை நுண்ணறிவைப் பொறுப்பான, பாதுகாப்பான நிலைநிறுத்தலை உறுதி செய்ய நெறிமுறை பரிசீலனைகள், தரவு பாதுகாப்பு, தரநிலைகள், ஒழுங்குமுறைகளுக்கு இணங்குவது அவசியம்.

43. படைப்பாற்றல் துறை

செயற்கை நுண்ணறிவு பல்வேறு களங்களில் ஆக்கப்பூர்வமான சிந்தனைச் செயல்முறையை ஆதரிக்கவும், மேம்படுத்தவும் அதிகமாகப் பயன்படுத்தப்படுகிறது. செயற்கை நுண்ணறிவு மனிதப் படைப்பாற்றலுக்கு மாற்றாக இல்லை என்றாலும் படைப்பாற்றல் முயற்சிகளை ஊக்குவிக்கவும், அதிகரிக்கவும் மதிப்புமிக்க கருவிகள், நுண்ணறிவுகளை வழங்கவும் முடியும்.

எண்ண உருவாக்கம், உத்வேகம்

செயற்கை நுண்ணறிவு வழிமுறைகளைக் கொண்டு படங்கள், உரை, இசை உள்ளிட்ட பரந்த அளவிலான தரவுகளைப் பகுப்பாய்வு செய்து புதிய யோசனைகளை உருவாக்கவும் படைப்பாற்றலை ஊக்குவிக்கவும் முடியும்.

செயற்கை நுண்ணறிவு மூலம் இயங்கும் அமைப்புகள் வடிவங்களை அங்கீகரிப்பதன் மூலமும், போக்குகளை அடையாளம் காண்பதன் மூலமும் மனிதர்களுக்கு உடனடியாகத் தெரியாத இணைப்புகளை உருவாக்குவதன் மூலமும், புதிய சேர்க்கைகள், வடிவங்கள் அல்லது கருத்துகளைப் பரிந்துரைக்க முடியும்.

உள்ளடக்க உருவாக்கம், தலைமுறை

எழுத்து, கலை, இசை, வடிவமைப்பு போன்ற பல்வேறு ஊடகங்களில் உள்ளடக்கத்தை உருவாக்கச் செயற்கை நுண்ணறிவு உதவும். செயற்கை நுண்ணறிவு வழிமுறைகள் உரையை உருவாக்கலாம். காட்சிக் கலைப் படைப்புகளை உருவாக்கலாம். இசையை உருவாக்கலாம். முன்பே வரையறுக்கப்பட்ட விதிகள்,

பாணிகள் அல்லது தரவுத்தொகுப்புகளின் அடிப்படையில் புதிய தயாரிப்புகளை வடிவமைக்கலாம். இது மனிதப் படைப்பாளிகள் தங்கள் கருத்துக்களைக் கட்டமைக்கவும் செம்மைப்படுத்தவும் ஒரு தொடக்கப் புள்ளியாக இருக்கும்.

கூட்டுப் படைப்பாற்றல்

செயற்கை நுண்ணறிவு பல நபர்களிடையே நிகழ்நேர ஒத்துழைப்பு, பின்னூட்டத்தைச் செயல்படுத்துவதன் மூலம் கூட்டுப் படைப்புச் செயல்முறைகளை எளிதாக்க முடியும். பகிரப்பட்ட சிந்தனை அமர்வுகள், யோசனை தரவரிசை, குழு ஒத்துழைப்பு ஆகியவற்றை உருவாக்கவும் கூட்டுப் படைப்பாற்றல், யோசனை பரிமாற்றத்தை ஊக்குவிக்கவும் உதவும்.

நுண்ணறிவு வடிவமைப்புக் கருவிகள்

பணிகளைத் தன்னியக்கமாக்கும். வடிவமைப்புக் கூறுகளைப் பரிந்துரைக்கும். வடிவமைப்புச் செயல்முறைக்கு உதவும் நுண்ணறிவு வடிவமைப்புக் கருவிகளை வழங்குவதன் மூலம் செயற்கை நுண்ணறிவு வடிவமைப்பாளர்களை ஆதரிக்க முடியும். செயற்கை நுண்ணறிவு மூலம் இயங்கும் வடிவமைப்பு கருவிகள் கிராஃபிக் வடிவமைப்பு, பயனர் இடைமுகம் (யுஐ) வடிவமைப்பு, கட்டடக்கலை வடிவமைப்பு போன்ற பகுதிகளில் உதவக்கூடும், இது வடிவமைப்பாளர்கள் சாத்தியங்களை மிகவும் திறமையாக ஆராய அனுமதிக்கிறது.

இசை அமைப்பு, ரீமிக்ஸ்

செயற்கை நுண்ணறிவு வழிமுறைகள் தற்போதுள்ள இசை வடிவங்கள், பாணிகளின் அடிப்படையில் இசை அமைப்புகளை உருவாக்க முடியும். செயற்கை நுண்ணறிவு மூலம் இயங்கும் அமைப்புகள் பெரிய இசைத் தளங்களைப் பகுப்பாய்வு செய்து அசல் இசைத் துண்டுகளை உருவாக்கலாம் அல்லது ஏற்கனவே உள்ள பாடல்களை 'ரீமிக்ஸ்' (Remix) செய்வதில் இசைக்கலைஞர்களுக்கு உதவலாம். இவற்றால் கலைஞர்களக்குப் புதிய கண்ணோட்டங்களையும், உத்வேகத்தையும் வழங்க முடியும்.

காணொளி, பட எடிட்டிங்

செயற்கை நுண்ணறிவு வழிமுறைகள் சில பணிகளைத் தன்னியக்கமாக்குவதன் மூலமும், ஆக்கப்பூர்வமான பரிந்துரைகளை வழங்குவதன் மூலமும் காணொளிகள், பட

எடிட்டிங் செயல்முறைகளுக்கு உதவ முடியும். தானியங்கிப் பட மேம்பாடு, பொருள் அங்கீகாரம், காட்சிப் பிரிப்பு ஆகியவற்றை வழங்க முடியும். இது எடிட்டிங் பணிகளுக்குத் தேவையான நேரத்தையும், முயற்சியையும் குறைக்கிறது.

கதைசொல்லல், விவரிப்புத் தலைமுறை

கதைக் கட்டமைப்புகள், பாத்திர மேம்பாடு, கதை வடிவங்களைப் பகுப்பாய்வு செய்வதன் மூலம் செயற்கை நுண்ணறிவு கதை சொல்லல், திரைக்கதை உருவாக்கத்திற்கு உதவும். செயற்கை நுண்ணறிவு வழிமுறைகள் கதைக் கோடுகளை உருவாக்கலாம். கதை திருப்பங்களைப் பரிந்துரைக்கலாம் அல்லது கதைசொல்லல் நுட்பங்களுக்கான பரிந்துரைகளை வழங்கலாம்.

கிரியேட்டிவ் சிக்கல் தீர்வு

மாற்று பார்வைகளை வழங்குவதன் மூலமும், புதுமையான தீர்வுகளைப் பரிந்துரைப்பதன் மூலமும், தரவு சார்ந்த நுண்ணறிவுகளை வழங்குவதன் மூலமும் ஆக்கப்பூர்வமான சிக்கல் தீர்க்கும் செயல்முறைகளுக்குச் செயற்கை நுண்ணறிவு உதவக்கூடும். செயற்கை நுண்ணறிவு மூலம் இயங்கும் அமைப்புகள் சிக்கல் களங்களைப் பகுப்பாய்வு செய்யலாம். வடிவங்களை அடையாளம் காணலாம். சிக்கல் தீர்க்கும் அணுகுமுறைகளை ஊக்குவிக்கப் பரிந்துரைகளை வழங்க முடியும்.

படைப்பாற்றல் சிந்தனைச் செயல்பாட்டில் செயற்கை நுண்ணறிவு மதிப்புமிக்க ஆதரவை வழங்க முடியும் என்றாலும் மனிதப் படைப்பாற்றல், உள்ளுணர்வு, தீர்ப்பு அவசியம் என்பதைக் கவனத்தில் கொள்ள வேண்டியது அவசியம். செயற்கை நுண்ணறிவை மனிதப் படைப்பாற்றலை அதிகரிப்பதற்கான ஒரு கருவியாக மட்டுமே நாம் பார்க்க வேண்டும்.

செயற்கை நுண்ணறிவு உருவாக்கிய உள்ளடக்கத்தின் தோற்றத்தை அங்கீகரித்தல், செயற்கை நுண்ணறிவு வழிமுறைகள், வழிமுறைகளில் வெளிப்படைத்தன்மை, பொறுப்புணர்வை உறுதி செய்தல் போன்ற ஆக்கப்பூர்வமான முயற்சிகளில் செயற்கை நுண்ணறிவின் நெறிமுறை பரிசீலனைகள் கவனிக்கப்பட வேண்டும்.

44. நுண்கலைத்துறை

செயற்கை நுண்ணறிவு நுண்கலை உலகில் நுழைந்து, கலைஞர்கள், கலை ஆர்வலர்கள், படைப்பு செயல்முறைக்குப் புதிய வாய்ப்புகளை வழங்குகிறது.

உருவாக்கும் கலை

செயற்கை நுண்ணறிவு வழிமுறைகள் தற்போதுள்ள கலைப்படைப்புகளின் வடிவங்கள், பாணிகள், காட்சி பண்புகளைப் பகுப்பாய்வு செய்வதன் மூலம் அசல் கலைப்படைப்பை உருவாக்க முடியும். கற்ற அழகியலின் அடிப்படையில் புதிய கலவைகள், வடிவமைப்புகள் அல்லது காட்சிகளை உருவாக்க முடியும். இது கலைஞர்களைப் புதிய படைப்பு திசைகளை ஆராயவும் தனித்துவமான துண்டுகளை உருவாக்கவும் அனுமதிக்கிறது.

கலை பாணி பரிமாற்றம்

செயற்கை நுண்ணறிவு ஒரு கலைப்படைப்பின் பண்புகளை மற்றொன்றுக்கு பயன்படுத்துவதன் மூலம் ஒரு கலைப்படைப்பின் பாணியை மாற்ற முடியும். செயற்கை நுண்ணறிவு வழிமுறைகள் பிரபலமான ஓவியங்கள் அல்லது கலை பாணியைப் புதிய கலைப்படைப்புகளுக்கு மாற்ற முடியும், இதன் விளைவாக மாற்றுப் பார்வையும், ரசனையும் ஏற்படுகின்றன.

படம் மற்றும் காணொளிகளைக் கையாளுதல்

நுண்கலை துறையில் படம், வீடியோ எடிட்டிங் பணிகளுக்குச் செயற்கை நுண்ணறிவு உதவக்கூடும். செயற்கை நுண்ணறிவு வழிமுறைகள் பட மேம்பாடு, பொருள் அகற்றுதல் அல்லது

பின்னணி கையாளுதல் போன்ற சில செயல்முறைகளைத் தானியக்கமாக்க முடியும். இது கலைஞர்களை வெவ்வேறு காட்சி கூறுகளுடன் பரிசோதிக்கவும், பாடல்களை மறு உருவாக்கம் செய்யவும் அனுமதிக்கிறது.

கலை பரிந்துரைகள்

செயற்கை நுண்ணறிவு வழிமுறைகளைக் கொண்டு பரந்த கலை சேகரிப்புகளைப் பகுப்பாய்வு செய்யலாம். கலை ஆர்வலர்கள் அல்லது காப்பாளர்களுக்குத் தனிப்பயனாக்கப்பட்ட பரிந்துரைகளை வழங்க முடியும். செயற்கை நுண்ணறிவு மூலம் இயங்கும் அமைப்புகள் ஒரு தனிநபரின் விருப்பங்கள், வரலாற்றுத் தரவு அல்லது பிற கலைப்படைப்புகளுடனான ஒற்றுமைகளின் அடிப்படையில் கலைப்படைப்புகளைப் பரிந்துரைக்க முடியும். இது கலை ஆய்வை எளிதாக்குகிறது.

கலை அங்கீகாரம், மறுசீரமைப்பு

செயற்கை நுண்ணறிவு கலை அங்கீகாரம், மறுசீரமைப்பு செயல்முறைகளுக்கு உதவும். செயற்கை நுண்ணறிவு வழிமுறைகள் கலைப்படைப்பின் பண்புகள், தூரிகைகள், வடிவங்களைப் பகுப்பாய்வு செய்து அதன் நம்பகத்தன்மையைத் தீர்மானிக்கலாம் அல்லது சேதமடைந்த படைப்புகளை மீட்டெடுக்க உதவலாம். இது மதிப்புமிக்க கலைப் படைப்புகளைப் பாதுகாக்கவும் உதவுகிறது.

கலை சந்தைப் பகுப்பாய்வு

செயற்கை நுண்ணறிவு கலை சந்தை போக்குகள், விலை நிர்ணயம், கலைஞர் நற்பெயரைப் பகுப்பாய்வு செய்ய உதவும். செயற்கை நுண்ணறிவு வழிமுறைகள் வரலாற்று ஏலத் தரவு, விற்பனை பதிவுகள், கலை சந்தை ஏற்ற இறக்கங்களைப் பகுப்பாய்வு செய்து சந்தை இயக்கவியல், கலைஞர் மதிப்பீடு, முதலீட்டு வாய்ப்புகள் பற்றிய நுண்ணறிவுகளை வழங்க முடியும்.

ஊடாடும் கலை நிறுவல்கள்

பார்வையாளர்களின் இருப்பு, இயக்கங்கள் அல்லது செயல்களுக்குப் பதிலளிக்கும் ஊடாடும் கலை நிறுவல்களை உருவாக்கச் செயற்கை நுண்ணறிவு பயன்படுத்தப்படலாம். பயனாளிகளின் தொடர்புகளைக் கண்டறிந்து விளக்கக் கணினிப் பார்வை அல்லது சென்சார் தொழில்நுட்பங்களைப் பயன்படுத்தலாம். அதிவேகமான மற்றும் ஈர்க்கக்கூடிய கலை அனுபவங்களை உருவாக்கலாம்.

கலை ஒத்துழைப்பு, இணை உருவாக்கம்

நிகழ்நேர ஒத்துழைப்பு, மெய்நிகர் இடங்கள், பகிரப்பட்ட படைப்பு தளங்களைச் செயல்படுத்துவதன் மூலம் கூட்டுக் கலை முயற்சிகளைச் செயற்கை நுண்ணறிவு எளிதாக்க முடியும். செயற்கை நுண்ணறிவு மூலம் இயங்கும் அமைப்புகள் கலைஞர்கள் தங்கள் படைப்பு செயல்முறைகளைப் பகிர்வதற்கும், இணைப்பதற்கும் பல்துறை ஒத்துழைப்புகள், கூட்டுக் கலை அனுபவங்களை எளிதாக்குவதற்கும் உதவ முடியும்.

நுண்கலைகளில் செயற்கை நுண்ணறிவின் பங்கு வளர்ந்து வருகிறது என்பதை நாம் கவனத்தில் கொள்ள வேண்டியது அவசியம். இதனை மனிதப் படைப்பாற்றலுக்கு மாற்றாக இல்லாமல் கலை வெளிப்பாட்டை மேம்படுத்தும் ஒரு கருவியாகப் பார்க்க வேண்டும். கலைஞர்கள், நிறுவனங்கள் கலையில் செயற்கை நுண்ணறிவின் நெறிமுறை தாக்கங்களைக் கருத்தில் கொள்ள வேண்டும். அதாவது, ஆசிரியர், உரிமை, செயற்கை நுண்ணறிவு வழிமுறைகளின் பொறுப்பான பயன்பாட்டினைப் புரிந்துகொள்ள வேண்டும். நுண்கலைகளில் செயற்கை நுண்ணறிவைத் தழுவுவது அதன் திறன்கள் மற்றும் வரம்புகளைப் புரிந்துகொள்வதன் மூலம் செய்யப்பட வேண்டும். அதே நேரத்தில் மனிதப் படைப்பாற்றலின் தனித்துவமான அகநிலை தன்மையையும் பாதுகாக்க வேண்டும்.

45. பொறியியல்துறை

செயற்கை நுண்ணறிவு பல்வேறு பொறியியல் துறைகளில் புரட்சியை ஏற்படுத்துகிறது. செயல்திறனை மேம்படுத்துகிறது. சிக்கல் தீர்க்கும் திறன்களை மேம்படுத்துகிறது. புதுமையான தீர்வுகளை உருவாக்க உதவுகிறது.

உற்பத்தி, தொழில்துறை பொறியியல்

உற்பத்தி செயல்முறைகளை மேம்படுத்தவும் அசெம்பிளி கோடுகளைத் தன்னியக்கமாக்கவும் உற்பத்தி செயல்திறனை மேம்படுத்தவும் செயற்கை நுண்ணறிவு பயன்படுத்தப்படுகிறது.

செயற்கை நுண்ணறிவு வழிமுறைகள் சென்சார் தரவைப் பகுப்பாய்வு செய்யலாம். உபகரணச் செயல்திறனைக் கண்காணிக்கலாம். பராமரிப்பு தேவைகளைக் கணிக்கலாம். வேலையின்மையைக் குறைக்கலாம். வள ஒதுக்கீட்டை மேம்படுத்தலாம். மேலும், தரக் கட்டுப்பாடு, குறைபாடு கண்டறிதல், முன்கணிப்புப் பராமரிப்பு ஆகியவற்றிற்கும் உதவும்.

சிவில் பொறியியல், கட்டுமானம்

வடிவமைப்புகளை மேம்படுத்தவும், திட்டத் திட்டமிடலை மேம்படுத்தவும், பாதுகாப்பை மேம்படுத்தவும் சிவில் பொறியியல் மற்றும் கட்டுமானத்தில் கட்டமைப்புப் பகுப்பாய்வுக்கு உதவலாம். உகந்த வடிவமைப்புத் தீர்வுகளை உருவாக்கலாம். பொருள் செயல்திறனைக் கணிக்க முடியும். செயற்கை நுண்ணறிவு மூலம் இயங்கும் அமைப்புகள் சாத்தியமான அபாயங்களைக் கண்டறியவும், முன்னேற்றத்தைக் கண்காணிக்கவும், பாதுகாப்புத் தரங்களுக்கு இணங்குவதை

உறுதிப்படுத்தவும் கட்டுமான தளங்களிலிருந்து சென்சார் தரவைப் பகுப்பாய்வு செய்யலாம்.

சுற்றுச்சூழல் பொறியியல்

சிக்கலான சுற்றுச்சூழல் தரவைப் பகுப்பாய்வு செய்யவும், மாசு அளவைக் கணிக்கவும், வள மேலாண்மையை மேம்படுத்தவும், சுற்றுச்சூழல் பொறியியலில் செயற்கை நுண்ணறிவு பயன்படுத்தப்படுகிறது. சென்சார் தரவு, செயற்கைக்கோள் படங்கள், வரலாற்றுத் தரவைப் பகுப்பாய்வு செய்து சுற்றுச்சூழல் அமைப்புகளை மாதிரியாக்கவும் காற்று, நீர் தரத்தைக் கணிக்கவும் சுற்றுச்சூழல் மேலாண்மையில் முடிவு எடுப்பதை ஆதரிக்கவும் முடியும்.

எலக்ட்ரிக்கல் அண்ட் எலக்ட்ரானிக்ஸ் இன்ஜினியரிங்

எலக்ட்ரிக்கல், எலக்ட்ரானிக்ஸ் இன்ஜினியரிங்கில் செயற்கை நுண்ணறிவு முக்கியப் பங்கு வகிக்கிறது. இது மின் அமைப்புகள் தேர்வுமுறை, சுமை முன்னறிவிப்பு, ஆற்றல் மேலாண்மை ஆகியவற்றில் பயன்படுத்தப்படுகிறது.

செயற்கை நுண்ணறிவு வழிமுறைகள் ஆற்றல் நுகர்வு முறைகளைப் பகுப்பாய்வு செய்து, மின் விநியோகத்தை மேம்படுத்தி, ஸ்திரத்தன்மையைக் கட்டமைக்கலாம். எலக்ட்ரானிக்ஸ் பொறியியலில், செயற்கை நுண்ணறிவு சுற்று வடிவமைப்பு, பிழை கண்டறிதல், மின்னணு அமைப்புகளின் உகந்ததாக்குதல் ஆகியவற்றில் உதவுகிறது.

ஏரோஸ்பேஸ் இன்ஜினியரிங்

விமானக் கட்டுப்பாட்டு அமைப்புகள், தன்னாட்சி வழிசெலுத்தல், விமானப் பராமரிப்பு உள்ளிட்ட பல்வேறு நோக்கங்களுக்காக ஏரோஸ்பேஸ் பொறியியலில் செயற்கை நுண்ணறிவு பயன்படுத்தப்படுகிறது. இதன் மூலம் விமானத் தரவைப் பகுப்பாய்வு செய்யலாம். விமானப் பாதைகளை மேம்படுத்தலாம். முடிவெடுக்கும் செயல்முறைகளைத் தானியக்கமாக்கலாம். உதிரிபாகச் செயலிழப்புகளைக் கணிப்பதன் மூலமும், பராமரிப்பு அட்டவணைகளை மேம்படுத்துவதன் மூலமும், பாதுகாப்பு நெறிமுறைகளை மேம்படுத்துவதன் மூலமும் செயற்கை நுண்ணறிவு மூலம் இயங்கும் அமைப்புகள் விமான பராமரிப்பில் உதவ முடியும்.

மெக்கானிக்கல் இன்ஜினியரிங்

டிசைன் ஆப்டிமைசேஷன், ரோபோடிக்ஸ், ஆட்டோமேஷன் ஆகியவற்றுக்காக மெக்கானிக்கல் இன்ஜினியரிங்கில் செயற்கை நுண்ணறிவு பயன்படுத்தப்படுகிறது. இவை தயாரிப்பு வடிவமைப்பில் உதவலாம். சிக்கலான இயந்திர அமைப்புகளைப் பகுப்பாய்வு செய்யலாம். செயல்திறன், செயல்திறனுக்கான வடிவமைப்புகளை மேம்படுத்தலாம். ரோபோட்டிக்ஸில், செயற்கை நுண்ணறிவு தன்னாட்சிக் கட்டுப்பாடு, பொருள் அங்கீகாரம், கூட்டு ரோபோடிக்ஸ் பயன்பாடுகளைச் செயல்படுத்துகிறது.

வேதியியல் பொறியியல்

செயல்முறை தேர்வுமுறை, முன் கணிப்பு மாடலிங், தரக் கட்டுப்பாடு ஆகியவற்றுக்காக வேதியியல் பொறியியலில் செயற்கை நுண்ணறிவு பயன்படுத்தப்படுகிறது. சிக்கலான வேதியியல் எதிர்வினைகளைப் பகுப்பாய்வு செய்யலாம். செயல்முறை அளவுருக்களை மேம்படுத்தலாம். தயாரிப்பு தரத்தை மேம்படுத்தலாம். செயற்கை நுண்ணறிவு மூலம் இயங்கும் அமைப்புகள் நிகழ் நேர கண்காணிப்பு, முரண்பாடு கண்டறிதல், வேதியியல் செயல்முறைகளில் பிழை கண்டறிதல் ஆகியவற்றிற்கும் உதவும்.

பயோமெடிக்கல் இன்ஜினியரிங்

பயோமெடிக்கல் இன்ஜினியரிங் துறையில் செயற்கை நுண்ணறிவு குறிப்பிடத்தக்கப் பங்களிப்பை வழங்கி வருகிறது. மருத்துவ இமேஜிங் பகுப்பாய்வு, நோய் கண்டறிதல், தனிப்பயனாக்கப்பட்ட மருத்துவத்திற்குச் செயற்கை நுண்ணறிவு வழிமுறைகள் பயன்படுத்தப்படுகின்றன. மருத்துவப் படங்களை விளக்குவதற்கும் நோயாளியின் தரவைப் பகுப்பாய்வு செய்வதற்கும் சிகிச்சை விளைவுகளைக் கணிக்கவும் உதவும். உயிர் மருத்துவ ஆராய்ச்சி, மருந்து கண்டுபிடிப்பு, உயிர்த் தகவலியல் ஆகியவற்றில் செயற்கை நுண்ணறிவு ஒரு பங்கு வகிக்கிறது.

பொறியியல் துறைகளில் செயற்கை நுண்ணறிவு பல நன்மைகளை வழங்கினாலும் மனித நிபுணத்துவம், விமர்சனச் சிந்தனை அவசியம் என்பதை நாம் கவனத்தில் கொள்ள வேண்டும். செயற்கை நுண்ணறிவு என்பது மனிதத் தீர்ப்பு, படைப்பாற்றலுக்கு மாற்றாக இல்லாமல், பொறியாளர்களின்

திறன்களை அதிகரிப்பதற்கும், அவர்களின் செயல்திறனை மேம்படுத்துவதற்கும் ஒரு கருவியாகப் பார்க்கப்பட வேண்டும். பொறியியல் களங்களில் செயற்கை நுண்ணறிவின் பொறுப்பான, நன்மை பயக்கும் பயன்பாட்டை உறுதி செய்ய நெறிமுறை பரிசீலனைகள், தனியுரிமை பாதுகாப்பு, செயற்கை நுண்ணறிவு வழிமுறைகள் மற்றும் வழிமுறைகளில் வெளிப்படைத்தன்மை ஆகியவை நிலைநிறுத்தப்பட வேண்டும்.

46. டெக்ஸ்டைல், பேஷன் மற்றும் டிசைனிங் துறை

செயற்கை நுண்ணறிவு ஜவுளித் தொழிலில், உற்பத்தி, வடிவமைப்பு, தரக் கட்டுப்பாடு, விநியோகச் சங்கிலி மேலாண்மையின் பல்வேறு அம்சங்களில் புரட்சியை ஏற்படுத்துகிறது. பேஷன் மற்றும் டிசைன் துறையில் செயற்கை நுண்ணறிவு பல பயன்பாடுகளைக் கொண்டுள்ளது.

முன்னறிவிப்புப் பராமரிப்பு

செயற்கை நுண்ணறிவு வழிமுறைகளினால் ஜவுளி இயந்திரங்களிலிருந்து சென்சார் தரவைப் பகுப்பாய்வு செய்து, பராமரிப்புத் தேவைகளைக் கணிக்க முடியும். உபகரணச் செயல்திறனைக் கண்காணிப்பதன் மூலம் செயற்கை நுண்ணறிவு மூலம் இயங்கும் அமைப்புகள் முரண்பாடுகளைக் கண்டறியலாம். சாத்தியமான தோல்விகளை அடையாளம் காணலாம். பராமரிப்பு அட்டவணைகளை மேம்படுத்தலாம். இது திட்டமிடப்படாத வேலையின்மையைத் தடுக்கவும், பராமரிப்பு செலவுகளைக் குறைக்கவும், ஒட்டுமொத்த உபகரணச் செயல்திறனை மேம்படுத்தவும் உதவுகிறது.

தரக்கட்டுப்பாடு

ஜவுளித் தொழிலில் தானியங்கி காட்சி ஆய்வுக்குச் செயற்கை நுண்ணறிவு பயன்படுத்தப்படுகிறது. செயற்கை நுண்ணறிவு வழிமுறைகள் ஜவுளி தயாரிப்புகளின் படங்கள் அல்லது காணொளிக் காட்சிகளைப் பகுப்பாய்வு செய்யலாம். குறைபாடுகளை அடையாளம் காணலாம். முன்பே

வரையறுக்கப்பட்ட தரங்களின் அடிப்படையில் அவற்றை வகைப்படுத்தலாம். இது நிகழ் நேரக் குறைபாடு கண்டறிதல், மனிதப் பிழையைக் குறைத்தல், தயாரிப்பு தரத்தை மேம்படுத்துதல் ஆகியவற்றைச் செயல்படுத்துகிறது.

வடிவமைப்பு, மாதிரி உருவாக்கம்

தனித்துவமான வடிவங்கள், அச்சுகள், அமைப்புகளை உருவாக்க ஜவுளி வடிவமைப்பில் செயற்கை நுண்ணறிவு பயன்படுத்தப்படுகிறது. வடிவங்கள், வண்ணங்கள், பாணிகளின் பெரிய தரவுத்தளங்களைப் பகுப்பாய்வு செய்து புதிய வடிவமைப்புச் சேர்க்கைகளை உருவாக்கவும் பார்வைக்கு ஈர்க்கக் கூடிய ஜவுளி வடிவமைப்புகளை உருவாக்கவும் முடியும். இது வடிவமைப்பாளர்களுக்குப் பரந்த அளவிலான படைப்பு சாத்தியக் கூறுகளை ஆராயவும், வடிவமைப்பு செயல்முறையை விரைவுபடுத்தவும் உதவுகிறது.

தேவை முன்னறிவிப்பு

செயற்கை நுண்ணறிவு வழிமுறைகள் ஜவுளி பொருட்களுக்கான தேவையைக் கணிக்க வரலாற்று விற்பனைத் தரவு, சந்தை போக்குகள், பிற தொடர்புடைய காரணிகளைப் பகுப்பாய்வு செய்ய முடியும். உற்பத்தியாளர்களுக்கு உற்பத்தித் திட்டமிடல், சரக்கு மேலாண்மை, விநியோகச் சங்கிலிச் செயல்பாடுகளை மேம்படுத்த உதவுகிறது. துல்லியமான தேவை முன்னறிவிப்பு கையிருப்பு மற்றும் அதிகப்படியான சரக்குகளைக் குறைக்கிறது. இது மேம்பட்ட செயல்திறன் மற்றும் செலவு சேமிப்பிற்கு வழிவகுக்கிறது.

மெய்நிகர் பொருத்துதல், தனிப்பயனாக்கம்

செயற்கை நுண்ணறிவு மூலம் இயங்கும் மெய்நிகர் பொருத்தும் அறைகள், 'வாடிக்கையாளர்களுக்கு ஆடைகள் எவ்வாறு பொருந்தும்?' என்பதை காட்சி ரீதியாக காண உதவுகின்றன. கணினிப் பார்வையைப் பயன்படுத்தி, வாடிக்கையாளர்கள் தங்கள் படங்களைப் பதிவேற்றலாம் அல்லது வெவ்வேறு ஆடை உருப்படிகளில் முயற்சி செய்யத் தங்கள் உடல் அளவீடுகளை உள்ளிடலாம். இது ஆன்லைன் ஷாப்பிங் அனுபவத்தை மேம்படுத்துகிறது. தனிப்பயனாக்க விருப்பங்களை ஆதரிக்கிறது.

சப்ளை செயின் ஆப்டிமைசேஷன்

ஜவுளித் துறையில் சப்ளை செயின் மேனேஜ்மென்ட்டை மேம்படுத்தச்செயற்கைநுண்ணறிவுபயன்படுத்தப்படுகிறது.சரக்கு நிலைகளை மேம்படுத்தவும், தளவாடங்களை ஒழுங்குபடுத்தவும்,

விநியோக அட்டவணைகளை மேம்படுத்தவும், சப்ளையர் தகவல், உற்பத்தித் திறன், போக்குவரத்து நெட்வொர்க்குகள் போன்ற பல்வேறு மூலங்களிலிருந்து தரவைச் செயற்கை நுண்ணறிவு வழிமுறைகள் பகுப்பாய்வு செய்யலாம். இது மேம்பட்ட செயல்திறன், குறைந்த செலவுகள், மேம்பட்ட வாடிக்கையாளர் திருப்திக்கு வழிவகுக்கிறது.

நிலைத்தன்மை, கழிவுக் குறைப்பு

செயற்கை நுண்ணறிவு ஜவுளித் துறையில் நிலைத்தன்மை முயற்சிகளை ஆதரிக்க முடியும். செயற்கை நுண்ணறிவு வழிமுறைகள் உற்பத்தி தரவைப் பகுப்பாய்வு செய்து, கழிவு குறைப்பு, ஆற்றல் தேர்வுமுறை, நிலையான நடைமுறைகளுக்கான பகுதிகளை அடையாளம் காண முடியும். பொருள் பயன்பாடு, உற்பத்தி செயல்முறைகள், விநியோகச் சங்கிலித் தளவாடங்களை மேம்படுத்துவதன் மூலம், செயற்கை நுண்ணறிவு சுற்றுச்சூழல் தாக்கத்தைக் குறைக்கவும் நிலைத்தன்மையை ஊக்குவிக்கவும் பங்களிக்கிறது.

ஜவுளி மறுசுழற்சி, வட்டப் பொருளாதாரம்

மறுசுழற்சி செய்யப்பட்ட பொருட்களின் வரிசைப்படுத்தல், வகைப்படுத்தலைத் தன்னியக்கமாக்க ஜவுளி மறுசுழற்சிச் செயல்முறைகளில் செயற்கைநுண்ணறிவு பயன்படுத்தப்படுகிறது. ஜவுளிக் கழிவுகளின் கலவை, நிறம், அமைப்பைப் பகுப்பாய்வு செய்து அவற்றைத் திறம்படப் பிரிக்கவும் வரிசைப்படுத்தவும் முடியும். இது மிகவும் பயனுள்ள ஜவுளி மறுசுழற்சிக்கு உதவுகிறது. ஜவுளித் தொழிலில் ஒரு வட்டப் பொருளாதாரத்தின் வளர்ச்சிக்கு உதவுகிறது. ஜவுளித் துறையில் செயற்கை நுண்ணறிவு அமலாக்கத்திற்கு நெறிமுறை, சமூகத் தாக்கங்களைக் கவனமாகப் பரிசீலிக்க வேண்டும் என்பதை நாம் கவனத்தில் கொள்ள வேண்டியது அவசியம்.

வெளிப்படைத்தன்மை, தரவு தனியுரிமை, செயற்கை நுண்ணறிவு வழிமுறைகளின் பொறுப்பான பயன்பாடு ஆகியவற்றை உறுதி செய்வது முக்கியம். கூடுதலாக, ஜவுளித் துறையில் செயற்கை நுண்ணறிவின் நன்மைகளை முழுமையாகப் பயன்படுத்த டொமைன் நிபுணத்துவம், மனிதப் படைப்பாற்றல் ஆகியவற்றை உள்ளடக்கிய கூட்டு அணுகுமுறை முக்கியமானது.

போக்கு முன்னறிவிப்பு

வரவிருக்கும் ஃபேஷன் போக்குகளைக் கணிக்கச் சமூக ஊடகங்கள், பேஷன் வலைப்பதிவுகள், ஆடை அறிமுக

நிகழ்ச்சிகள், வரலாற்று ஃபேஷன் போக்குகளிலிருந்து பரந்த அளவிலான தரவைச் செயற்கை நுண்ணறிவு வழிமுறைகள் பகுப்பாய்வு செய்யலாம். செயற்கை நுண்ணறிவு மூலம் இயங்கும் போக்கு முன்னறிவிப்பு கருவிகள் வடிவமைப்பாளர்கள், சில்லறை விற்பனையாளர்களுக்கு எதிர்காலச் சேகரிப்புகள், வண்ணங்கள், வடிவங்கள், பாணிகள் குறித்துத் தகவலறிந்த முடிவுகளை எடுக்க உதவுகின்றன.

தயாரிப்பு வடிவமைப்பு, தனிப்பயனாக்கம்

செயற்கை நுண்ணறிவு தயாரிப்பு வடிவமைப்பு, தனிப்பயனாக்கத்திற்கு உதவும். வடிவமைப்பாளர்களுக்கு டிஜிட்டல் முன்மாதிரிகளை உருவாக்கவும், வடிவமைப்பு மாறுபாடுகளை உருவாக்கவும், ஆடைகள் அல்லது பாகங்கள் வெவ்வேறு உடல் வகைகளில் எவ்வாறு இருக்கும் என்பதை உருவகப்படுத்தவும் உதவுகின்றன. செயற்கை நுண்ணறிவு தனிப்பயனாக்கப்பட்ட தனிப்பயனாக்கலையும் செயல்படுத்த முடியும். இது வாடிக்கையாளர்கள் தங்கள் விருப்பங்களுக்கு ஏற்ப தயாரிப்புகளை வடிவமைக்கவும் தனிப்பயனாக்கவும் அனுமதிக்கிறது.

விர்ச்சுவல் ட்ரை-ஆன், ஆக்மென்டட் ரியாலிட்டி (ஏஆர்)

செயற்கை நுண்ணறிவு ஏஆர் (Augmented reality) தொழில்நுட்பங்கள் வாடிக்கையாளர்களுக்கு மெய்நிகர் முயற்சி அனுபவங்களை வழங்க முடியும். உடல் அளவீடுகளைக் கண்டறிந்து, ஆடைகளின் பொருத்தத்தை மெய்நிகர் முறையில் உருவகப்படுத்த, செயற்கை நுண்ணறிவு வழிமுறைகளைப் பயன்படுத்துவதன் மூலம் வாடிக்கையாளர்கள் வாங்குவதற்கு முன்பு ஆடைகள் எவ்வாறு இருக்கும் என்பதைக் காட்சிப்படுத்தலாம். இந்தத் தொழில்நுட்பம் ஆன்லைன் ஷாப்பிங் அனுபவங்களை மேம்படுத்துகிறது. வாடிக்கையாளர்களின் திருப்தியை அதிகரிக்கிறது.

காட்சித் தேடல், பரிந்துரை

செயற்கை நுண்ணறிவால் இயங்கும் காட்சித் தேடல் தொழில்நுட்பம் ஒத்த தயாரிப்புகள், பாணிகள் அல்லது வடிவங்களை அடையாளம் காண்பதற்காகப் படங்களைப் பகுப்பாய்வு செய்ய முடியும். பதிவேற்றப்பட்ட படங்கள் அல்லது தேர்ந்தெடுக்கப்பட்ட பாணிகளின் அடிப்படையில் இதேபோன்ற தயாரிப்புகளைக் கண்டுபிடிக்க வாடிக்கையாளர்களை அனுமதிக்கிறது. பயனர் விருப்பத்தேர்வுகள், இணையத் தேடல்

வரலாற்றின் அடிப்படையில் தனிப்பயனாக்கப்பட்ட நாகரீக உடைகளைப் பரிந்துரைக்கும், பரிந்துரை அமைப்புகளுக்கும் செயற்கை நுண்ணறிவு சக்தியளிக்க முடியும்.

சப்ளை செயின் ஆப்டிமைசேஷன்

தேவையைக் கணிப்பதன் மூலமும், சரக்கு மேலாண்மையை மேம்படுத்துவதன் மூலமும், உற்பத்தி செயல்முறைகளை மேம்படுத்துவதன் மூலமும் செயற்கை நுண்ணறிவால் பேஷன் சப்ளை சங்கிலியை மேம்படுத்த முடியும். விற்பனை தரவு, சந்தைப் போக்குகள், வரலாற்று வடிவங்களைப் பகுப்பாய்வு செய்து துல்லியமான தேவை முன்னறிவிப்புகளை வழங்க முடியும். இது உடைகள் தயாரிக்கும் நிறுவனங்களுக்கு அதிகப்படியான சரக்குகளைக் குறைக்க உதவுகிறது. செயற்கை நுண்ணறிவு மூலம் உற்பத்தித் திட்டமிடல், தளவாடங்கள், விநியோகத்தை மேம்படுத்த முடியும்.

நிலையான பேஷன், பொருள் கண்டுபிடிப்பு

செயற்கை நுண்ணறிவு நிலையான பேஷன் நடைமுறைகள், பொருள் கண்டுபிடிப்புகளுக்குப் பங்களிக்க முடியும். பொருட்களின் பயன்பாட்டைப் பகுப்பாய்வு செய்து மேம்படுத்தலாம்.கழிவுகளைக்குறைக்கலாம்.மேலும்சுற்றுச்சூழல் நட்பு மாற்றுகளை அடையாளம் காணலாம். மக்கும் துணிகள் அல்லது நிலையான உற்பத்திச் செயல்முறைகள் போன்ற புதிய பொருட்களின் வளர்ச்சியைச் செயற்கை நுண்ணறிவு கணிக்க முடியும்.

ஃபேஷன் ஸ்டைலிங், தனிப்பயனாக்கம்

செயற்கை நுண்ணறிவு மூலம் இயங்கும் ஸ்டைலிங் தளங்கள் தனிப்பட்ட விருப்பங்கள், உடல் வகைகள், சந்தர்ப்பங்களின் அடிப்படையில் பேஷன் பரிந்துரைகள், ஆடை பரிந்துரைகளை வழங்க முடியும். பயனாளிகளின் தரவுகளைப் பகுப்பாய்வு செய்வதன் மூலம் செயற்கை நுண்ணறிவு வழிமுறைகள் முழுமையான தோற்றத்தைப் பரிந்துரைக்க முடியும். ஆடை உருப்படிகள், அணிகலன்கள், ஸ்டைலிங் உதவிக் குறிப்புகளை இணைக்கலாம். இது வாடிக்கையாளர்களுக்குப் புதிய பாணிகள் மற்றும் போக்குகளை ஆராய உதவுகிறது.

போலியைக் கண்டறிதல்

போலி ஆடை தயாரிப்புகளைக் கண்டறியச் செயற்கை நுண்ணறிவு உதவும். செயற்கை நுண்ணறிவு வழிமுறைகள்

தயாரிப்பு படங்களைப் பகுப்பாய்வு செய்யலாம். வடிவங்களை அடையாளம் காணலாம். போலி உருப்படிகளைக் கண்டறிய உண்மையான வடிவமைப்புகளுடன் ஒப்பிடலாம். இது பிராண்ட் ஒருமைப்பாட்டைப் பாதுகாக்க உதவுகிறது. வாடிக்கையாளர்கள் உண்மையான தயாரிப்புகளைப் பெறுவதை உறுதி செய்கிறது.

செயற்கை நுண்ணறிவு தொழில்நுட்பங்களைப் பயன்படுத்துவதன் மூலம் ஆடை வடிவமைப்பாளர்கள், சில்லறை விற்பனையாளர்கள், நுகர்வோர் மேம்பட்ட போக்கு முன்னறிவிப்பு,தனிப்பயனாக்கப்பட்ட அனுபவங்கள்,நிலையான நடைமுறைகள், மிகவும் திறமையான செயல்பாடுகளிலிருந்து பயனடையலாம்.

47. விண்கலத்துறை

செயற்கை நுண்ணறிவு விண்கல ஆராய்ச்சியில் முக்கியப் பங்கு வகிக்கிறது. விண்வெளி ஆய்வு, செயற்கைக்கோள் செயல்பாடுகள், மிஷன் திட்டமிடல் ஆகியவற்றில் முன்னேற்றங்களைச் செயல்படுத்துகிறது.

தன்னாட்சி விண்கலச் செயல்பாடுகள்

செயற்கை நுண்ணறிவு விண்கலம் தன்னாட்சி செயல்பாடுகளைச் செய்யவும் நிகழ்நேரத்தில் முடிவுகளை எடுக்கவும் உதவுகிறது. செயற்கை நுண்ணறிவு வழிமுறைகள் சென்சார் தரவைப் பகுப்பாய்வு செய்யலாம். விண்கல ஆரோக்கியத்தைக் கண்காணிக்கலாம். அதற்கேற்ப செயல்பாடுகளைச் சரிசெய்யலாம். இது விண்கலங்களை மாறிவரும் நிலைமைகளுக்கு ஏற்ப மாற்றியமைக்கவும், முரண்பாடுகளுக்குப் பதிலளிக்கவும் நிலையான மனிதத் தலையீடு இல்லாமல் செயல்திறனை மேம்படுத்தவும் அனுமதிக்கிறது.

மிஷன் பிளானிங், ஆப்டிமைசேஷன்

மிஷன் திட்டமிடல், பாதை வடிவமைப்பை மேம்படுத்தச் செயற்கை நுண்ணறிவு வழிமுறைகள் பயன்படுத்தப்படுகின்றன. எரிபொருள் நுகர்வு, சுற்றுப்பாதை இயக்கவியல், பணி நோக்கங்கள் போன்றவற்றைச் செயற்கை நுண்ணறிவு பகுப்பாய்வு செய்து விண்வெளிப் பயணங்களுக்கான மிகவும் திறமையான பாதைகளைத் தீர்மானிக்க முடியும். செயற்கை நுண்ணறிவு மூலம் இயங்கும் அமைப்புகள் செயற்கைக்கோள் விண்மீன் கூட்டங்களை மேம்படுத்துவதற்கும் உகந்த பாதுகாப்பு, தரவு கையகப்படுத்தலுக்கான வள ஒதுக்கீட்டை மேம்படுத்துவதற்கும் உதவும்.

ஆன்போர்டு தரவு பகுப்பாய்வு

விண்கல சென்சார்களால் சேகரிக்கப்பட்ட பெரிய அளவிலான தரவைப் பகுப்பாய்வு செய்யச் செயற்கை நுண்ணறிவு வழிமுறைகள் பயன்படுத்தப்படுகின்றன. செயற்கை நுண்ணறிவு மூலம் இயங்கும் அமைப்புகள் சென்சார் தரவைச் செயலாக்கலாம், விளக்கலாம், அர்த்தமுள்ள தகவல்களைப் பிரித்தெடுக்கலாம், வடிவங்கள் அல்லது முரண்பாடுகளை அடையாளம் காணலாம். நிகழ்நேர முடிவு எடுத்தல், தரவுச் சுருக்கம், வரையறுக்கப்பட்ட உள் சேமிப்பு, தகவல்தொடர்பு வளங்களைத் திறம்படப் பயன்படுத்த உதவுகிறது.

செயற்கைக்கோள் படச் செயலாக்கம்

செயற்கைக்கோள் படச் செயலாக்கம், பகுப்பாய்வில் செயற்கை நுண்ணறிவு வழிமுறைகள் முக்கியப் பங்கு வகிக்கின்றன. செயற்கை நுண்ணறிவு மூலம் இயங்கும் அமைப்புகள் தானாகவே செயற்கைக்கோள் படங்களைப் பகுப்பாய்வு செய்து விளக்கலாம். ஆர்வமுள்ள பொருட்கள் அல்லது அம்சங்களை அடையாளம் காணலாம். மதிப்புமிக்க நுண்ணறிவுகளைப் பிரித்தெடுக்கலாம்.

விண்கல வழிசெலுத்தல், வழிகாட்டுதல்

செயற்கை நுண்ணறிவு விண்கல வழிசெலுத்தல், வழிகாட்டல் அமைப்புகளில் உதவுகிறது. செயற்கை நுண்ணறிவு வழிமுறைகள் விண்கல நோக்கு நிலை, நிலை, திசைவேகத்தைத் தீர்மானிக்க நட்சத்திர டிராக்கர்கள் அல்லது மந்தநிலை அளவீட்டு அலகுகள் போன்ற ஆன்போர்டு சென்சார்களிலிருந்து தரவைச் செயலாக்க முடியும். செயற்கை நுண்ணறிவு மூலம் இயங்கும் அமைப்புகள் பிற விண்கலம் அல்லது விண்வெளி நிலையங்களுடன் தன்னியக்க விண்கப்பல் நிறுத்துதல் மற்றும் சந்திப்பு ஆகியவற்றையும் செயல்படுத்த முடியும்.

பிழை கண்டறிதல், மீட்பு

விண்கல அமைப்புகளில் பிழை கண்டறிதல், தனிமைப்படுத்துதல், மீட்புக்குச் செயற்கை நுண்ணறிவு வழிமுறைகள் பயன்படுத்தப்படுகின்றன. செயற்கை நுண்ணறிவு மூலம் இயங்கும் அமைப்புகள் டெலிமெட்ரி தரவைப் பகுப்பாய்வு செய்யலாம். முரண்பாடுகள் அல்லது கணினித் தோல்விகளை அடையாளம் காணலாம். பொருத்தமான மீட்பு நடவடிக்கைகளைத் தொடங்கலாம். இது விண்கலச் செயல்பாடுகளின் நம்பகத்தன்மை மற்றும் பாதுகாப்பை உறுதிப்படுத்த உதவுகிறது.

ஸ்பேஸ் மிஷன் சிமுலேஷன், மாடலிங்

சிக்கலான விண்வெளிப் பயணங்களை உருவகப்படுத்துவதற்கும், மாதிரியாக்குவதற்கும் செயற்கை நுண்ணறிவு உதவும். செயற்கை நுண்ணறிவு வழிமுறைகள் மெய்நிகர் சூழல்களை உருவாக்கலாம். மிஷன் காட்சிகளை உருவகப்படுத்தலாம். விண்கல அமைப்புகளின் நடத்தையைக் கணிக்க முடியும். இது விண்கலக் கூறுகள், துணை அமைப்புகளின் செயல்திறனை மதிப்பிடுவதற்கும் இடர் மதிப்பீடு செய்வதற்கும் உதவுகிறது.

விண்வெளி வானிலை முன்னறிவிப்பு

செயற்கை நுண்ணறிவு வழிமுறைகள் சூரிய செயல்பாடு, கதிர்வீச்சு அளவுகள், காந்தப் புல மாறுபாடுகள் உள்ளிட்ட விண்வெளி வானிலைத் தரவைப் பகுப்பாய்வு செய்து, விண்கலம், செயற்கைக்கோள்களுக்கு ஏற்படக்கூடிய அபாயங்களைக் கணிக்கவும், குறைக்கவும் முடியும். மேலும் இவை விண்வெளி வானிலை நிகழ்வுகளை முன்னறிவிக்க உதவுகின்றன. விண்கலங்களைப் பாதுகாக்கவும், செயல்பாடுகளை மேம்படுத்தவும் ஆபரேட்டர்களுக்குச் செயலூக்கமான நடவடிக்கைகளை எடுக்கவும் உதவுகின்றன.

விண்கல ஆராய்ச்சித் துறையில் செயற்கை நுண்ணறிவு நம்பகத்தன்மை, பாதுகாப்பை உறுதிப்படுத்தக் கடுமையான சோதனை, சரிபார்ப்பு தேவை என்பதை நாம் கவனத்தில் கொள்ள வேண்டும். கூடுதலாக, தரவு தனியுரிமை, பாதுகாப்பு, செயற்கை நுண்ணறிவின் பொறுப்பான பயன்பாடு போன்ற நெறிமுறை பரிசீலனைகள் விண்வெளிப் பயணங்களின் ஒருமைப்பாட்டை நிலைநிறுத்துவதற்கும், சர்வதேச விண்வெளி விதிமுறைகளுக்கு இணங்குவதற்கும் கவனிக்கப்பட வேண்டும்.

48. வானூர்திப் பொறியியல்துறை

செயற்கை நுண்ணறிவு ஏரோநாட்டிக்கல் இன்ஜினியரிங், விமான வடிவமைப்பு, விமானச் செயல்பாடுகள், பராமரிப்பு, பாதுகாப்பு ஆகியவற்றின் பல்வேறு அம்சங்களில் புரட்சியை ஏற்படுத்தி வருகிறது. வானூர்திப் பொறியியலில் செயற்கை நுண்ணறிவின் சில முக்கிய பயன்பாடுகள் பின்வருமாறு தரப்பட்டுள்ளன.

விமான வடிவமைப்பு, மேம்படுத்தல்

பரந்த அளவிலான தரவைப் பகுப்பாய்வு செய்வதன் மூலமும், ஏரோடைனமிக் வடிவங்களை மேம்படுத்துவதன் மூலமும், கட்டமைப்பு வடிவமைப்புகளை மேம்படுத்துவதன் மூலமும் விமான வடிவமைப்பில் செயற்கை நுண்ணறிவு வழிமுறைகள் உதவக்கூடும். செயற்கை நுண்ணறிவு மூலம் இயங்கும் அமைப்புகள் வெவ்வேறு வடிவமைப்பு உள்ளமைவுகளை உருவகப்படுத்தவும், மதிப்பீடு செய்யவும் முடியும். இது எரிபொருள் செயல்திறனை மேம்படுத்துவதற்கும், உமிழ்வுகளைக் குறைப்பதற்கும், செயல்திறனை மேம்படுத்துவதற்கும் உகந்த தீர்வுகளைக் கண்டறியப் பொறியாளர்களுக்கு உதவுகிறது.

விமானக் கட்டுப்பாட்டு அமைப்புகள்

விமானக் கட்டுப்பாட்டு அமைப்புகளில் செயற்கை நுண்ணறிவு முக்கியப் பங்கு வகிக்கிறது. இது விமானங்களை மிகவும் திறமையான, துல்லியமான கட்டுப்பாட்டிற்குள் பயணிக்க உதவுகிறது. செயற்கை நுண்ணறிவு வழிமுறைகள் சென்சார் தரவைப் பகுப்பாய்வு செய்யலாம். விமான நடத்தையைக்

கணிக்கலாம். கட்டுப்பாட்டு உள்ளீடுகளை நிகழ்நேரத்தில் மேம்படுத்தலாம். இது ஸ்திரத்தன்மையை மேம்படுத்துகிறது. எரிபொருள் நுகர்வைக் குறைக்கிறது. விமானப் பாதுகாப்பை மேம்படுத்துகிறது.

தன்னாட்சி விமானம்

செயற்கை நுண்ணறிவு தன்னாட்சி புறப்பாடு, தரையிறக்கம், வழிசெலுத்தல் போன்ற தன்னாட்சி விமானத் திறன்களைச் செயல்படுத்துகிறது. செயற்கை நுண்ணறிவு வழிமுறைகள் சென்சார் தரவைச் செயலாக்கலாம். சுற்றுச்சூழல் நிலைமைகளைப் பகுப்பாய்வு செய்யலாம். பாதுகாப்பான, திறமையான விமானச் செயல்பாடுகளுக்கான முடிவுகளை எடுக்க முடியும். தானியங்கி விமானம், ஆளில்லா வான்வழி வாகனங்கள் (Unmanned Aerial Vehicle - யுஏவி), ட்ரோன்கள், எதிர்காலப் பயணிகள் விமானங்களில் கூடப் பயன்பாடுகளைக் கொண்டுள்ளது.

விமானப் பராமரிப்பு, நோயறிதல்

அமைப்புகளைக் கண்காணிக்கவும், குறைபாடுகளைக் கண்டறியவும், பராமரிப்புத் தேவைகளைக் கணிக்கவும் விமானப் பராமரிப்பில் செயற்கை நுண்ணறிவு பயன்படுத்தப்படுகிறது. சாத்தியமான சிக்கல்களை அடையாளம் காணவும், பராமரிப்பு நடவடிக்கைகளைத் திட்டமிடவும், பராமரிப்பு நடைமுறைகளை மேம்படுத்தவும் சென்சார் தரவு, வரலாற்றுப் பராமரிப்புப் பதிவுகள், செயல்பாட்டுத் தரவைப் பகுப்பாய்வு செய்யலாம். இது வேலையின்மை நேரத்தைக் குறைக்கவும், நம்பகத்தன்மையை மேம்படுத்தவும், விமானப் பாதுகாப்பை மேம்படுத்தவும் உதவுகிறது.

ஏர் டிராபிக் மேனேஜ்மெண்ட்

ஏர் டிராஃபிக் மேனேஜ்மெண்ட் சிஸ்டம்களை மேம்படுத்தச் செயற்கை நுண்ணறிவு பயன்படுத்தப்படுகிறது. செயற்கை நுண்ணறிவு வழிமுறைகள் ரேடார் அமைப்புகள், வானிலை சென்சார்கள், விமானத் திட்டங்களிலிருந்து தரவைப் பகுப்பாய்வு செய்து விமான ரூட்டிங்கை மேம்படுத்தவும், நெரிசலைக் குறைக்கவும் வான்வெளி திறனை அதிகரிக்கவும் முடியும். செயற்கை நுண்ணறிவு மூலம் இயங்கும் அமைப்புகள் நிகழ்நேர முடிவு எடுத்தல், விமானப் போக்குவரத்து ஓட்ட மேலாண்மை, மோதல் தவிர்ப்பு ஆகியவற்றிற்கும் உதவும்.

வானிலை முன்னறிவிப்பு, விமானத் திட்டமிடல்

செயற்கை நுண்ணறிவு வழிமுறைகள் வானிலைத் தரவுகள், வரலாற்று வடிவங்கள், வளிமண்டல நிலைமைகளைப் பகுப்பாய்வு செய்து வானிலை நிகழ்வுகளைக் கணிக்கவும், விமானத் திட்டமிடலை மேம்படுத்தவும் முடியும். திறமையான பாதைகளைத் தீர்மானிக்கவும், கொந்தளிப்பைத் தவிர்க்கவும், வானிலை நிலைமைகளின் அடிப்படையில் எரிபொருள் நுகர்வை மேம்படுத்தவும் உதவும்.

வான்வெளி உருவகப்படுத்துதல், மாடலிங்

சிக்கலான வான்வெளி காட்சிகளை உருவகப்படுத்தவும், மாதிரிப்படுத்தவும் செயற்கைநுண்ணறிவு பயன்படுத்தப்படுகிறது. செயற்கை நுண்ணறிவு வழிமுறைகள் மெய்நிகர் சூழல்களை உருவாக்கலாம். வான் போக்குவரத்து முறைகளை உருவகப்படுத்தலாம். வான்வெளி வடிவமைப்பு அல்லது விமான நடைமுறைகளில் ஏற்படும் மாற்றங்களின் தாக்கத்தை மதிப்பீடு செய்யலாம். இது வான்வெளி நிர்வாகத்தை மேம்படுத்தவும், பாதுகாப்பை மேம்படுத்தவும், விமானப் போக்குவரத்துக் கட்டுப்பாட்டு முடிவு எடுப்பதை ஆதரிக்கவும் உதவுகிறது.

விமானப் பாதுகாப்பு, இடர் மதிப்பீடு

விமானத் தரவு ரெக்கார்டர்கள், பராமரிப்புப் பதிவுகள், சம்பவ அறிக்கைகள் உள்ளிட்ட பல்வேறு மூலங்களிலிருந்து தரவுகளைப் பகுப்பாய்வு செய்ய விமானப் பாதுகாப்பில் செயற்கை நுண்ணறிவு பயன்படுத்தப்படுகிறது. வடிவங்களை அடையாளம் காணவும், சாத்தியமான பாதுகாப்பு அபாயங்களைக் கண்டறியவும், ஆபத்து தணிப்புக்கான செயல்பாட்டு நடவடிக்கைகளை முன்னெடுக்கவும் முடியும்.

செயற்கை நுண்ணறிவு மூலம் இயங்கும் அமைப்புகள் சம்பவப் பகுப்பாய்வு, விபத்து விசாரணை மற்றும் பாதுகாப்பு நெறிமுறைகளை மேம்படுத்துவதற்கும் உதவும்.

ஏரோநாட்டிகல் பொறியியலில் செயற்கை நுண்ணறிவை ஒருங்கிணைக்கக் கடுமையான சோதனை, சரிபார்ப்பு, விமான ஒழுங்குமுறைகளுக்கு இணங்குதல் தேவை என்பதைக் கவனத்தில் கொள்ள வேண்டியது அவசியம். விமானத் துறையில் செயற்கை நுண்ணறிவு அமைப்புகளின் நம்பகத்தன்மை, நம்பகத்தன்மையை உறுதிப்படுத்தப் பாதுகாப்பு, நெறிமுறை பரிசீலனைகள், மனித மேற்பார்வை ஆகியவை முக்கியமானவை.

49. புள்ளியியல்துறை

புள்ளியியல் பகுப்பாய்வு, தரவு செயலாக்கத்தின் பல்வேறு அம்சங்களை மேம்படுத்தி, புள்ளியியல் துறையில் செயற்கை நுண்ணறிவு மதிப்புமிக்க பங்கை வகிக்க முடியும்.

தரவுச் சுத்தம், முன் செயலாக்கம்

தரவுச் சுத்தம், முன் செயலாக்கப் பணிகளைத் தானியக்கமாக்க இயந்திரக் கற்றல் வழிமுறைகள் போன்ற செயற்கை நுண்ணறிவு நுட்பங்கள் பயன்படுத்தப்படலாம். செயற்கை நுண்ணறிவு மாதிரிகள் காணாமல் போன தரவுகள், முரண்பாடுகள், முரண்பாடுகளை அடையாளம் காணவும், கையாளவும், நேரத்தை மிச்சப்படுத்தவும், புள்ளிவிவரப் பகுப்பாய்வுக்கு முன் தரவு தரத்தை மேம்படுத்தவும் உதவும்.

ஆய்வுத் தரவுப் பகுப்பாய்வு (Exploratory Data Analysis) *(ஈடிஏ)*

பெரிய தரவுத் தொகுப்புகளில் வடிவங்கள், தொடர்புகள், போக்குகளைத் தானாக அடையாளம் காண்பதன் மூலம் ஆராய்ச்சித் தரவுப் பகுப்பாய்வுக்குச் செயற்கை நுண்ணறிவு உதவ முடியும். செயற்கை நுண்ணறிவு மூலம் இயங்கும் வழிமுறைகள் மறைக்கப்பட்ட நுண்ணறிவுகளை வெளிப்படுத்தலாம். முக்கியமான மாறிகளை முன்னிலைப்படுத்தலாம். மேலும் விசாரணையின் பகுதிகளைப் பரிந்துரைக்கலாம். இது புள்ளிவிவரப் பகுப்பாய்வின் ஆரம்பக் கட்டங்களை எளிதாக்குகிறது.

முன்கணிப்புப் பகுப்பாய்வு

இயந்திரக் கற்றல், முன்கணிப்பு மாடலிங் உள்ளிட்ட செயற்கை நுண்ணறிவு நுட்பங்களை முன்கணிப்பு, முன்கணிப்புப் பகுப்பாய்வுக்காகப் புள்ளியியல் துறையில் பயன்படுத்தலாம். வரலாற்றுத் தரவைப் பகுப்பாய்வு செய்யலாம். வடிவங்களை அடையாளம் காணலாம். எதிர்காலப் போக்குகளை மதிப்பிடக்கூடிய, முன்னறிவிப்புகளைச் செய்யக்கூடிய புள்ளிவிவரக் கணிப்புகளின் அடிப்படையில் முடிவெடுப்பதை ஆதரிக்கக் கூடிய முன்கணிப்பு மாதிரிகளை உருவாக்க முடியும்.

வகைப்படுத்தல், பின்னடைவு

வரை படங்கள், ஆதரவு திசையன் இயந்திரங்கள் (Support Vector Machine), நரம்பியல் நெட்வொர்க்குகள் போன்ற செயற்கை நுண்ணறிவு வழிமுறைகள் புள்ளிவிரைப் பகுப்பாய்வில் வகைப்படுத்தல், பின்னடைவு பணிகளுக்குப் பயன்படுத்தப்படலாம். முன்கணிப்பு மாதிரிகளை உருவாக்கவும் மாறிகளுக்கு இடையிலான உறவுகளை அடையாளம் காணவும் புள்ளிவிவர வடிவங்களின் அடிப்படையில் தரவை வெவ்வேறு வகைகளாக வகைப்படுத்தவும் இந்த நுட்பங்கள் பயன்படுத்தப்படலாம்.

நேரத் தொடர் பகுப்பாய்வு (Time Series analysis)

செயற்கை நுண்ணறிவு முறைகள் நேர வரிசை பகுப்பாய்வை மேம்படுத்தலாம். இது காலப்போக்கில் மாறும் தரவுகளைப் பகுப்பாய்வு செய்து மாதிரியாக்குவதை உள்ளடக்கியது. காலவரிசைத்தரவில் பருவகாலம்,போக்குகள்,முரண்பாடுகளைத் தானாகவே கண்டறிய முடியும். துல்லியமான முன்னறிவிப்பைச் செயல்படுத்தலாம். சுழற்சி வடிவங்களை அடையாளம் காண முடியும். வரலாற்றுப் போக்குகளின் அடிப்படையில் தரவு சார்ந்த முடிவுகளை எடுக்க முடியும்.

சோதனை வடிவமைப்பு, தேர்வுமுறை

மரபணு வழிமுறைகள், தேர்வுமுறை வழிமுறைகள் போன்ற செயற்கை நுண்ணறிவு நுட்பங்கள் புள்ளிவிவரங்களில் சோதனை வடிவமைப்பு, உகந்த தாக்குதல் சிக்கல்களுக்கு உதவும். இந்த வழிமுறைகள் திறமையான சோதனைகளை வடிவமைக்கவும், சோதனை அளவுருக்களை மேம்படுத்தவும், சிக்கலான புள்ளிவிவரச் சிக்கல்களுக்கு உகந்த தீர்வுகளைக் கண்டறியவும் உதவும்.

இயற்கை மொழிச் செயலாக்கம் (என்.எல்.பி)

உரைப் பகுப்பாய்வு, உரைச் சுரங்கத்திற்காகப் புள்ளியியல் துறையில் செயற்கை நுண்ணறிவு மூலம் இயங்கும் என்.எல்.பி நுட்பங்களைப் பயன்படுத்தலாம். என்.எல்.பி வழிமுறைகள் ஆராய்ச்சிக் கட்டுரைகள், கணக்கெடுப்பு பதில்கள் அல்லது சமூக ஊடக இடுகைகள் போன்ற கட்டமைக்கப்படாத உரைத் தரவிலிருந்து புள்ளிவிவரத் தகவல்களைப் பிரித்தெடுத்துப் பகுப்பாய்வு செய்யலாம். இது புள்ளிவிவரப் பகுப்பாய்வுக்கான மதிப்புமிக்க நுண்ணறிவுகளை வழங்குகிறது.

தரவுக் காட்சிப்படுத்தல்

புள்ளிவிவரத் தரவின் தகவல், ஊடாடும் காட்சிப் பிரதிநிதித்துவங்களைத் தானாக உருவாக்குவதன் மூலம் புள்ளிவிவரங்களில் தரவு காட்சிப்படுத்தலைச் செயற்கை நுண்ணறிவு மேம்படுத்த முடியும். பொருத்தமான காட்சிப்படுத்தல் நுட்பங்களை அடையாளம் காணவும், விளக்கப்பட வடிவமைப்பை மேம்படுத்தவும், உள்ளுணர்வு காட்சி சுருக்கங்களை வழங்கவும் முடியும். இது தரவு விளக்கம் மற்றும் புள்ளிவிவரக் கண்டுபிடிப்புகளின் தகவல்தொடர்புக்கு உதவுகிறது.

செயற்கை நுண்ணறிவு தொழில்நுட்பங்கள் பணிகளைத் தன்னியக்கமாக்கவும், பெரிய தரவுத்தொகுப்புகளில் வடிவங்களைக் கண்டறியவும், முன்கணிப்பு மாதிரியாக்கத்தை மேம்படுத்தவும் தரவு சார்ந்த முடிவு எடுப்பதை ஆதரிக்கவும் உதவும். இறுதியில் புள்ளிவிவரப் பகுப்பாய்வின் செயல்திறன், துல்லியத்தை அதிகரிக்கும்.

50. வேதியியல்துறை

செயற்கை நுண்ணறிவு வேதியியல் துறையில் பல பயன்பாடுகளைக் கொண்டுள்ளது. ஆராய்ச்சி, பகுப்பாய்வு, மருந்து கண்டுபிடிப்பின் பல்வேறு அம்சங்களில் புரட்சியை ஏற்படுத்துகிறது.

மருந்து கண்டுபிடிப்பு

செயற்கை நுண்ணறிவு புதிய மருந்து வேட்பாளர்களை அடையாளம் கண்டு வடிவமைப்பை விரைவுபடுத்துவதன் மூலம் மருந்து கண்டுபிடிப்பு செயல்முறையை மாற்றுகிறது. மருந்து மூலக்கூறுகளின் செயல்திறன், பாதுகாப்பு, சாத்தியமான பக்க விளைவுகளைக் கணிக்கச் செயற்கை நுண்ணறிவு வழிமுறைகள் பரந்த அளவிலான வேதியியல், உயிரியல் தரவைப் பகுப்பாய்வு செய்ய முடியும்.

செயற்கை நுண்ணறிவு மெய்நிகர் ஸ்கிரீனிங், ஈய தேர்வுமுறை, மருந்து மறுபயன்பாடு ஆகியவற்றிற்கு உதவக் கூடும். இது புதிய மருந்துகளை உருவாக்குவதில் உள்ள நேரத்தையும் செலவையும் கணிசமாகக் குறைக்கிறது.

வேதியியல் தொகுப்பு, வடிவமைப்பு

செயற்கை நுண்ணறிவு புதிய வேதியியல் சேர்மங்கள், பொருட்களின் வடிவமைப்பிற்கு உதவும். மேலும், வேதியியல் இடத்தை ஆராயலாம். புதிய கட்டமைப்புகளை முன்மொழியலாம். ஒருங்கிணைக்கப்பட்ட மூலக்கூறுகளின் பண்புகளையும், நடத்தைகளையும் கணிக்க முடியும். இது வேதியியல் தொகுப்பின் செயல்திறனை மேம்படுத்தலாம்.

எதிர்வினை விளைவுகளைக் கணிக்கலாம். வெற்றிகரமான முடிவுகளை நோக்கிய சோதனை ஆராய்ச்சியை வழிநடத்தலாம்.

பொருட்கள் கண்டுபிடிப்பு

விரும்பிய பண்புகளைக் கொண்ட புதிய பொருட்களின் கண்டுபிடிப்பு வளர்ச்சியை விரைவுபடுத்தச் செயற்கை நுண்ணறிவு நுட்பங்களைப் பயன்படுத்தலாம். இயந்திரக் கற்றல், கணக்கீட்டு மாதிரியாக்கத்தை மேம்படுத்துவதன் மூலம் செயற்கை நுண்ணறிவு பொருட்களின் பரந்த தரவுத்தளங்களைப் பகுப்பாய்வு செய்து அவற்றின் பண்புகளைக் கணிக்க முடியும். இது ஆற்றல் சேமிப்பு, வினையூக்கி, மின்னணுவியல் போன்ற பல்வேறு பயன்பாடுகளுக்கான மேம்பட்ட பொருட்களின் வடிவமைப்பைச் செயல்படுத்துகிறது.

குவாண்டம் வேதியியல்

செயற்கை நுண்ணறிவு குவாண்டம் வேதியியல் கணக்கீடுகளை மேம்படுத்த முடியும். இது மூலக்கூறு பண்புகள் மற்றும் இடைவினைகளின் சிக்கலான உருவகப்படுத்துதல்களை உள்ளடக்கியது. செயற்கை நுண்ணறிவு வழிமுறைகள் ஷ்ரோடிங்கர் சமன்பாட்டைத் தீர்க்கவும், குவாண்டம் இயந்திரக் கணக்கீடுகளில் துல்லியம், செயல்திறனை மேம்படுத்தவும் உதவும். இது மூலக்கூறு கட்டமைப்புகள், பண்புகள், எதிர்வினை வழிமுறைகளின் மிகவும் துல்லியமான கணிப்புகளைச் செயல்படுத்த முடியும்.

வேதியியல் தரவு பகுப்பாய்வு

செயற்கை நுண்ணறிவு வழிமுறைகள் பெரிய அளவிலான வேதியியல், அறிவியல் இலக்கியங்களிலிருந்து நுண்ணறிவுகளைப் பகுப்பாய்வு செய்து பிரித்தெடுக்க முடியும். அறிவியல் ஆவணங்கள், காப்புரிமைகள், தரவுத்தளங்களிலிருந்து தகவல்களைப் புரிந்துகொள்ளவும், பிரித்தெடுக்கவும் இயற்கை மொழிச் செயலாக்க (என்.எல்.பி) நுட்பங்களைப் பயன்படுத்தலாம். செயற்கை நுண்ணறிவு தரவுச் சுரங்கம், அறிவுக் கண்டுபிடிப்பு, வேதியியல் சேர்மங்கள், அவற்றின் பண்புகளுக்கு இடையிலான உறவுகளை அடையாளம் காண உதவும்.

ஆய்வக ஆட்டோமேஷன்

செயற்கை நுண்ணறிவு ஆய்வகச் செயல்முறைகளைத் தன்னியக்கமாக்கவும் மேம்படுத்தவும் முடியும். இதனால்

செயல்திறன், உற்பத்தித்திறன் மேம்படுகிறது. செயற்கை நுண்ணறிவு மூலம் இயங்கும் ரோபோடிக்ஸ், ஆட்டோமேஷன் அமைப்புகள் கலவை தொகுப்பு, மாதிரி தயாரிப்பு, உயர்-த்ரூபுட் ஸ்கிரீனிங் போன்ற பணிகளைச் செய்ய முடியும். இது பரிசோதனையை விரைவுபடுத்தலாம். மனிதப் பிழையைக் குறைக்கலாம்.

சுற்றுச்சூழல் தாக்கம், நிலைத்தன்மை

வேதியியலில் சுற்றுச்சூழல் சவால்களை எதிர்கொள்ளச் செயற்கை நுண்ணறிவு பங்களிக்க முடியும். செயற்கை நுண்ணறிவு வழிமுறைகள் வேதியியல் சேர்மங்களின் சுற்றுச்சூழல் தாக்கத்தைக் கணிக்கவும், மாதிரிப்படுத்தவும் முடியும். பசுமையான, நிலையான செயல்முறைகளை வடிவமைக்க இது உதவுகிறது. மேலும் கழிவு, ஆற்றல் நுகர்வைக் குறைக்க எதிர்வினை நிலைமைகளை மேம்படுத்தலாம்.

முன்கணிப்பு மாதிரியாக்கம், இடர் மதிப்பீடு

வேதியியலில் முன்கணிப்பு மாதிரியாக்கம், இடர் மதிப்பீட்டிற்குச் செயற்கை நுண்ணறிவு உதவும். செயற்கை நுண்ணறிவு வழிமுறைகள் வேதியியல் பண்புகள், நச்சுத்தன்மைத் தரவு, சுற்றுச்சூழல் காரணிகளைப் பகுப்பாய்வு செய்து வேதியியல் சேர்மங்களுடன் தொடர்புடைய சாத்தியமான அபாயங்கள், அபாயங்களைக் கணிக்க முடியும். இது பாதுகாப்பு மதிப்பீடுகள், ஒழுங்குமுறை இணக்கம், பாதுகாப்பான இரசாயனங்கள், பொருட்களின் வளர்ச்சிக்கு உதவும்.

செயற்கைநுண்ணறிவு தொழில்நுட்பங்களைப் பயன்படுத்துவதன் மூலம் வேதியியலில் ஆராய்ச்சியாளர்கள் விரைவான மருந்து கண்டுபிடிப்பு, பொருட்கள் வடிவமைப்பு, தரவுப் பகுப்பாய்வு, மிகவும் திறமையான ஆய்வகச் செயல்முறைகளிலிருந்து பயனடையலாம். இது வேதியியல் ஆராய்ச்சி, பயன்பாட்டின் பல்வேறு பகுதிகளில் முன்னேற்றங்களுக்கு வழிவகுக்கும்.

51. இயற்பியல்துறை

செயற்கை நுண்ணறிவு இயற்பியல் துறையில் பல பயன்பாடுகளைக் கொண்டுள்ளது. இது ஆராய்ச்சி, மாடலிங், தரவுப் பகுப்பாய்வின் பல்வேறு அம்சங்களுக்குப் பங்களிக்கிறது.

துகள் இயற்பியல், உயர் ஆற்றல் இயற்பியல்

லார்ஜ் ஹாட்ரான் கொலைடர் (எல்.எச்.சி) (Large Hadron Collider) போன்ற பெரிய கொலைடர்களில் நடத்தப்படும் துகள் இயற்பியல் சோதனைகளில் செயற்கை நுண்ணறிவு முக்கியப் பங்கு வகிக்கிறது. செயற்கை நுண்ணறிவு வழிமுறைகள் தரவுப் பகுப்பாய்வு, நிகழ்வு மறுசீரமைப்பு, துகள் அடையாளம் ஆகியவற்றில் உதவக்கூடும். இது இயற்பியலாளர்களுக்குப் பரந்த அளவிலான சோதனை தரவுகளிலிருந்து அர்த்தமுள்ள தகவல்களைப் பிரித்தெடுக்கவும் அரிதான அல்லது அசாதாரண நிகழ்வுகளை அடையாளம் காணவும் உதவுகிறது.

வானியற்பியல், அண்டவியல்

தொலைநோக்கிகள், விண்வெளிப் பயணங்களின் தரவு போன்ற வானியல் தரவுகளைப் பகுப்பாய்வு செய்யச் செயற்கை நுண்ணறிவு உதவும். தரவு வகைப்படுத்தல், வான்பொருட்களை அடையாளம் காணுதல், பிரபஞ்சக் கட்டமைப்புகளை வகைப்படுத்துதல், அரிய நிகழ்வுகளைத் தேடுதல் ஆகியவற்றிற்கு உதவும். ஈர்ப்பு அலை சமிக்ஞைகள் அல்லது விண்மீன் உருவாக்க உருவகப்படுத்துதல்கள் போன்ற சிக்கலான வானியற்பியல் நிகழ்வுகளை மாதிரியாக்குவதற்கும் செயற்கை நுண்ணறிவு உதவும்.

கணக்கீட்டு மாதிரியாக்கம், உருவகப்படுத்துதல்கள்

செயற்கை நுண்ணறிவு நுட்பங்கள் இயற்பியலில் கணக்கீட்டு மாதிரியாக்கம், உருவகப்படுத்துதல்களை மேம்படுத்த முடியும். எண் உருவகப்படுத்துதல்களை மேம்படுத்தலாம். கணக்கீட்டுச் செயல்திறனை மேம்படுத்தலாம். சிக்கலான இயற்பியல் அமைப்புகள் குறித்த நுண்ணறிவுகளை வழங்க முடியும். செயற்கை நுண்ணறிவு மூலம் இயங்கும் உருவகப்படுத்துதல்கள் திரவ இயக்கவியல், குவாண்டம் அமைப்புகள் அல்லது சிக்கலான பொருள் பண்புகள் போன்ற நிகழ்வுகளைப் புரிந்துகொள்ள உதவும்.

தரவுப் பகுப்பாய்வு, மாதிரி அங்கீகாரம்

செயற்கை நுண்ணறிவு வழிமுறைகள் இயற்பியலில் பெரிய தரவுத் தொகுப்புகளிலிருந்து வடிவங்களைப் பகுப்பாய்வு செய்வதற்கும், பிரித்தெடுப்பதற்கும் உதவும். சோதனை அல்லது அவதானிப்பு தரவுகளில் வடிவங்கள், தொடர்புகள், முரண்பாடுகளைக் கண்டறிய இயந்திரக் கற்றல் நுட்பங்களைப் பயன்படுத்தலாம். இது புதிய இயற்பியல் நிகழ்வுகளைக் கண்டறியவும், புள்ளிவிவரப் போக்குகளை அடையாளம் காணவும் அல்லது கோட்பாட்டு மாதிரிகளைச் சரிபார்க்கவும் உதவும்.

குவாண்டம் கம்ப்யூட்டிங்

செயற்கை நுண்ணறிவு, குவாண்டம் கம்ப்யூட்டிங் வலுவான இணைப்புகளைக் கொண்டுள்ளன. கேட் வரிசைகளை மேம்படுத்துதல், பிழை திருத்தம் அல்லது குவாண்டம் நிலை டோமோகிராபி போன்ற குவாண்டம் கணினி வழிமுறைகளை மேம்படுத்தச் செயற்கை நுண்ணறிவு நுட்பங்கள் பயன்படுத்தப்படலாம். குவாண்டம் கம்ப்யூட்டிங் செயற்கை நுண்ணறிவு வழிமுறைகளை மேம்படுத்தவும் பயன்படுத்தப்படலாம். குறிப்பாக உகந்த தாக்குதல் சிக்கல்கள் அல்லது குவாண்டம் தரவுடன் இயந்திரக் கற்றல் போன்ற குறிப்பிடத்தக்கக் கணக்கீட்டுச் சக்தி தேவைப்படும் பணிகளுக்கு இது தேவைப்படும்.

அமுக்கப்பட்ட பொருள் இயற்பியல் (Condensed matter physics)

பொருட்கள், அவற்றின் பண்புகள் போன்ற அமுக்கப்பட்ட பருப்பொருள் அமைப்புகளை ஆய்வு செய்யச் செயற்கை நுண்ணறிவு உதவும். இவை பொருள் பண்புகளைக் கணிக்க முடியும். விரும்பிய பண்புகளைக் கொண்ட புதிய

பொருட்களைக் கண்டுபிடிக்க உதவுகிறது. மேலும் குறிப்பிட்ட பயன்பாடுகளுக்கான பொருள் வடிவமைப்பை மேம்படுத்தலாம். சுருக்கப்பட்ட பொருள் இயற்பியலில் புதிய கட்டங்கள் அல்லது நிகழ்வுகளைக் கண்டறியச் செயற்கை நுண்ணறிவு சோதனைத் தரவைப் பகுப்பாய்வு செய்யலாம்.

அறிவியல் கருவிகள், கட்டுப்பாடு

செயற்கை நுண்ணறிவு நுட்பங்கள் அறிவியல் கருவிகள், கட்டுப்பாட்டு அமைப்புகளை மேம்படுத்த முடியும். சோதனை அமைப்புகளின் செயல்திறனை மேம்படுத்தவும், தரவு கையகப்படுத்தலைத் தன்னியக்கமாக்கவும், நிகழ்நேரத் தரவு செயலாக்கத்தை மேம்படுத்தவும் செயற்கை நுண்ணறிவு வழிமுறைகள் பயன்படுத்தப்படலாம். மேம்பட்ட தரவுச் சேகரிப்பு, பகுப்பாய்வுக்கான நுண்ணறிவு சென்சார்கள், டிடெக்டர்கள், இமேஜிங் அமைப்புகளை உருவாக்கச் செயற்கை நுண்ணறிவு உதவும்.

கோட்பாட்டு இயற்பியல்

சிக்கலான கோட்பாட்டு அமைப்புகளைப் பகுப்பாய்வு செய்வதற்கும், மாதிரியாக்குவதற்கு உதவுவதன் மூலமும் செயற்கை நுண்ணறிவு கோட்பாட்டு இயற்பியலுக்குப் பங்களிக்க முடியும். மேலும், அளவுரு இடைவெளிகளை ஆராயலாம். புதிய கோட்பாட்டு மாதிரிகளை உருவாக்கலாம். சிக்கலான சமன்பாடுகளைத் தீர்க்க உதவலாம். இது அடிப்படை இயற்பியல் கோட்பாடுகளைப் புரிந்துகொள்ளவும், புதிய கோட்பாட்டுக் கட்டமைப்புகளை உருவாக்கவும், சோதனை ரீதியாகச் சோதிக்கக்கூடிய கணிப்புகளை உருவாக்கவும் உதவும். செயற்கை நுண்ணறிவு தொழில்நுட்பங்களைப் பயன்படுத்துவதன் மூலம், இயற்பியலாளர்கள் மேம்பட்ட தரவு பகுப்பாய்வு, மாடலிங் திறன்கள், கணக்கீட்டுச் செயல்திறன், சிக்கலான இயற்பியல் நிகழ்வுகளின் மேம்பட்ட புரிதல் ஆகியவற்றிலிருந்து பயனடையலாம்.

52. உடற்கல்வியியல் துறை

செயற்கை நுண்ணறிவு உடற்கல்வியியல் துறையில் பல பயன்பாடுகளைக் கொண்டிருக்கலாம். கற்பித்தல், பயிற்சி, செயல்திறன் பகுப்பாய்வின் பல்வேறு அம்சங்களை மேம்படுத்தலாம்.

தனிப்பயனாக்கப்பட்ட பயிற்சித் திட்டங்கள்

தனிப்பயனாக்கப்பட்ட பயிற்சித் திட்டங்களை உருவாக்க, உடற்பயிற்சி நிலைகள், திறன் மேம்பாடு, உடல் திறன்கள் போன்ற தனிப்பட்ட செயல்திறன் தரவைச் செயற்கை நுண்ணறிவு வழிமுறைகள் பகுப்பாய்வு செய்யலாம். செயல்திறனை அதிகரிக்கவும், காயமேற்படும் அபாயத்தைக் குறைக்கவும் வடிவமைக்கப்பட்ட உடற்பயிற்சி விதிமுறைகளை அமைக்க வயது, பாலினம், உடற்பயிற்சி இலக்குகள், காய வரலாறு போன்ற காரணிகளைச் செயற்கை நுண்ணறிவு கணக்கில் எடுத்துக்கொள்ளலாம்.

மெய்நிகர் பயிற்சி, பின்னூட்டம்

செயற்கை நுண்ணறிவு மூலம் இயங்கும் மெய்நிகர் பயிற்சி அமைப்புகள் உடல் செயல்பாடுகளின் போது நிகழ்நேரக் கருத்துக்களையும், வழிகாட்டலையும் வழங்க முடியும். இந்த அமைப்புகள் கணினிப் பார்வை அல்லது அணியக்கூடிய சென்சார்களைப் பயன்படுத்தி இயக்க வடிவங்கள், தோரணை, நுட்பத்தைப் பகுப்பாய்வு செய்யலாம். மேலும், உடல் முன்னேற்றத்திற்கான பகுதிகளை அடையாளம் காணவும், சரியான வடிவத்தை வழங்கவும், உடனடிக் கருத்துக்களை

வழங்கவும் முடியும். தனிநபர்கள் தங்கள் திறன்களை மேம்படுத்தி, காயங்களைத் தடுக்கவும் உதவுகின்றன.

செயல்திறன் கண்காணிப்பு, பகுப்பாய்வு

உடற்கல்வியில் செயல்திறன் அளவீடுகளைக் கண்காணிக்கவும், பகுப்பாய்வு செய்யவும் செயற்கை நுண்ணறிவு உதவும். இதயத் துடிப்பு, கலோரி செலவு, கடந்து வந்த தூரம், உடற்பயிற்சி தீவிரம் போன்ற அளவுருக்களைக் கண்காணிக்கவும், பகுப்பாய்வு செய்யவும் உடற்பயிற்சி டிராக்கர்கள் அல்லது ஸ்மார்ட்வாட்ச்கள் போன்ற அணியக்கூடிய சாதனங்களிலிருந்து தரவைச் செயற்கை நுண்ணறிவு வழிமுறைகள் செயலாக்க முடியும். இந்தத் தரவுகள் முன்னேற்றம், செயல்திறன் போக்குகள், கவனம் தேவைப்படும் பகுதிகள் பற்றிய நுண்ணறிவுகளை வழங்க முடியும்.

காயம் தடுப்பு, மறுவாழ்வு

காயம் தடுப்பு, மறுவாழ்வு திட்டங்களுக்குச் செயற்கை நுண்ணறிவு பங்களிக்க முடியும். இயக்க முறைகள், பயோமெக்கானிக்ஸ் ஆகியவற்றைப் பகுப்பாய்வு செய்து சாத்தியமான காயம் ஏற்படும் அபாயங்கள் அல்லது உகந்த இயக்கத்திலிருந்து விலகல்களை அடையாளம் காண முடியும். செயற்கை நுண்ணறிவு திருத்தப் பயிற்சிகள் குறித்த கருத்துக்களை வழங்க முடியும். பயிற்சி நடைமுறைகளில் மாற்றங்களைப் பரிந்துரைக்க முடியும். மேலும் பாதுகாப்பான, பயனுள்ள மீட்புக்கு ஆதரவளிக்கப் புனர்வாழ்வின் போது முன்னேற்றத்தைக் கண்காணிக்க முடியும்.

கேமிஃபிகேஷன், ஊடாடும் அனுபவங்கள்

உடற்கல்வியில் ஊடாடும், கேமிஃபைட் (Gamified) அனுபவங்களை உருவாக்கச் செயற்கை நுண்ணறிவு பயன்படுத்தப்படலாம். செயற்கை நுண்ணறிவு வழிமுறைகள் 'மெய்நிகர் ரியாலிட்டி' (விஆர்) அல்லது 'ஆக்மென்டெட் ரியாலிட்டி' (ஏஆர்) பயன்பாடுகளுக்குச் சக்தியளிக்க முடியும். அவை நிஜ உலக காட்சிகள், விளையாட்டுகள் அல்லது பயிற்சிச் சூழல்களை உருவகப்படுத்துகின்றன. இது உடற்கல்வியை மிகவும் ஈர்க்கக் கூடியதாகவும், சுவாரஸ்யமானதாகவும், அதிவேகமானதாகவும் மாற்றும். சுறுசுறுப்பான பங்கேற்பு மற்றும் திறன் மேம்பாட்டை ஊக்குவிக்கும்.

தரவுப் பகுப்பாய்வு, முடிவு எடுத்தல்

செயற்கை நுண்ணறிவு நுட்பங்கள் அர்த்தமுள்ள நுண்ணறிவுகளைப் பெறப் பெரிய அளவிலான உடற்கல்வி

தரவைப் பகுப்பாய்வு செய்ய முடியும். செயல்திறன் தரவு, பங்கேற்பு விகிதங்கள் அல்லது உடற்பயிற்சி மதிப்பீடுகளில் போக்குகள், வடிவங்கள், தொடர்புகளைச் செயற்கை நுண்ணறிவு வழிமுறைகள் அடையாளம் காண முடியும். இந்தத் தகவல் உடற்கல்வித் திட்டங்களை மேம்படுத்த முடிவெடுக்கும் செயல்முறைகள், பாடத்திட்டத் திட்டமிடல், திட்ட மதிப்பீடு ஆகியவற்றைத் தெரிவிக்க முடியும்.

உடல்நலம், உடற்தகுதி கண்காணிப்பு

உடற்கல்வியில் ஒட்டுமொத்த ஆரோக்கியம், உடற்தகுதியைக் கண்காணிக்கவும், ஊக்குவிக்கவும் செயற்கை நுண்ணறிவு உதவும். செயற்கை நுண்ணறிவு வழிமுறைகள் தனிப்பயனாக்கப்பட்ட சுகாதாரப் பரிந்துரைகளை வழங்குவதற்கும், மீட்பு உத்திகளை மேம்படுத்துவதற்கும் இதயத் துடிப்பு மாறுபாடு, தூக்க முறைகள், மன அழுத்த நிலைகள் போன்ற பயோமெட்ரிக் தரவைப் பகுப்பாய்வு செய்யலாம். இது தனிநபர்கள் சீரான, ஆரோக்கியமான வாழ்க்கை முறையைப் பராமரிக்க உதவும்.

தகவமைப்புக் கற்றல், திறன் முன்னேற்றம்

செயற்கை நுண்ணறிவு உடற்கல்வியில் தகவமைப்புக் கற்றல் அனுபவங்களைச் செயல்படுத்த முடியும். செயற்கை நுண்ணறிவு வழிமுறைகள் ஒரு நபரின் திறன் நிலை, கற்றல் வேகம், வலிமை அல்லது பலவீனத்தின் பகுதிகளை மதிப்பிட முடியும். இந்த மதிப்பீட்டின் அடிப்படையில், கற்பவரின் தேவைகளுக்கு ஏற்ப கடின நிலை, உள்ளடக்கம் அல்லது பயிற்சிகளை டைனமிக் முறையில் சரிசெய்யவும், திறன் முன்னேற்றத்தை மேம்படுத்தவும் தொடர்ச்சியான முன்னேற்றத்தை ஊக்குவிக்கவும் முடியும். செயற்கைநுண்ணறிவு தொழில்நுட்பங்களைப் பயன்படுத்துவதன் மூலம், உடற்கல்வி வல்லுநர்கள் தனிப்பயனாக்கப்பட்ட பயிற்சித் திட்டங்கள், நிகழ்நேரப் பின்னூட்டம், தரவு சார்ந்த நுண்ணறிவுகள், கற்றல் அனுபவங்களை ஈடுபடுத்துவதன் மூலம் பயனடையலாம். இறுதியில் உடல் தகுதி, திறன் மேம்பாடு, ஒட்டுமொத்த நல்வாழ்வை ஊக்குவிக்கலாம்.

53. காப்பீட்டுத் துறை

செயற்கை நுண்ணறிவு செயல்முறைகளைத் தன்னியக்கமாக்குவதன் மூலமும், இடர் மதிப்பீட்டை மேம்படுத்துவதன் மூலமும், வாடிக்கையாளர் அனுபவத்தை மேம்படுத்துவதன் மூலமும்,செயல்பாடுகளை நெறிப்படுத்துவதன் மூலமும் காப்பீட்டுத் துறையில் புரட்சியை ஏற்படுத்துகிறது.

இடர் மதிப்பீடு, எழுத்துறுதி

செயற்கை நுண்ணறிவு வழிமுறைகள் வாடிக்கையாளர் தகவல், வரலாற்று உரிமைகோரல் தரவு, வெளிப்புற ஆதாரங்கள் உள்ளிட்ட பரந்த அளவிலான தரவைப் பகுப்பாய்வு செய்து ஆபத்தை மதிப்பிடுவதற்கும், பொருத்தமான காப்பீட்டு பிரீமியங்களைத் தீர்மானிப்பதற்கும் முடியும். எழுத்துறுதி செயல்முறையைத் தன்னியக்கமாக்குவதன் மூலம், செயற்கை நுண்ணறிவு துல்லியம், செயல்திறன், வேகத்தை மேம்படுத்த முடியும். இது மிகவும் தனிப்பயனாக்கப்பட்ட மற்றும் போட்டிக் காப்பீட்டு வழங்கல்களுக்கு வழிவகுக்கும்.

மோசடிகளைக் கண்டறிதல், தடுப்பு

மோசடிக் காப்பீட்டு உரிமை கோரல்களைக் கண்டறியச் செயற்கை நுண்ணறிவு வடிவங்கள், முரண்பாடுகள், வரலாற்றுத் தரவைப் பகுப்பாய்வு செய்ய முடியும். சந்தேகத்திற்கிடமான நடத்தையை அடையாளம் காண்பதன் மூலம் செயற்கை நுண்ணறிவு வழிமுறைகள் சாத்தியமான மோசடி நடவடிக்கைகளைக் குறிப்பிடலாம். விசாரணைகளைத் தூண்டலாம். இது காப்பீட்டு நிறுவனங்களுக்கு இழப்புகளைக் குறைக்கவும், நியாயமான, துல்லியமான உரிமைகோரல் தீர்வுகளை உறுதிப்படுத்தவும் உதவுகிறது.

வாடிக்கையாளர் சேவை, சாட்போட்கள்

செயற்கை நுண்ணறிவு மூலம் இயங்கும் சாட்போட்கள், மெய்நிகர் உதவியாளர்கள் வாடிக்கையாளர்களுக்குத் தனிப்பயனாக்கப்பட்ட உதவியை வழங்கலாம். விசாரணைகளுக்குப் பதிலளிக்கலாம். கொள்கை தேர்வு மூலம் அவர்களை வழிநடத்தலாம். நிகழ்நேர ஆதரவை வழங்க முடியும். இந்தச் செயற்கை நுண்ணறிவு அமைப்புகள் வழக்கமான வாடிக்கையாளர் சேவைப் பணிகளைக் கையாளலாம். உரிமை கோரல்களைச் செயலாக்கலாம். கொள்கைத் தகவல்களை வழங்கலாம். வாடிக்கையாளர் திருப்தியை அதிகரிக்கலாம். செயல்பாட்டுச் செலவுகளைக் குறைக்கலாம்.

உரிமை கோரல் செயலாக்கம், ஆட்டோமேஷன்

உரிமை கோரும் தரவுகளைப் பகுப்பாய்வு செய்வதன் மூலமும், பாலிசி கவரேஜைச் சரிபார்ப்பதன் மூலமும், சேதங்களை மதிப்பிடுவதன் மூலமும் உரிமைகோரல் செயலாக்கப் பணிப்பாய்வைச் செயற்கை நுண்ணறிவு தன்னியக்கமாக்கவும் ஒழுங்குபடுத்தவும் முடியும். மேலும் உரிமை கோரும் தீர்வுகளை விரைவுபடுத்தலாம். கையேடுப் பிழைகளைக் குறைக்கலாம். உரிமை கோரல் கையாளுதலில் செயல்திறனை மேம்படுத்தலாம். வாடிக்கையாளர் அனுபவத்தை மேம்படுத்தலாம்.

தனிப்பயனாக்கப்பட்ட காப்பீட்டுப் பரிந்துரைகள்

தனிப்பயனாக்கப்பட்ட காப்பீட்டுப் பரிந்துரைகளை வழங்க மக்கள்தொகை, நடத்தை, வாழ்க்கை முறை தகவல் போன்ற வாடிக்கையாளர் தரவைச் செயற்கை நுண்ணறிவு வழிமுறைகள் பகுப்பாய்வு செய்யலாம். தனிப்பட்ட தேவைகளுக்கு ஏற்ப காப்பீட்டுச் சலுகைகளை வடிவமைப்பதன் மூலம் செயற்கை நுண்ணறிவு வாடிக்கையாளர்கள் தகவலறிந்த முடிவுகளை எடுக்கவும், மிகவும் பொருத்தமான கவரேஜ் விருப்பங்களைக் கண்டறியவும் உதவுகிறது.

டெலிமேடிக்ஸ், பயன்பாட்டு அடிப்படையிலான காப்பீடு

செயற்கை நுண்ணறிவு, சென்சார் தொழில்நுட்பங்கள் டெலிமேடிக்ஸ் அடிப்படையிலான காப்பீட்டைச் செயல்படுத்துகின்றன. அங்குக் காப்பீட்டு பிரீமியங்களைத் தீர்மானிக்க ஓட்டுநர் நடத்தை கண்காணிக்கப்படுகிறது. வேகம், முடுக்கம், பிரேக்கிங் வடிவங்கள் போன்ற காரணிகளை மதிப்பிடுவதற்குச் செயற்கை நுண்ணறிவு வழிமுறைகள் வாகனங்களில் உள்ள சென்சார்களிலிருந்து தரவைப் பகுப்பாய்வு

செய்கின்றன. இது காப்பீட்டு நிறுவனங்களை உண்மையான ஓட்டுநர் நடத்தையுடன் பிரீமியங்களை ஒருங்கிணைக்கும் பயன்பாட்டு அடிப்படையிலான காப்பீட்டு பாலிசிகளை வழங்க அனுமதிக்கிறது.

செயல்பாட்டுப் பகுப்பாய்வு, விலை நிர்ணயத் தேர்வுமுறை

பொருத்தமான விலை உத்திகளைத் தீர்மானிக்கச் சிக்கலான காப்பீடு, நிதித் தரவைப் பகுப்பாய்வு செய்வதில் செயற்கை நுண்ணறிவு செயல்பாட்டாளர்களை ஆதரிக்க முடியும். விலை மாதிரிகளை மேம்படுத்துவதற்கும், காப்பீட்டு நிறுவனங்களுக்கு லாபத்தை மேம்படுத்துவதற்கும் ஆபத்துக் காரணிகள், சந்தைப் போக்குகள், வெளிப்புற மாறிகளைச் செயற்கை நுண்ணறிவு வழிமுறைகள் மதிப்பிட முடியும்.

எழுத்துறுதி, கொள்கை ஆட்டோமேஷன்

வாடிக்கையாளர் தரவு, கொள்கை தேவைகள், ஆபத்துக் காரணிகளைப் பகுப்பாய்வு செய்வதன் மூலம் எழுத்துறுதிச் செயல்முறைகளைச் செயற்கை நுண்ணறிவு தன்னியக்கமாக்க முடியும். கொள்கை மேற்கோள்களை உருவாக்குவதற்கும், ஆபத்து சுயவிவரங்களை மதிப்பிடுவதற்கும், எழுத்துறுதி முடிவுகளை எடுப்பதற்கும் உதவும். இது எழுத்துறுதி செயல்முறையைத் துரிதப்படுத்துகிறது. கையேடு முயற்சிகளைக் குறைக்கிறது. துல்லியத்தை மேம்படுத்துகிறது.

செயற்கை நுண்ணறிவு காப்பீட்டுத் துறைக்குக் குறிப்பிடத்தக்க நன்மைகளை வழங்கினாலும் நெறிமுறை பரிசீலனைகள், வெளிப்படைத்தன்மை, ஒழுங்குமுறை இணக்கம் ஆகியவை முக்கியமானவை என்பதை நாம் கவனத்தில் கொள்ள வேண்டியது அவசியம். காப்பீட்டு நிறுவனங்கள் செயற்கை நுண்ணறிவின் பொறுப்பான பயன்பாட்டை உறுதி செய்ய வேண்டும். வாடிக்கையாளர் தரவைப் பாதுகாக்க வேண்டும். சார்புகளை நிவர்த்தி செய்ய வேண்டும். முடிவெடுக்கும் செயல்முறைகளில் பொருத்தமான மனித மேற்பார்வையைப் பராமரிக்க வேண்டும்.

54. உளவியல் துறை

செயற்கை நுண்ணறிவு உளவியல் சிகிச்சைகள் துறையில் ஈர்ப்பைப் பெறுகிறது, மனநல பராமரிப்பின் பல்வேறு அம்சங்களில் சாத்தியமான நன்மைகளை வழங்குகிறது.

மெய்நிகர் மனநல உதவியாளர்கள்

செயற்கை நுண்ணறிவு மூலம் இயங்கும் மெய்நிகர் உதவியாளர்கள் அல்லது சாட்போட்கள் தனிப்பயனாக்கப்பட்ட மனநல ஆதரவு, தலையீடுகளை வழங்க முடியும். இந்த மெய்நிகர் உதவியாளர்கள் உரையாடல் தொடர்புகளில் ஈடுபடலாம். சமாளிக்கும் உத்திகளை வழங்கலாம். உளவியல் கல்வியை வழங்கலாம். சுய உதவிப் பயிற்சிகளுக்கு உதவலாம். அவர்களின் மனநிலை முறைகளைக் கண்காணிக்கலாம். சாத்தியமான எச்சரிக்கை அறிகுறிகளைக் கண்டறியலாம். தேவைப்படும்போது மனநல நிபுணர்களுக்கு ஆரம்பத் தலையீடுகள் அல்லது பரிந்துரைகளை வழங்கலாம்.

மனநல ஸ்கிரீனிங், மதிப்பீடு

மனநல ஸ்கிரீனிங், மதிப்பீட்டுச் செயல்முறைகளுக்குச் செயற்கை நுண்ணறிவு உதவும். சாத்தியமான மனநலக் கவலைகளை அடையாளம் காண ஆன்லைன் கணக்கெடுப்புகள் அல்லது கேள்வித்தாள்கள் போன்ற சுய அறிக்கை தரவைச் செயற்கை நுண்ணறிவு வழிமுறைகள் பகுப்பாய்வு செய்யலாம். செயற்கை நுண்ணறிவு மூலம் இயங்கும் ஸ்கிரீனிங் கருவிகள் தனிநபர்களுக்கு அறிகுறிகளை அடையாளம் காணவும், தீவிரத்தை மதிப்பிடவும், பொருத்தமான தலையீடுகள் அல்லது தொழில்முறை உதவியை நோக்கி வழிகாட்டவும் உதவும்.

தனிப்பயனாக்கப்பட்ட சிகிச்சை திட்டமிடல்

மனநல நிலைமைகளுக்கான தனிப்பயனாக்கப்பட்ட சிகிச்சை திட்டமிடலைச் செயற்கை நுண்ணறிவு எளிதாக்க முடியும். செயற்கை நுண்ணறிவு வழிமுறைகள் தனிப்பட்ட பண்புகள், சிகிச்சை வரலாறுகள், மருத்துவத் தரவைப் பகுப்பாய்வு செய்து தனிப்பயனாக்கப்பட்ட சிகிச்சை பரிந்துரைகளை உருவாக்க முடியும். குறிப்பிட்ட சிகிச்சை நுட்பங்கள், மருந்து விருப்பங்கள் அல்லது தனிநபரின் தேவைகளுக்கு ஏற்ப வாழ்க்கை முறை மாற்றங்களைப் பரிந்துரைப்பதும் இதில் அடங்கும்.

செயற்கை நுண்ணறிவு உதவி சிகிச்சை

கூடுதல் வளங்கள், கருவிகளை வழங்குவதன் மூலம் செயற்கை நுண்ணறிவு சிகிச்சை அமர்வுகளை ஆதரிக்க முடியும். 'அறிவாற்றல் நடத்தை சிகிச்சை' *(சிபிடி)* (Cognitive behavioral therapy) (CBT) பயிற்சிகள், நினைவாற்றல் நடவடிக்கைகள் அல்லது வழிகாட்டப்பட்ட தளர்வு நுட்பங்களை வழங்க முடியும். இந்தக் கருவிகள் சிகிச்சை தலையீடுகளை மேம்படுத்தலாம். சுய பிரதிபலிப்பை ஊக்குவிக்கலாம். சிகிச்சை அமர்வுகளுக்கு இடையில் தொடர்ச்சியான ஆதரவை வழங்க முடியும்.

உரைப் பகுப்பாய்வுக்கான இயற்கை மொழிச் செயலாக்கம்

செயற்கை நுண்ணறிவு மூலம் இயங்கும் இயற்கை மொழிச் செயலாக்க (என்.எல்.பி) நுட்பங்கள் உணர்ச்சி நிலைகளை மதிப்பிடுவதற்கும், மனநல அறிகுறிகளைக் கண்டறிவதற்கும், குறிப்பிட்ட நிலைமைகளுடன் தொடர்புடைய மொழியியல் வடிவங்களை அடையாளம் காண்பதற்கும் எழுதப்பட்ட அல்லது பேசும் மொழியைப் பகுப்பாய்வு செய்யலாம். இது மனநலக் கோளாறுகளைக் கண்டறியவும், சிகிச்சை முன்னேற்றத்தைக் கண்காணிக்கவும், தனிநபர்களுக்குத் தனிப்பட்ட கருத்துக்களை வழங்கவும் உதவும்.

ஆரம்பகால கண்டறிதல், தலையீடு

மனநலப் பிரச்சினைகளின் ஆரம்ப அறிகுறிகளைக் கண்டறியச் சமூக ஊடக இடுகைகள், ஸ்மார்ட்போன் பயன்பாட்டு முறைகள் அல்லது அணியக்கூடிய சென்சார் தரவு போன்ற பல்வேறு தரவு மூலங்களைச் செயற்கை நுண்ணறிவு வழிமுறைகள் பகுப்பாய்வு செய்யலாம். நடத்தை, மொழி அல்லது உடலியல் குறிகாட்டிகளில் ஏற்படும் மாற்றங்களைக் கண்காணிப்பதன் மூலம், செயற்கை நுண்ணறிவு அமைப்புகள் சாத்தியமான கவலைகளைக் குறிக்கலாம், சுகாதார வழங்குநர்களுக்குச்

சரியான நேரத்தில் தலையீடுகள் அல்லது அறிவிப்புகளைத் தூண்டலாம்.

தரவு சார்ந்த நுண்ணறிவுகள், ஆராய்ச்சி

வடிவங்கள், சிகிச்சை விளைவுகள், ஆபத்துக் காரணிகளை அடையாளம் காண 'அநாமதேய' மனநலப் பதிவுகளின் பெரிய தரவுகளின் தொகுப்புகளைச் செயற்கை நுண்ணறிவு பகுப்பாய்வு செய்ய முடியும். இது மனநல நிலைமைகளைப் புரிந்துகொள்வதற்கும் சிகிச்சை செயல்திறனை மேம்படுத்துவதற்கும் உளவியல் துறையில் சான்று அடிப்படையிலான நடைமுறைகளைத் தெரிவிப்பதற்கும் மதிப்புமிக்க நுண்ணறிவுகளை வழங்க முடியும்.

உளவியல் சிகிச்சைகளில் செயற்கை நுண்ணறிவு, மனித உதவிகளை அல்லது மருத்துவர்களை மாற்றுவதை நோக்கமாகக் கொண்டிருக்கவில்லை என்பதை நாம் கவனத்தில் கொள்ள வேண்டும். செயற்கை நுண்ணறிவு தொழில்நுட்பங்கள் மனநலப் பராமரிப்பை ஆதரிப்பதற்கும்,மேம்படுத்துவதற்கும் கருவிகளாகப் பயன்படுத்தப்பட வேண்டும். மனித வல்லுநர்கள் தேவையான நிபுணத்துவம், பச்சாத்தாபம், தீர்வையும் வழங்குகிறார்கள். உளவியல் சிகிச்சைகளில் செயற்கை நுண்ணறிவின் பொறுப்பான, பயனுள்ள ஒருங்கிணைப்பை உறுதிப்படுத்த நெறிமுறை பரிசீலனைகள், தனியுரிமைப் பாதுகாப்பு, செயற்கை நுண்ணறிவு அமைப்புகளின் தொடர்ச்சியான மதிப்பீடு ஆகியவை முக்கியமானவை.

55. விற்பனை மற்றும் சேவைத் துறை

செயற்கை நுண்ணறிவு வாடிக்கையாளர் தொடர்புகள், விற்பனை செயல்முறைகள், சேவை வழங்கல் போன்றவற்றிற்குச் சக்திவாய்ந்த கருவிகள் மற்றும் திறன்களை வழங்குவதன் மூலம் விற்பனை மற்றும் சேவைத் துறையை மாற்றுகிறது.

வாடிக்கையாளர் உறவு மேலாண்மை (CRM)

செயற்கை நுண்ணறிவு மூலம் இயங்கும் CRM (Customer Relationship Management) அமைப்புகள் தனிப்பயனாக்கப்பட்ட பரிந்துரைகள், இலக்கு சந்தைப்படுத்தல் பிரச்சாரங்கள், மேம்பட்ட வாடிக்கையாளர் சேவையை வழங்க வாடிக்கையாளர்களின் தரவு, தொடர்புகள், கொள்முதல் வரலாற்றைப் பகுப்பாய்வு செய்யலாம். விற்பனை, குறுக்கு விற்பனை வாய்ப்புகளை அடையாளம் காணவும், முன்னணிகளை வளர்க்கவும், ஒட்டுமொத்த வாடிக்கையாளர் திருப்தி மற்றும் தக்கவைப்பை மேம்படுத்தவும் செயற்கை நுண்ணறிவு உதவும்.

விற்பனை முன்னறிவிப்பு, முன்கணிப்புப் பகுப்பாய்வு

செயற்கை நுண்ணறிவு வழிமுறைகள் வரலாற்று விற்பனைத் தரவு, சந்தை போக்குகள், வெளிப்புறக் காரணிகளைப் பகுப்பாய்வு செய்து எதிர்கால விற்பனை விளைவுகளைக் கணிக்க முடியும். இது விற்பனைக் குழுக்களுக்கு மிகவும் துல்லியமான முன்னறிவிப்புகளைச் செய்ய உதவுகிறது. உயர் மதிப்பு முன்னணிகளை அடையாளம் காண உதவுகிறது. விற்பனை முயற்சிகளுக்கு முன்னுரிமை அளிக்கிறது மற்றும் வள ஒதுக்கீட்டை மேம்படுத்துகிறது.

விற்பனை செயல்முறை ஆட்டோமேஷன்

ரோபோடிக் செயல்முறை ஆட்டோமேஷன் (Robotic Process Automation ஆர்பிஏ) போன்ற செயற்கை நுண்ணறிவு தொழில்நுட்பங்கள் தரவு உள்ளீடு, அறிக்கை உருவாக்கம், பின்தொடர்தல் தகவல்தொடர்புகள் போன்ற விற்பனை பணிகளைத் தன்னியக்கமாக்க முடியும். இது விற்பனை பிரதிநிதிகளை வாடிக்கையாளர்களுடன் உறவுகளை வளர்ப்பது, ஒப்பந்தங்கள் ஏற்படுத்துவது போன்ற உயர் மதிப்பு நடவடிக்கைகளில் கவனம் செலுத்த அனுமதிக்கிறது.

நுண்ணறிவு முன்னணி மதிப்பெண், தகுதி

செயற்கை நுண்ணறிவு வழிமுறைகள் மக்கள்தொகை தகவல், ஆன்லைன் நடத்தை, ஈடுபாடு முறைகள் உள்ளிட்ட முன்னணித் தரவுகளைப் பகுப்பாய்வு செய்து தானாக மதிப்பெண்களைப் பெறவும் தகுதி பெறவும் முடியும். இது விற்பனைக் குழுக்களுக்கு முன்னிலைகளுக்கு முன்னுரிமை அளிக்கவும் மிகவும் நம்பிக்கைக்குரிய வாய்ப்புகளில் கவனம் செலுத்தவும் வளங்களைத் திறம்பட ஒதுக்கவும் உதவுகிறது.

சாட்போட்கள், மெய்நிகர் உதவியாளர்கள்

செயற்கை நுண்ணறிவு மூலம் இயங்கும் சாட்போட்கள், மெய்நிகர் உதவியாளர்கள் வாடிக்கையாளர் விசாரணைகளைக் கையாளலாம். ஆதரவை வழங்கலாம். தயாரிப்புத் தேர்வு, வாங்குதல் முடிவுகளுக்கு உதவலாம். இந்தச் செயற்கை நுண்ணறிவு அமைப்புகள் தனிப்பயனாக்கப்பட்ட பரிந்துரைகளை வழங்கலாம். அடிக்கடி கேட்கப்படும் கேள்விகளுக்குப் பதிலளிக்கலாம். நிகழ்நேர உதவியை வழங்கலாம். வாடிக்கையாளர் அனுபவம் மற்றும் விற்பனை செயல்பாட்டில் செயல்திறனை மேம்படுத்தலாம்.

விலை நிர்ணயத் தேர்வுமுறை

செயற்கை நுண்ணறிவு வழிமுறைகள் சந்தை இயக்கவியல், போட்டியாளர் விலை நிர்ணயம், வாடிக்கையாளர் நடத்தை ஆகியவற்றைப் பகுப்பாய்வு செய்து விலை உத்திகளை மேம்படுத்த முடியும். உகந்த விலைப் புள்ளிகளைத் தீர்மானிக்கவும், விற்பனை வாய்ப்புகளை அடையாளம் காணவும், பிற காரணிகளின் அடிப்படையில் விலைகளை இயக்கவியல் ரீதியாகச் சரிசெய்து வருவாய் மற்றும் இலாபத்தை அதிகரிக்கும்.

வாடிக்கையாளர் உணர்வுப் பகுப்பாய்வு

செயற்கை நுண்ணறிவு மூலம் இயங்கும் உணர்ச்சிப் பகுப்பாய்வுக் கருவிகள் வாடிக்கையாளர் கருத்துக்களை, சமூக ஊடக இடுகைகள், ஆன்லைன் மதிப்புரைகளைப் பகுப்பாய்வு செய்து வாடிக்கையாளர் உணர்வைப் புரிந்துகொள்வதற்கும் முன்னேற்றத்திற்கான பகுதிகளை அடையாளம் காண்பதற்கும் உதவும். இது வாடிக்கையாளர்களின் தேவைகளை முன்கூட்டியே நிவர்த்தி செய்வதற்கும், சேவை தரத்தை மேம்படுத்துவதற்கும் வாடிக்கையாளர் திருப்தியை மேம்படுத்துவதற்கும் நிறுவனங்களுக்கு உதவுகிறது.

விற்பனைச் செயல்திறன் பகுப்பாய்வு

விற்பனைக் குழுக்களுக்கான நுண்ணறிவுகள், பரிந்துரைகளை வழங்க மாற்று விகிதங்கள், ஒப்பந்த அளவுகள், வெற்றி, இழப்பு விகிதங்கள் போன்ற விற்பனைச் செயல்திறன் தரவுகளைச் செயற்கை நுண்ணறிவால் பகுப்பாய்வு செய்ய முடியும். செயற்கை நுண்ணறிவு மூலம் இயங்கும் பகுப்பாய்வுகள் விற்பனை முறைகளை அடையாளம் காணவும், செயல்திறன் இடைவெளிகளை முன்னிலைப்படுத்தவும், விற்பனைச் செயல்திறன் மற்றும் உற்பத்தித் திறனை மேம்படுத்தப் பயிற்சி பரிந்துரைகளை வழங்கவும் முடியும்.

விற்பனை மற்றும் சேவைகள் துறையில் செயற்கை நுண்ணறிவு மதிப்புமிக்க ஆதரவை வழங்க முடியும் என்றாலும் மனிதத் தொடர்பு, நிபுணத்துவம் முக்கியமானது என்பதை நாம் கவனத்தில் கொள்ள வேண்டும். உறவுகளை உருவாக்குவதற்கும், வாடிக்கையாளர் தேவைகளைப் புரிந்துகொள்வதற்கும், தனிப்பயனாக்கப்பட்ட அனுபவங்களை வழங்குவதற்கும் விற்பனை நிபுணர்களுக்கு உதவுவதில் செயற்கை நுண்ணறிவு ஒரு செயலாக்கமாகப் பார்க்கப்பட வேண்டும்.

கூடுதலாக, நம்பிக்கையை உறுதி செய்வதற்கும், வலுவான வாடிக்கையாளர் உறவுகளைப் பராமரிப்பதற்கும் நெறிமுறை பரிசீலனைகள், தனியுரிமைப் பாதுகாப்பு, வாடிக்கையாளர் தரவின் வெளிப்படையான பயன்பாடு ஆகியவற்றுக்கு முன்னுரிமை அளிக்கப்பட வேண்டும்.

56. ஆராய்ச்சித் துறை

செயற்கை நுண்ணறிவு தரவுப் பகுப்பாய்வு, வடிவ அங்கீகாரம், முடிவெடுக்கும் திறன்களை மேம்படுத்துவதன் மூலம் பல்வேறு வகைகளில் ஆராய்ச்சித் துறைகளை மாற்றுகிறது.

தரவு பகுப்பாய்வு, மாதிரி அங்கீகாரம்

செயற்கை நுண்ணறிவு வழிமுறைகள் வடிவங்கள், போக்குகள், தொடர்புகளை அடையாளம் காண ஆராய்ச்சிக் கட்டுரைகள், அறிவியல் இலக்கியம், சோதனை முடிவுகள் போன்ற பெரிய அளவிலான தரவை பகுப்பாய்வு செய்ய முடியும். செயற்கை நுண்ணறிவு மூலம் இயங்கும் கருவிகள் சிக்கலான தரவுத் தொகுப்புகளிலிருந்து அர்த்தமுள்ள நுண்ணறிவுகளைப் பிரித்தெடுப்பதில் ஆராய்ச்சியாளர்களுக்கு உதவக்கூடும். தரவுகள் சார்ந்த முடிவு எடுத்தல் மற்றும் கருதுகோள் உருவாக்கத்தை ஆதரிக்கின்றன.

இலக்கியத் திறனாய்வு, அறிவுக் கண்டுபிடிப்பு

அறிவியல் இலக்கியத்தின் பரந்த களஞ்சியங்களிலிருந்து தொடர்புடைய தகவல்களைத் தானாகப் பிரித்தெடுப்பதன் மூலம் இலக்கிய மதிப்புரைகள், அறிவுக் கண்டுபிடிப்பை நடத்த ஆராய்ச்சியாளர்களுக்குச் செயற்கை நுண்ணறிவு உதவும். செயற்கை நுண்ணறிவு மூலம் இயங்கும் அமைப்புகள் முக்கிய கருத்துகளை அடையாளம் கண்டு கட்டுரைகளைத் தொகுக்கவும், வெவ்வேறு ஆராய்ச்சிக் கட்டுரைகளுக்கு இடையிலான இணைப்புகளைப் பரிந்துரைக்கவும் முடியும். இது தற்போதுள்ள அறிவை ஆராய்வதற்கு உதவுகிறது. ஆராய்ச்சிச் செயல்முறையை விரைவுபடுத்துகிறது.

சோதனை வடிவமைப்பு, தேர்வுமுறை

செயற்கை நுண்ணறிவு வழிமுறைகள் சோதனைகளை வடிவமைக்கவும், விரும்பிய முடிவுகளை அடைய அளவுருக்களை மேம்படுத்தவும் உதவும். கடந்தகாலச் சோதனைத் தரவுகள், உருவகப்படுத்துதல்களைப் பகுப்பாய்வு செய்வதன் மூலம் உகந்த சோதனை அமைப்புகளைத் தீர்மானிப்பதற்கும், சோதனை, பிழைகளைக் குறைப்பதற்கும், சோதனைச் செயல்திறனை மேம்படுத்துவதற்கும் செயற்கை நுண்ணறிவு ஆராய்ச்சியாளர்களுக்கு வழிகாட்ட முடியும்.

மருந்து கண்டுபிடிப்பு, மேம்பாடு

மூலக்கூறு பண்புகளைக் கணிப்பதன் மூலமும், மருந்து இடைவினைகளை உருவகப்படுத்துவதன் மூலமும், ஆராய்ச்சிக்கான சாத்தியமான வேட்பாளர்களை அடையாளம் காண்பதன் மூலமும் மருந்து கண்டுபிடிப்புச் செயல்முறையை விரைவுபடுத்தச் செயற்கை நுண்ணறிவு பயன்படுத்தப்படுகிறது. மருந்து வடிவமைப்பு, தேர்வுமுறை, இலக்கு அடையாளம் ஆகியவற்றுக்கு உதவ உயிரியல், வேதியியல் தரவைப் பகுப்பாய்வு செய்யலாம். இது புதிய சிகிச்சைகளின் வளர்ச்சியை விரைவுபடுத்தும்.

அறிவியல் துறைகளில் படம், தரவுப் பகுப்பாய்வு

சிக்கலான படங்கள், தரவுத் தொகுப்புகளைப் பகுப்பாய்வு செய்வதற்கும், விளக்குவதற்கும், வானியல், மரபியல், நுண்ணோக்கி போன்ற பல்வேறு அறிவியல் துறைகளில் செயற்கை நுண்ணறிவு பயன்படுத்தப்படுகிறது. பட அங்கீகாரம், பிரித்தல், வகைப்படுத்தல் பணிகளுக்கும் உதவக்கூடும். இது காட்சித் தரவிலிருந்து மதிப்புமிக்க தகவல்களைப் பிரித்தெடுக்க ஆராய்ச்சியாளர்களுக்கு உதவுகிறது.

இயற்கை மொழிச் செயலாக்கம் (என்.எல்.பி)

செயற்கை நுண்ணறிவு மூலம் இயக்கப்படும் என்.எல். பி நுட்பங்கள் உரைத் தரவைப் பகுப்பாய்வு செய்வதற்கும், புரிந்துகொள்வதற்கும் ஆராய்ச்சியாளர்களுக்கு உதவும். செயற்கை நுண்ணறிவு வழிமுறைகள் தகவல்களைப் பிரித்தெடுக்கவும், நிறுவனங்களை அடையாளம் காணவும், அறிவியல் நூல்களில் உணர்வு பகுப்பாய்வு செய்யவும் முடியும். இது ஆராய்ச்சியாளர்களுக்குக் கருத்துகளுக்கு இடையிலான உறவுகளை ஆராயவும், புதிய நுண்ணறிவுகளைக் கண்டறியவும், தகவல்களைத் திறம்படச் சுருக்கவும் உதவுகிறது.

உருவகப்படுத்துதல், மாடலிங்

செயற்கை நுண்ணறிவு மூலம் இயங்கும் உருவகப்படுத்துதல், மாடலிங் நுட்பங்கள் சிக்கலான நிகழ்வுகளைக் கணிக்கவும், புரிந்துகொள்ளவும் ஆராய்ச்சியாளர்களுக்கு உதவும். செயற்கை நுண்ணறிவு வழிமுறைகள் பெரிய அளவிலான உருவகப்படுத்துதல்களைப் பகுப்பாய்வு செய்யலாம். மாதிரிகளை மேம்படுத்தலாம். சிக்கலான அமைப்புகளின் நடத்தை குறித்த நுண்ணறிவுகளை வழங்கலாம். இயற்பியல், காலநிலை அறிவியல், பொறியியல் போன்ற துறைகளில் ஆராய்ச்சியை எளிதாக்கலாம்.

ஒத்துழைப்பு, பரிந்துரை அமைப்புகள்

ஒத்துழைப்பாளர்களைக் கண்டறிவதற்கும், தொடர்புடைய ஆராய்ச்சிக் கட்டுரைகளைப் பரிந்துரைப்பதற்கும், பல்துறை ஒத்துழைப்புகளை வளர்ப்பதற்கும் செயற்கை நுண்ணறிவால் ஆராய்ச்சியாளர்களுக்கு உதவ முடியும். செயற்கை நுண்ணறிவு மூலம் இயங்கும் பரிந்துரை அமைப்புகள் ஆராய்ச்சியாளர்களின் சுயவிவரங்கள்,வெளியீட்டுப் பதிவுகள்,ஆராய்ச்சி ஆர்வங்களைப் பகுப்பாய்வு செய்து சாத்தியமான ஒத்துழைப்பாளர்கள் அல்லது தொடர்புடைய இலக்கியங்களைப் பரிந்துரைக்க முடியும். அறிவு பரிமாற்றம், குறுக்கு ஒழுங்கு ஆராய்ச்சியை ஊக்குவிக்கிறது.

செயற்கை நுண்ணறிவு ஆராய்ச்சித் துறைகளுக்குக் குறிப்பிடத்தக்க நன்மைகளை வழங்கினாலும் மனித நிபுணத்துவம், விமர்சனச் சிந்தனை அவசியம் என்பதை நாம் கவனத்தில் கொள்ள வேண்டும். செயற்கை நுண்ணறிவு என்பது ஆராய்ச்சியாளர்களின் திறன்களை அதிகரிப்பதற்கும் அவர்களின் செயல்திறனை மேம்படுத்துவதற்கும் ஒரு கருவியாகப் பார்க்கப்பட வேண்டும். ஆராய்ச்சி முயற்சிகளின் ஒருமைப்பாட்டைப் பராமரிக்க நெறிமுறை பரிசீலனைகள், தனியுரிமைப் பாதுகாப்பு, செயற்கை நுண்ணறிவு வழிமுறைகள், வழிமுறைகளில் வெளிப்படைத்தன்மை ஆகியவை நிலைநிறுத்தப்பட வேண்டும்.

57. உணவுத் துறை

செயற்கை நுண்ணறிவு உணவு மதிப்பு சங்கிலியின் பல்வேறு அம்சங்களில் பல்வேறு பயன்பாடுகளை வழங்குவதன் மூலம் உணவுத் துறையில் புரட்சியை ஏற்படுத்தி வருகிறது.

உணவுத் தரக்கட்டுப்பாடு

உணவுப் பாதுகாப்பு மற்றும் தரத்தை உறுதி செய்யச் செயற்கை நுண்ணறிவு பயன்படுத்தப்படலாம். செயற்கை நுண்ணறிவு வழிமுறைகள் உணவு தயாரிப்புகளில் குறைபாடுகள், மாசு அல்லது கெட்டுப்போவதைக் கண்டறியப் படங்கள் அல்லது சென்சார் தரவைப் பகுப்பாய்வு செய்யலாம். இது உற்பத்தி வரிசையில் இருந்து தரமற்ற தயாரிப்புகளை அடையாளம் காணவும், அகற்றவும் கழிவுகளைக் குறைக்கவும், உயர்தரத் தரங்களைப் பராமரிக்கவும் உதவுகிறது.

சப்ளை செயின் ஆப்டிமைசேஷன்

தேவையைக் கணித்து, சரக்கு மேலாண்மையை ஒழுங்குபடுத்தி, தளவாடங்களை மேம்படுத்துவதன் மூலமும் செயற்கை நுண்ணறிவு உணவு விநியோகச் சங்கிலியைச் சீராக்க முடியும். செயற்கை நுண்ணறிவு வழிமுறைகள் வரலாற்று விற்பனைத் தரவுகள், சந்தைப் போக்குகள், வெளிப்புறக் காரணிகளைப் பகுப்பாய்வு செய்து தேவையைக் கணிக்க முடியும். இது மிகவும் துல்லியமான உற்பத்தி திட்டமிடல், சரக்கு மேலாண்மையைச் செயல்படுத்துகிறது. செயற்கை நுண்ணறிவு மூலம் இயங்கும் அமைப்புகள் போக்குவரத்துப் பாதைகளை மேம்படுத்தலாம். விநியோக நேரங்களைக் குறைக்கலாம். விநியோகச் சங்கிலியில் திறமையின்மையைக் குறைக்கலாம்.

துல்லிய வேளாண்மை

செயற்கை நுண்ணறிவு துல்லியப் பண்ணைய நுட்பங்கள் மூலம் விவசாய நடைமுறைகளை மேம்படுத்த முடியும். செயற்கை நுண்ணறிவு வழிமுறைகள் பயிர் ஆரோக்கியத்தைக் கண்காணிக்கவும், நீர்ப்பாசனத்தை மேம்படுத்தவும், நோய்கள் அல்லது பூச்சித் தாக்குதல்களைக் கண்டறியவும் சென்சார்கள், செயற்கைக்கோள்கள் அல்லது ட்ரோன்களிலிருந்து தரவைப் பகுப்பாய்வு செய்யலாம். இது பயிர் விளைச்சலை மேம்படுத்துவதற்கும், வள விரயத்தைக் குறைப்பதற்கும், நிலைத்தன்மையை மேம்படுத்துவதற்கும் தரவு சார்ந்த முடிவுகளை எடுக்க விவசாயிகளுக்கு உதவுகிறது.

மெனு, செய்முறை பரிந்துரை

தனிப்பட்ட விருப்பத்தேர்வுகள், உணவுக் கட்டுப்பாடுகள் அல்லது ஊட்டச்சத்து இலக்குகளின் அடிப்படையில் தனிப்பயனாக்கப்பட்ட மெனு, செய்முறைப் பரிந்துரைகளைச் செயற்கை நுண்ணறிவு வழங்க முடியும். செயற்கை நுண்ணறிவு மூலம் இயங்கும் அமைப்புகள் பயனர் தரவு, மூலப்பொருள் பண்புக்கூறுகள், செய்முறை தரவுத்தளங்களைப் பகுப்பாய்வு செய்து பொருத்தமான உணவு விருப்பங்களைப் பரிந்துரைக்க முடியும். தனிப்பயனாக்கப்பட்ட உணவு அனுபவங்களைச் செயல்படுத்தலாம். குறிப்பிட்ட உணவுத் தேவைகளைப் பூர்த்தி செய்யலாம்.

உணவுப் பாதுகாப்பு, தடமறிதல்

செயற்கை நுண்ணறிவு உணவுப் பொருட்களின் முழுப் பயணத்தையும் கண்காணிப்பதன் மூலம் உணவுக் கண்டுபிடிப்பு, பாதுகாப்பை மேம்படுத்த முடியும். செயற்கை நுண்ணறிவு மூலம் இயங்கும் அமைப்புகள் பிளாக்செயின் தொழில்நுட்பத்தை ஒருங்கிணைத்து உணவுத் தோற்றம், பதப்படுத்துதல், விநியோகத்தின் மாற்ற முடியாத பதிவை உருவாக்க முடியும். இது வெளிப்படைத்தன்மையை அதிகரிக்கிறது. மோசடி அபாயத்தைக் குறைக்கிறது. அசுத்தமான தயாரிப்புகளை விரைவாக அடையாளம் காணவும் திரும்பப் பெறவும் உதவுகிறது.

வாடிக்கையாளர் சேவை, ஆர்டர்

செயற்கை நுண்ணறிவால் இயங்கும் சாட்போட்கள், மெய்நிகர் உதவியாளர்கள் உணவுத் துறையில் வாடிக்கையாளர் சேவையை மேம்படுத்தும். அவர்கள் வாடிக்கையாளர்களின் கேள்விகளைக்

கையாளலாம். பரிந்துரைகளை வழங்கலாம். ஆர்டர்களை உரையாடல் முறையில் செயலாக்கலாம். செயற்கை நுண்ணறிவு சாட்போட்கள் இயற்கையான மொழியைப் புரிந்துகொண்டு தனிப்பயனாக்கப்பட்ட உதவியை வழங்கலாம். வாடிக்கையாளர் திருப்தியை மேம்படுத்தலாம். ஆர்டர் செயல்முறையை நெறிப்படுத்தலாம்.

சுவை, மூலப்பொருள் தேர்வுமுறை

உணவுத் தயாரிப்பு வளர்ச்சியில் சுவை, மூலப்பொருள் தேர்வுமுறைக்குச் செயற்கை நுண்ணறிவு உதவும். சமையல் குறிப்புகளை மேம்படுத்துவதற்கும், புதிய சுவை சுயவிவரங்களை உருவாக்குவதற்கும், செயற்கை நுண்ணறிவு வழிமுறைகள் மூலப்பொருள் சேர்க்கைகள், ஊட்டச்சத்து சுயவிவரங்கள், நுகர்வோர் விருப்பத் தேர்வுகளைப் பகுப்பாய்வு செய்யலாம். இது உணவு நிறுவனங்கள் நுகர்வோர் ரசனை, விருப்பங்களுக்கு ஏற்ப புதுமையான தயாரிப்புகளை உருவாக்க உதவுகிறது.

ரோபோடிக்ஸ், ஆட்டோமேஷன்

செயற்கை நுண்ணறிவு மூலம் இயங்கும் ரோபோக்கள், ஆட்டோமேஷன் அமைப்புகள் உணவு பதப்படுத்துதல், உற்பத்தியில் பயன்படுத்தப்படுகின்றன. இந்த ரோபோக்கள் வரிசைப்படுத்துதல், பேக்கேஜிங் அல்லது அசெம்பிளி போன்ற பணிகளைத் துல்லியமாகவும் வேகத்துடனும் செய்யும். செயற்கை நுண்ணறிவு வழிமுறைகள் இந்த ரோபோக்களை வெவ்வேறு தயாரிப்பு மாறுபாடுகளுக்கு ஏற்ப மாற்றியமைக்க உதவுகின்றன. திறமையான மற்றும் நிலையான உற்பத்தி செயல்முறைகளை உறுதி செய்கின்றன.

உணவுத்துறையில் செயற்கை நுண்ணறிவு பயன்பாடுகள் தொடர்ந்து உருவாகின்றன. இது அதிகரித்த செயல்திறன், மேம்பட்ட உணவுப் பாதுகாப்பு, மேம்பட்ட வாடிக்கையாளர் அனுபவங்கள், உணவுத் தயாரிப்பு மேம்பாட்டில் புதுமை ஆகியவற்றைச் செயல்படுத்துகிறது.

58. மனித வளத் துறை

செயல்முறைகளை ஒழுங்குபடுத்தவும், முடிவெடுப்பதை மேம்படுத்தவும், ஊழியர் அனுபவங்களை மேம்படுத்தவும் மனித வளங்களில் (Human Resources) *(எச்.ஆர்.)* செயற்கை நுண்ணறிவு அதிகமாகப் பயன்படுத்தப்படுகிறது.

திறமையைக் கையகப்படுத்தல், ஆட்சேர்ப்பு

செயற்கை நுண்ணறிவு ஆட்சேர்ப்புச் செயல்முறையைத் தன்னியக்கமாக்கவும் மேம்படுத்தவும் முடியும். செயற்கை நுண்ணறிவு மூலம் இயங்கும் கருவிகள் வேலை விளக்கங்களைப் பகுப்பாய்வு செய்யலாம். ரெஸ்யூம்களைத் திரையிடலாம். முன்பே வரையறுக்கப்பட்ட அளவுகோல்களின் அடிப்படையில் மிகவும் தகுதிவாய்ந்த பணியாளர்களை அடையாளம் காணலாம். செயற்கை நுண்ணறிவு வழிமுறைகள் தானியங்கி வீடியோ நேர்காணல்கள் அல்லது ஆன்லைன் மதிப்பீடுகள் மூலம் பணியாளர்களை மதிப்பிடலாம். பணியாளர் தேர்வின் ஆரம்பக் கட்டங்களில் நேரத்தையும், வளங்களையும் மிச்சப்படுத்தலாம்.

ஊழியர் ஆன்போர்டிங்

செயற்கை நுண்ணறிவு புதிய ஊழியர்களுக்கான ஆன்போர்டிங் செயல்முறையை மேம்படுத்த முடியும். செயற்கை நுண்ணறிவு மூலம் இயங்கும் சாட்போட்கள் அல்லது மெய்நிகர் உதவியாளர்கள் ஆன்போர்டிங் செயல்முறை, அவர்களின் கேள்விகளுக்குப் பதிலளித்தல், தேவையான தகவல்களை வழங்குவதன் மூலம் புதிய பணியமர்த்தல்களை வழிநடத்த

முடியும். படிவம் நிரப்புதல், ஆவண மேலாண்மை போன்ற நிர்வாகப் பணிகளையும் செயற்கை நுண்ணறிவு தன்னியக்கமாக்க முடியும். இது மென்மையான ஆன்போர்டிங் அனுபவத்தைச் செயல்படுத்துகிறது.

பணியாளர் ஈடுபாடு, தக்கவைப்பு

செயற்கை நுண்ணறிவு ஊழியர் ஈடுபாடு, தக்கவைப்பு முயற்சிகளை மேம்படுத்த முடியும். ஈடுபாடு, வேலை திருப்தியைப் பாதிக்கும் காரணிகளை அடையாளம் காணச் செயற்கை நுண்ணறிவு இயங்கும் அமைப்புகளால் ஊழியர் கருத்து, உணர்வு, நடத்தை ஆகியவற்றைப் பகுப்பாய்வு செய்ய முடியும். இந்தத் தகவல் மனிதவளக் குழுக்களுக்குச் சிக்கல்களை முன்கூட்டியே நிவர்த்தி செய்யவும், ஊழியர்களின் அனுபவங்களைத் தனிப்பயனாக்கவும், இலக்கு தக்கவைப்பு உத்திகளைச் செயல்படுத்தவும் உதவும்.

செயல்திறன் மேலாண்மை

செயல்திறன் மேலாண்மை செயல்முறைகளுக்குச் செயற்கை நுண்ணறிவு உதவும். செயற்கை நுண்ணறிவு வழிமுறைகள் நிகழ்நேர நுண்ணறிவுகள்,பின்னூட்டங்களை வழங்க இலக்குகள், அளவீடுகள், பின்னூட்டம் போன்ற ஊழியர் செயல்திறன் தரவைப் பகுப்பாய்வு செய்யலாம். செயற்கை நுண்ணறிவு மூலம் இயங்கும் செயல்திறன் மேலாண்மை அமைப்புகள் தனிப்பயனாக்கப்பட்ட மேம்பாட்டுப் பரிந்துரைகளை வழங்கலாம். திறன் இடைவெளிகளை அடையாளம் காணலாம். தொடர்ச்சியான செயல்திறன் மதிப்பீட்டை எளிதாக்கலாம்.

பயிற்சி, மேம்பாடு

செயற்கை நுண்ணறிவு பயிற்சி, மேம்பாட்டு முன்முயற்சிகளை மேம்படுத்த முடியும். செயற்கை நுண்ணறிவு மூலம் இயங்கும் கற்றல் தளங்கள், கற்றல் பாதைகளைத் தனிப்பயனாக்கலாம். தொடர்புடைய படிப்புகள் அல்லது வளங்களைப் பரிந்துரைக்கலாம். தானியங்கி மதிப்பீடுகளை வழங்கலாம். கற்றல் முறைகளைப் பகுப்பாய்வு செய்யலாம். திறன் மேம்பாட்டிற்குப் பொருத்தமான பயிற்சித் தலையீடுகளைப் பரிந்துரைக்க முடியும்.

மனிதவளப் பகுப்பாய்வு, தரவு சார்ந்த முடிவு எடுத்தல்

தரவுகள் சார்ந்த முடிவுகளை எடுப்பதற்கான நுண்ணறிவுகளை உருவாக்க மனிதவளத் தரவைச் செயற்கை நுண்ணறிவு

பயன்படுத்த முடியும். செயற்கை நுண்ணறிவு வழிமுறைகள் வடிவங்கள், தொடர்புகள், முன்கணிப்பு காரணிகளை அடையாளம் காண ஊழியர் புள்ளிவிவரங்கள், செயல்திறன் அளவீடுகள், ஈடுபாடு கணக்கெடுப்புகள் போன்ற மனிதவளத் தரவைப் பகுப்பாய்வு செய்யலாம். இது மனிதவள வல்லுநர்கள் பணியாளர் திட்டமிடல், திறமை மேலாண்மை, நிறுவன மேம்பாடு தொடர்பான தகவலறிந்த முடிவுகளை எடுக்க உதவுகிறது.

மனிதவளச் செயல்பாடுகள், ஆட்டோமேஷன்

செயற்கை நுண்ணறிவு வழக்கமான மனிதவளப் பணிகளைத் தன்னியக்கமாக்க முடியும். நிர்வாகச் சுமையைக் குறைக்கும். செயற்கை நுண்ணறிவு மூலம் இயங்கும் அமைப்புகள் ஊழியர் விசாரணைகளைக் கையாளலாம். விடுப்பு கோரிக்கைகளைச் செயலாக்கலாம். ஊழியர் தரவை நிர்வகிக்கலாம். அறிக்கைகளை உருவாக்கலாம். சாட்பாட்கள் அல்லது மெய்நிகர் உதவியாளர்கள் சுய சேவை விருப்பங்களை வழங்க முடியும். மூலோபாய முன்முயற்சிகளுக்கு மனிதவள வளங்களை விடுவிக்கலாம்.

பன்முகத்தன்மை, உள்ளடக்கம்

மனிதவளத்தில் பன்முகத்தன்மை, சேர்க்கை முயற்சிகளைச் செயற்கை நுண்ணறிவு ஆதரிக்க முடியும். செயற்கை நுண்ணறிவு வழிமுறைகள் வேலை இடுகைகளில் சார்புகளை அடையாளம் காணவும், பன்முகத்தன்மை அளவீடுகளைப் பகுப்பாய்வு செய்யவும் அனைவரையும் உள்ளடக்கிய பணியமர்த்தல் நடைமுறைகளை ஆதரிக்கவும் உதவும். செயற்கை நுண்ணறிவு மூலம் இயங்கும் கருவிகள் மொழிபெயர்ப்பிற்கும் உதவக்கூடும். இது பல்வேறு ஊழியர் குழுக்களில் பயனுள்ள தகவல்தொடர்புகளைச் செயல்படுத்துகிறது.

செயற்கை நுண்ணறிவு மனிதவளத்திற்குப் பல நன்மைகளைக் கொண்டு வந்தாலும் அது நெறிமுறையாகவும் பொறுப்புடனும் வெளிப்படைத் தன்மையுடனும் பயன்படுத்தப்பட வேண்டும் என்பதை நாம் கவனத்தில் கொள்ள வேண்டும். மனிதவள வல்லுநர்கள் மனிதவளச் செயல்முறைகளில் செயற்கை நுண்ணறிவு தீர்வுகளைச் செயல்படுத்தும்போது தரவு தனியுரிமை, நியாயம், மனித மேற்பார்வை ஆகியவற்றைக் கருத்தில் கொள்ள வேண்டும். தொழில்நுட்பம் மனிதத் தீர்ப்பு, முடிவெடுப்பதைப் பூர்த்தி செய்கிறது என்பதை உறுதிப்படுத்த வேண்டும்.

59. சுகாதாரத் துறை

செயற்கை நுண்ணறிவு பொதுச் சுகாதாரத்தில் பல பயன்பாடுகளைக் கொண்டுள்ளது. இது சுகாதாரத் துறையின் பல்வேறு அம்சங்களில் புரட்சியை ஏற்படுத்துகிறது.

மருத்துவப் படப் பகுப்பாய்வு

எக்ஸ்ரே, சி.டி ஸ்கேன் மற்றும் எம்.ஆர்.ஐ போன்ற மருத்துவப் படங்களை மிகவும் துல்லியமாகவும் திறமையாகவும் பகுப்பாய்வு செய்யச் செயற்கை நுண்ணறிவு உதவுகிறது. ஆழ்ந்த கற்றல் வழிமுறைகள் அசாதாரணங்களைக் கண்டறியலாம். நோய்களைக் கண்டறிய உதவலாம் மற்றும் அளவு அளவீடுகளை வழங்க முடியும். புற்றுநோய் போன்ற நோய்களின் ஆரம்ப அறிகுறிகளைக் கண்டறிவதற்கும், காயங்களை அடையாளம் கண்டு சிகிச்சை திட்டங்களைத் தீர்மானிப்பதற்குக் கதிரியக்கவியலாளர்கள் மற்றும் மருத்துவர்களுக்கு இது உதவுகிறது.

நோயறிதல் மற்றும் நோய் முன்கணிப்பு

நோய் கண்டறிதலுக்கு உதவ அறிகுறிகள், மருத்துவ வரலாறு, ஆய்வக முடிவுகள் மற்றும் மரபணு தகவல்கள் உள்ளிட்ட பரந்த அளவிலான நோயாளரின் தரவைச் செயற்கை நுண்ணறிவு வழிமுறைகள் பகுப்பாய்வு செய்ய முடியும். நோயாளரின் தரவை ஒத்த வழக்குகளின் பெரிய தரவுத் தளங்களுடன் ஒப்பிடுவதன் மூலம் செயற்கை நுண்ணறிவு அமைப்புகள் மிகவும் துல்லியமான நோயறிதல்களை வழங்க முடியும் மற்றும் நோய் முன்னேற்றத்தைக் கணிக்க முடியும். இது மருத்துவர்கள் தகவலறிந்த முடிவுகளை எடுக்கவும், பொருத்தமான சிகிச்சைகளைப் பரிந்துரைக்கவும் உதவுகிறது.

தனிப்பயனாக்கப்பட்ட சிகிச்சை மற்றும் துல்லியமான மருத்துவம்

தனிப்பட்ட நோயாளர்களுக்கு அவர்களின் தனித்துவமான பண்புகள் மற்றும் மரபணு ஒப்பனையின் அடிப்படையில் சிகிச்சைகளை வடிவமைக்கச் செயற்கை நுண்ணறிவு உதவுகிறது. பெரிய அளவிலான நோயாளிகளின் தரவுகளைப் பகுப்பாய்வு செய்வதன் மூலம் செயற்கை நுண்ணறிவு வழிமுறைகள் வடிவங்களை அடையாளம் காணவும், குறிப்பிட்ட நோய்களுக்கான மிகவும் பயனுள்ள சிகிச்சை திட்டங்களைக் கணிக்கவும் முடியும். துல்லியமான மருத்துவம் மரபணு தரவைப் பகுப்பாய்வு செய்வதற்கும், புற்றுநோய் போன்ற நிலைமைகளுக்குத் தனிப்பயனாக்கப்பட்ட சிகிச்சைகளை உருவாக்குவதற்கும் செயற்கை நுண்ணறிவைப் பயன்படுத்துகிறது. இது குறைவான பக்க விளைவுகளுடன் இலக்கு சிகிச்சைகளை அனுமதிக்கிறது.

மருந்து கண்டுபிடிப்பு மற்றும் மேம்பாடு

செயற்கை நுண்ணறிவு மருந்து கண்டுபிடிப்பு மற்றும் வளர்ச்சியின் செயல்முறையைத் துரிதப்படுத்துகிறது. இயந்திரக் கற்றல் வழிமுறைகள் மரபணுத் தரவு மற்றும் புரதக் கட்டமைப்புகள் போன்ற பரந்த அளவிலான உயிரியல் தரவைப் பகுப்பாய்வு செய்து, சாத்தியமான மருந்து இலக்குகளை அடையாளம் காணவும் புதிய மருந்துகளின் செயல்திறனைக் கணிக்கவும் முடியும். செயற்கை நுண்ணறிவு மருத்துவப் பரிசோதனை வடிவமைப்பை மேம்படுத்தலாம். பொருத்தமான நோயாளர்களை அடையாளம் காணலாம் மற்றும் சோதனைக் காலம் மற்றும் செலவுகளைக் குறைக்கலாம்.

மெய்நிகர் உதவியாளர்கள் மற்றும் சாட்போட்கள்

செயற்கைநுண்ணறிவு மூலம் இயங்கும் மெய்நிகர் உதவியாளர்கள் மற்றும் சாட்போட்கள் நோயாளிகளுடன் தொடர்பு கொண்டு அடிப்படை மருத்துவத் தகவல்களை வழங்கலாம் மற்றும் அறிகுறி மதிப்பீட்டிற்கு உதவலாம். பொருத்தமான கேள்விகளைக் கேட்பதன் மூலம், சுயப் பாதுகாப்பு நடவடிக்கைகளைப் பரிந்துரைத்து, பொருத்தமான மருத்துவப் பராமரிப்பு நிலைகளை வழங்கி அவர்களுக்கு ஆதரவை வழங்க முடியும். இந்தக் கருவிகள் நோயாளிகளின் சுகாதாரத் தகவல்களுக்கான அணுகலை மேம்படுத்துகின்றன. மற்றும் சுகாதார வழங்குநர்கள் மீதான சுமையைக் குறைக்கின்றன.

தொலைநிலை கண்காணிப்பு மற்றும் டெலிமெடிசின்

செயற்கை நுண்ணறிவு தொலைதூர நோயாளரின் கண்காணிப்பு மற்றும் டெலிமெடிசின் சேவைகளைச் செயல்படுத்துகிறது. செயற்கை நுண்ணறிவு வழிமுறைகளுடன் பொருத்தப்பட்ட அணியக்கூடிய சாதனங்கள் மற்றும் சென்சார்கள் தொடர்ந்து முக்கிய அறிகுறிகளைக் கண்காணிக்கலாம். அசாதாரணங்களைக் கண்டறியலாம் மற்றும் நிகழ்நேரத்தில் சுகாதார வழங்குநர்களை எச்சரிக்கலாம்.

செயற்கை நுண்ணறிவு மூலம் இயங்கும் டெலிமெடிசின் தளங்கள் தொலைதூர ஆலோசனைகளை எளிதாக்குகின்றன. நோயாளிகள் தங்கள் வீடுகளில் இருந்தபடியே மருத்துவ ஆலோசனை, கண்காணிப்பு மற்றும் பின்தொடர்தல் கவனிப்பைப் பெற அனுமதிக்கின்றன.

ஹெல்த்கேர் மேனேஜ்மெண்ட் மற்றும் ஒர்க்ஃப்ளோ ஆப்டிமைசேஷன்

செயற்கை நுண்ணறிவு நிர்வாகப் பணிகளை ஒழுங்குபடுத்தலாம். மருத்துவமனை செயல்பாடுகளை மேம்படுத்தலாம் மற்றும் செயல்திறனை மேம்படுத்தலாம். இது சந்திப்பு திட்டமிடல், நோயாளர் பதிவு மற்றும் பில்லிங் செயல்முறைகளைத் தன்னியக்கமாக்க முடியும். செயற்கை நுண்ணறிவு வழிமுறைகள் வடிவங்களை அடையாளம் காணவும், வள ஒதுக்கீட்டை மேம்படுத்தவும், நோயாளரின் மனவோட்டங்களைக் கணிக்கவும், மருத்துவமனை படுக்கை நிர்வாகத்தை மேம்படுத்தவும் மின்னணுச் சுகாதார பதிவுகளைப் (ஈ.எச்.ஆர்) பகுப்பாய்வு செய்யலாம்.

மருத்துவ ஆராய்ச்சி மற்றும் தரவுப் பகுப்பாய்வு

செயற்கை நுண்ணறிவு பெரிய அளவிலான மருத்துவ மற்றும் ஆராய்ச்சித் தரவுத் தொகுப்புகளைப் பகுப்பாய்வு செய்யலாம். மறைக்கப்பட்ட வடிவங்களைக் கண்டறியலாம் மற்றும் மதிப்புமிக்க நுண்ணறிவுகளை உருவாக்கலாம். மருத்துவப் பதிவுகள், ஆராய்ச்சிக் கட்டுரைகள் மற்றும் மரபணு தரவுத்தளங்கள் உள்ளிட்ட பல்வேறு மூலங்களிலிருந்து தரவை ஒருங்கிணைப்பதன் மூலம், செயற்கை நுண்ணறிவு மருத்துவ ஆராய்ச்சிக்குப் பங்களிக்க முடியும் மற்றும் சான்று அடிப்படையிலான முடிவு எடுப்பதை ஆதரிக்க முடியும்.

ரோபோ உதவி அறுவை சிகிச்சை

ரோபோ உதவி அறுவை சிகிச்சையில் செயற்கை நுண்ணறிவு முக்கியப் பங்கு வகிக்கிறது. துல்லியத்தை அதிகரிக்கிறது மற்றும் ஊடுருவலைக் குறைக்கிறது. செயற்கை நுண்ணறிவு வழிமுறைகளைக் கொண்ட அறுவை சிகிச்சை ரோபோக்கள் சிக்கலான நடைமுறைகளை அதிகத் துல்லியமாகவும், கட்டுப்பாட்டுடனும் செய்ய அறுவைச் சிகிச்சை நிபுணர்களுக்கு உதவும்.

செயற்கை நுண்ணறிவு நிகழ்நேரப் பின்னூட்டம், படச் செயலாக்கம் மற்றும் முப்பரிமாண *(3 டி)* காட்சிப்படுத்தல் ஆகியவற்றைச் செயல்படுத்துகிறது. இது அறுவை சிகிச்சை விளைவுகளை மேம்படுத்துகிறது. இந்தப் பயன்பாடுகள் சுகாதாரம், நோயறிதல், சிகிச்சை, நோயாளர் பராமரிப்பு மற்றும் ஒட்டுமொத்தச் சுகாதார மேலாண்மை ஆகியவற்றில் செயற்கை நுண்ணறிவின் பரந்த திறனை நிரூபிக்கின்றன. இருப்பினும், நோயாளரின் பாதுகாப்பு மற்றும் தனியுரிமையைப் பராமரிக்கச் சரியான சரிபார்ப்பு, ஒழுங்குமுறை மற்றும் நெறிமுறை பரிசீலனைகளை உறுதிப்படுத்துவது முக்கியம்.

60. அன்றாட வாழ்வில் செயற்கை நுண்ணறிவு

செயற்கை நுண்ணறிவு அன்றாட வாழ்க்கையின் ஒருங்கிணைந்த பகுதியாக மாறியுள்ளது. இது பல்வேறு தொழில்களை மற்றும் நமது அன்றாட நடைமுறைகளின் பல அம்சங்களை மேம்படுத்துகிறது.

குரல் உதவியாளர்கள்

அமேசானின் 'அலெக்சா', ஆப்பிளின் 'சிரி', கூகிள் உதவியாளர் மற்றும் மைக்ரோசாப்டின் 'கோர்டானா' போன்ற மெய்நிகர் குரல் உதவியாளர்கள் பயனர் கட்டளைகள் மற்றும் கேள்விகளைப் புரிந்துகொள்ளவும், பதிலளிக்கவும் செயற்கை நுண்ணறிவைப் பயன்படுத்துகின்றனர். நினைவூட்டல்களை அமைப்பது, கேள்விகளுக்குப் பதிலளிப்பது, இசையை இயக்குவது, ஸ்மார்ட் ஹோம் சாதனங்களைக் கட்டுப்படுத்துவது மற்றும் நிகழ்நேரத் தகவல்களை வழங்குவது போன்ற பணிகளை அவர்கள் செய்யலாம்.

ஆன்லைன் பரிந்துரைகள்

நெட்ஃபிக்ஸ், ஸ்பாடிஃபை, அமேசான் மற்றும் யூடியூப் போன்ற ஆன்லைன் தளங்களால் பயன்படுத்தப்படும் செயற்கை நுண்ணறிவு வழிமுறைகள் சக்தி பரிந்துரை அமைப்புகள். இந்த வழிமுறைகள் தனிப்பயனாக்கப்பட்ட உள்ளடக்கம், தயாரிப்புகள் மற்றும் சேவைகளைப் பரிந்துரைக்கப் பயனாளிகளின் விருப்பத் தேர்வுகள், நடத்தை மற்றும் வரலாற்றுத் தரவுகளைப் பகுப்பாய்வு செய்கின்றன. பயனாளிகளின் அனுபவங்களை மேம்படுத்துகின்றன மற்றும் ஈடுபாட்டை இயக்குகின்றன.

சமூக ஊடகம் மற்றும் உள்ளடக்க வடிகட்டுதல்

தனிப்பயனாக்கப்பட்ட செய்தி ஊட்டங்கள் மற்றும் இலக்கு விளம்பரங்களை வழங்கப் பயனர் நடத்தை, ஆர்வங்கள் மற்றும் உள்ளடக்கத்தைப் பகுப்பாய்வு செய்யச் சமூக

ஊடகத் தளங்களால் செயற்கை நுண்ணறிவு வழிமுறைகள் பயன்படுத்தப்படுகின்றன. செயற்கை நுண்ணறிவு அடிப்படையிலான உள்ளடக்க வடிகட்டுதல் அமைப்புகள் பொருத்தமற்ற அல்லது தீங்கு விளைவிக்கும் உள்ளடக்கத்தை அடையாளம் கண்டு அகற்றலாம் மற்றும் பாதுகாப்பான ஆன்லைன் சூழலை உறுதி செய்யலாம்.

மெய்நிகர் தனிப்பட்ட ஸ்டைலிஸ்டுகள்

தனிப்பயனாக்கப்பட்ட பாணி பரிந்துரைகளை வழங்க பேஷன் பயன்பாடுகளில் செயற்கை நுண்ணறிவு பயன்படுத்தப்படுகிறது. பயனர்களின் ஆடை விருப்பங்கள், உடல் வகைகள் மற்றும் பேஷன் போக்குகளைப் பகுப்பாய்வு செய்வதன் மூலம் செயற்கை நுண்ணறிவு சார்ந்த பயன்பாடுகள் மற்றும் தளங்கள் ஆடைகள், அணிகலன்கள் மற்றும் ஸ்டைலிங் உதவிக்குறிப்புகளைப் பரிந்துரைக்க முடியும்.

ஸ்மார்ட் ஹோம் ஆட்டோமேஷன்

செயற்கை நுண்ணறிவு அடிப்படையிலான ஸ்மார்ட் ஹோம் அமைப்புகள் வீட்டுப் பணிகளைத் தன்னியக்கமாக்க சென்சார்கள், குரல் அங்கீகாரம் மற்றும் இயந்திரக் கற்றல் வழிமுறைகளைப் பயன்படுத்துகின்றன. இந்த அமைப்புகள் விளக்குகள், வெப்பமூட்டுதல், பாதுகாப்பு அமைப்புகள், உபகரணங்கள் மற்றும் பொழுதுபோக்குச் சாதனங்களைக் கட்டுப்படுத்தலாம். பயனர்களின் விருப்பங்களுக்கு ஏற்ப மாற்றியமைக்கலாம் மற்றும் ஆற்றல் பயன்பாட்டை மேம்படுத்தலாம்.

ஆன்லைன் வாடிக்கையாளர் ஆதரவு

வழக்கமான விசாரணைகளைக் கையாளவும், உதவியை வழங்கவும் வாடிக்கையாளர் ஆதரவு சேவைகளில் செயற்கை நுண்ணறிவு மூலம் இயங்கும் சாட்போட்கள் அதிகளவில் பயன்படுத்தப்படுகின்றன. அவர்கள் அடிக்கடி கேட்கப்படும் கேள்விகளுக்குப் பதிலளிக்கலாம். சிக்கல்களைச் சரிசெய்யலாம் மற்றும் அடிப்படைத் தயாரிப்பு அல்லது சேவை தகவல்களை வழங்கலாம். உடனடி மற்றும் 24 மணி நேரச் சேவை ஆதரவை வழங்கலாம்.

ஆன்லைன் மோசடிகளைக் கண்டறிதல்

வடிவங்களைப் பகுப்பாய்வு செய்து சந்தேகத்திற்கிடமான நடவடிக்கைகளை அடையாளம் காண்பதன் மூலம் ஆன்லைன் மோசடியைக் கண்டறிந்து தடுக்கச் செயற்கை நுண்ணறிவு

வழிமுறைகள் உதவுகின்றன. இந்த வழிமுறைகள் மோசடி பரிவர்த்தனைகள், ஃபிஷிங் முயற்சிகள் மற்றும் அடையாளத் திருட்டு ஆகியவற்றைக் கண்டறிய முடியும். இது ஆன்லைன் பரிவர்த்தனைகளில் கூடுதல் பாதுகாப்பை வழங்குகிறது.

போக்குவரத்து மேம்படுத்தல்

போக்குவரத்து ஓட்டத்தை மேம்படுத்துவதற்கும் நெரிசலைக் குறைப்பதற்கும் போக்குவரத்து மேலாண்மை அமைப்புகளில் செயற்கை நுண்ணறிவு பயன்படுத்தப்படுகிறது. செயற்கை நுண்ணறிவு வழிமுறைகள் போக்குவரத்து வடிவங்களைக் கணிக்கவும், மாற்று வழிகளைப் பரிந்துரைக்கவும் அதற்கேற்ப போக்குவரத்து சமிக்ஞைகளைச் சரிசெய்யவும், ஒட்டுமொத்தப் போக்குவரத்து செயல்திறனை மேம்படுத்தவும் போக்குவரத்து கேமராக்கள், சென்சார்கள் மற்றும் வழிசெலுத்தல் பயன்பாடுகளிலிருந்து நிகழ்நேரத் தரவைப் பகுப்பாய்வு செய்கின்றன.

மின்னஞ்சல் வடிகட்டுதல் மற்றும் ஸ்பேம் கண்டறிதல்

மின்னஞ்சல்களை அவற்றின் பொருத்தம் மற்றும் சாத்தியமான ஸ்பேம் உள்ளடக்கத்தின் அடிப்படையில் வடிகட்டவும், வகைப்படுத்தவும் செயற்கை நுண்ணறிவு வழிமுறைகள் பயன்படுத்தப்படுகின்றன. மின்னஞ்சல் வடிவங்கள், உள்ளடக்கம் மற்றும் பயனர் விருப்பத்தேர்வுகளைப் பகுப்பாய்வு செய்வதன் மூலம், செயற்கை நுண்ணறிவு அமைப்புகள் முக்கியமான மின்னஞ்சல்களுக்கு முன்னுரிமை அளிக்கலாம் மற்றும் ஸ்பேம் அல்லது பொருத்தமற்ற செய்திகளைப் பொருத்தமான கோப்புறைகளுக்குத் திசை திருப்பலாம்.

தனிப்பயனாக்கப்பட்ட இசை பரிந்துரைகள்

ஸ்பாடிஃபை மற்றும் ஆப்பிள் மியூசிக் போன்ற ஸ்ட்ரீமிங் தளங்கள் தனிப்பயனாக்கப்பட்ட இசை பரிந்துரைகள் மற்றும் தொகுக்கப்பட்ட விருப்பத் தேர்வுகளை உருவாக்கப் பயனர்களின் கேட்கும் பழக்கம் மற்றும் வரலாற்றுத் தரவைப் பகுப்பாய்வு செய்யச் செயற்கை நுண்ணறிவு வழிமுறைகளைப் பயன்படுத்துகின்றன. பல்வேறு களங்களில் வசதி, தனிப்பயனாக்கம், செயல்திறன் மற்றும் உற்பத்தித்திறனை மேம்படுத்துதல், அன்றாட வாழ்க்கையில் செயற்கை நுண்ணறிவு எவ்வாறு ஒருங்கிணைக்கப்படுகிறது என்பதற்கான சில சான்றுகள் இவை. செயற்கை நுண்ணறிவு தொழில்நுட்பத்தின் தொடர்ச்சியான முன்னேற்றம் எதிர்காலத்தில் இன்னும் ஒருங்கிணைப்பு மற்றும் புதுமையை உறுதியளிக்கிறது.

61. செயற்கை நுண்ணறிவின் சாதனைகள்

செயற்கை நுண்ணறிவு பல குறிப்பிடத்தக்க மைல்கற்களை எட்டியுள்ளது. பல்வேறு களங்களில் குறிப்பிடத்தக்க முன்னேற்றங்களை அடைந்துள்ளது. செயற்கை நுண்ணறிவின் சில குறிப்பிடத்தக்கச் சாதனைகள் பின்வருமாறு.

மெஷின் லேர்னிங், டீப் லேர்னிங்

மெஷின் லேர்னிங், ஆழமான கற்றல் நுட்பங்களில் செயற்கை நுண்ணறிவு குறிப்பிடத்தக்க முன்னேற்றத்தை அடைந்துள்ளது. இந்த வழிமுறைகள் தரவுகளிலிருந்து கற்றுக்கொள்ளவும், காலப்போக்கில் அவற்றின் செயல்திறனை மேம்படுத்தவும் இயந்திரங்களுக்கு உதவுகின்றன. ஆழமான கற்றல், குறிப்பாக, பட அங்கீகாரம், இயற்கை மொழிச் செயலாக்கம், பேச்சு அங்கீகாரம், தன்னாட்சி ஓட்டுநர் போன்ற துறைகளில் முன்னேற்றங்களை ஏற்படுத்தியுள்ளது.

படம், பொருள் அறிதல்

படம், பொருள் அறிதல் பணிகளில் செயற்கை நுண்ணறிவு ஈர்க்கக்கூடிய துல்லியத்தை அடைந்துள்ளது. கன்வல்யூஷனல் நரம்பியல் நெட்வொர்க்குகள் (Convolution Neural Network) (சி.என்.என்) போன்ற ஆழமான கற்றல் மாதிரிகள், படங்களுக்குள் உள்ள பொருட்களைத் துல்லியமாக அடையாளம் கண்டு வகைப்படுத்த முடியும். இது முக அங்கீகாரம், மருத்துவப் படப் பகுப்பாய்வு, தன்னாட்சி வாகனங்கள், உள்ளடக்க மிதப்படுத்தல் போன்ற பயன்பாடுகளுக்கு வழிவகுத்துள்ளது.

இயற்கை மொழிச் செயலாக்கம் (என்.எல்.பி)

என்.எல்.பி மனித மொழியைப் புரிந்துகொள்வதற்கும், செயலாக்குவதற்கும் இயந்திரங்களைச் செயல்படுத்துவதில் கவனம் செலுத்துகிறது. டிரான்ஸ்பார்மர்கள், தொடர்ச்சியான நரம்பியல் நெட்வொர்க்குகள் (ஆர்.என்.என்) போன்ற செயற்கை நுண்ணறிவு மாதிரிகள் மொழி மொழிபெயர்ப்பு, உணர்ச்சி பகுப்பாய்வு, கேள்வி பதில், உரை உருவாக்கம் போன்ற பணிகளில் குறிப்பிடத்தக்க முன்னேற்றங்களை அடைந்துள்ளன. சாட்போட்கள், மெய்நிகர் உதவியாளர்கள் என்.எல்.பி நுட்பங்களைப் பயன்படுத்தும் செயற்கை நுண்ணறிவு பயன்பாடுகளுக்குச் சிறந்த சான்றுகளாகும்.

விளையாட்டு விளையாடுதல்

சிக்கலான விளையாட்டுகளை விளையாடுவதில் செயற்கை நுண்ணறிவு குறிப்பிடத்தக்கத் திறன்களை நிரூபித்துள்ளது. கி.பி. 1997ம் ஆண்டில், ஐபிஎம்மின் டீப் ப்ளூ உலகச் சதுரங்க சாம்பியனான கேரி காஸ்பரோவைத் தோற்கடித்தது. மிகச் சமீபத்தில், டீப்மைண்ட் உருவாக்கிய ஆல்ஃபாகோ (AlphaGo), உலக சாம்பியன் வீரரைத் தோற்கடித்தது. சிக்கலான மூலோபாய விளையாட்டுகளில் தேர்ச்சி பெறுவதற்கான செயற்கை நுண்ணறிவின் திறனை நிரூபித்தது.

தன்னாட்சி வாகனங்கள்

தானியங்கி வாகனங்களின் வளர்ச்சியில் செயற்கை நுண்ணறிவு முக்கியப் பங்கு வகிக்கிறது. கணினி பார்வை, சென்சார் ஃப்யூஷன், இயந்திரக் கற்றல், முடிவெடுக்கும் வழிமுறைகள் ஆகியவற்றின் கலவையின் மூலம், சுய ஓட்டுநர் கார்கள் குறிப்பிடத்தக்க முன்னேற்றத்தை அடைந்துள்ளன. டெஸ்லா, வேமோ, உபர் போன்ற நிறுவனங்கள் தன்னாட்சி வாகனத் தொழில்நுட்பங்களைத் தீவிரமாக ஆராய்ச்சி செய்து பயன்படுத்துகின்றன.

ஹெல்த்கேர் பயன்பாடுகள்

மருத்துவப் படப் பகுப்பாய்வு, நோய் கண்டறிதல், மருந்து கண்டுபிடிப்பு, தனிப்பயனாக்கப்பட்ட மருத்துவம் போன்ற பயன்பாடுகளுடன் சுகாதாரத்தில் செயற்கை நுண்ணறிவு வாக்குறுதியைக் காட்டியுள்ளது. செயற்கை நுண்ணறிவு வழிமுறைகள் எக்ஸ் கதிர்கள், எம்.ஆர்.ஐ போன்ற மருத்துவப் படங்களைப் பகுப்பாய்வு செய்யலாம். இது நோய்கள், அசாதாரணங்களைக் கண்டறிய உதவுகிறது. குறிப்பிட்ட

நிலைமைகளின் ஆபத்தில் உள்ள நோயாளிகளை அடையாளம் காண்பதற்கான முன்கணிப்பு மாதிரிகளை உருவாக்கச் செயற்கை நுண்ணறிவு பயன்படுத்தப்படுகிறது.

ரோபோடிக்ஸ், ஆட்டோமேஷன்

ரோபோக்கள் சிக்கலான பணிகளைத் துல்லியமாகவும் தகவமைப்புடனும் செய்ய உதவுவதன் மூலம் செயற்கை நுண்ணறிவு ரோபோட்டிக்ஸில் புரட்சியை ஏற்படுத்தியுள்ளது. ரோபோக்கள் உற்பத்தி, தளவாடங்கள், சுகாதாரம், ஆராய்ச்சியில் பயன்படுத்தப்படுகின்றன. செயற்கை நுண்ணறிவு மூலம் இயங்கும் ரோபோடிக் அமைப்புகள் பொருள் கையாளுதல், வழிசெலுத்தல், மனித ரோபோ தொடர்பு போன்ற பணிகளைச் செய்யும் திறன் கொண்டவை.

செயற்கை நுண்ணறிவுச் செய்தி வாசிப்பாளர்

ஒடிசா தனியார் தொலைக்காட்சி, செயற்கை நுண்ணறிவு தொழில்நுட்பத்தில் உருவாக்கிய பெண் செய்தி வாசிப்பாளரை அறிமுகம் செய்துள்ளது. அதற்கு 'லிசா' என்று பெயரிடப்பட்டுள்ளது. இந்தத் தொழில்நுட்பத்தில் கேட்கும் அனைத்து வகையான கேள்விகளுக்கும் பதில் அளிக்கும் சாட்ஜிபிடி அறிமுகமானது. அமெரிக்காவில் நீதிமன்றங்களில் வழக்குகளில் வாதாடச் செயற்கை நுண்ணறிவு ரோபோ வழக்கறிஞர்கள்கூட அறிமுகப்படுத்தப்பட்டு விட்டது. அத்துடன் அனைத்துத் துறைகளிலும் செயற்கை நுண்ணறிவு தொழில்நுட்பத்தைப் பயன்படுத்திச் சிக்கல்களைத் தீர்க்க ஆராய்ச்சிகளும் நடைபெற்று வருகின்றன.

இந்நிலையில், ஒடிசா மாநிலத்தின் தனியார் தொலைக்காட்சி 'ஓடிவி', நாட்டிலேயே முதல் முறையாக மெய்நிகர் பெண் செய்தி வாசிப்பாளரை அறிமுகம் செய்துள்ளது. 'ஓடிவி' பிராந்திய அளவில் இலவச சேனலாக செயல்பட்டு வருகிறது. 'லிசா'வை அறிமுகப்படுத்தி ஓடிவி நிர்வாக இயக்குநர் ஜகி மன்கட் பாண்டா,

> "தொலைக்காட்சியில் லிசாதான் முதல் பெண் மெய்நிகர் செய்திவாசிப்பாளர். ஒரு காலத்தில் கம்ப்யூட்டர் என்பதே ஆச்சரியப்படும் விஷயமாக இருந்தது. அதன்பிறகு காலம் மாறி தற்போது இன்டர்நெட் ஆதிக்கம் செலுத்துகிறது. இன்டர்நெட்டில் மக்கள் அதிக நேரம் செலவிடுகின்றனர். இதுபோன்ற மாற்றங்களைக் கருத்தில் கொண்டு 'ஓடிவி சேனல் முதல் முறையாகப் பெண் மெய்நிகர் செய்தி

வாசிப்பாளர் லிசாவை அறிமுகம் செய்துள்ளோம்" என்றார். (நன்றி - இந்து தமிழ் திசை - 11.07.2023)

இவை செயற்கை நுண்ணறிவு சாதனைகளுக்குச் சில சான்றுகளாகும். மேலும் இந்தத் துறை தொடர்ந்து வேகமாக வளர்ந்து வருகிறது. செயற்கை நுண்ணறிவின் தாக்கம் நிதி, சைபர் பாதுகாப்பு, பொழுதுபோக்கு, கல்வி உள்ளிட்ட பல்வேறு துறைகளுக்கு விரிவடைந்துள்ளது.

செயற்கை நுண்ணறிவு ஆராய்ச்சி முன்னேறும்போது, தொழில்துறைகளை மாற்றுவதற்கும், மனித வாழ்க்கையை மேம்படுத்துவதற்கும் திறன் கொண்ட மேலும் முன்னேற்றங்கள் மற்றும் பயன்பாடுகளை நாம் எதிர்பார்க்கலாம்.

62. செயற்கை நுண்ணறிவின் சவால்கள்

செயற்கை நுண்ணறிவு குறிப்பிடத்தக்க முன்னேற்றம் கண்டுள்ளது, பல பகுதிகள், துறைகளில் பயன்பாடுகளைக் கண்டறிந்துள்ளது. இருப்பினும், செயற்கை நுண்ணறிவு சவால்கள் அல்லது வரம்புகளை எதிர்கொள்ளக்கூடிய சில பகுதிகள் இன்னும் உள்ளன.

படைப்பாற்றல், கலை வெளிப்பாடு

செயற்கைநுண்ணறிவு கலை,இசை,எழுதப்பட்ட உள்ளடக்கத்தை உருவாக்குவதில் திறன்களைக் காட்டினாலும் மனிதப் படைப்பாற்றல், கலை வெளிப்பாட்டை உண்மையிலேயே பிரதிபலிக்கும் திறன் செயற்கை நுண்ணறிவுக்குச் சவாலாகவே உள்ளது. செயற்கை நுண்ணறிவு உருவாக்கிய உள்ளடக்கம் பெரும்பாலும் மனிதர்கள் அடையக்கூடிய ஆழம், உணர்ச்சி புரிதல், அசல் தன்மையைக் கொண்டிருக்கவில்லை.

தார்மீக, நெறிமுறை முடிவு எடுத்தல்

செயற்கை நுண்ணறிவு அமைப்புகளில் மனிதர்களுக்கு இருக்கும் உள்ளார்ந்த தார்மீகப் பகுத்தறிவு, நெறிமுறை தீர்ப்பு இல்லை. சிக்கலான தார்மீக முடிவுகளை எடுப்பது, கலாச்சாரச் சூழல்களைப் புரிந்துகொள்வது, நெறிமுறை குழப்பங்களை நிவர்த்தி செய்வது ஆகியன செயற்கை நுண்ணறிவு தற்போது போராடும் பகுதிகள் ஆகும். நெறிமுறைக் கொள்கைகளை ஒருங்கிணைக்கக்கூடிய, தார்மீகச் சிக்கல்களை வழி நடத்தக்கூடிய செயற்கை நுண்ணறிவு அமைப்புகளின் வளர்ச்சி ஒரு தொடர்ச்சியான ஆராய்ச்சி பகுதியாகும்.

சூழல் புரிதல், பொது அறிவு பகுத்தறிவு

மனிதர்கள் உலகைப் பற்றிய பரந்த புரிதல், பொது அறிவு பகுத்தறிவு, சூழலின் அடிப்படையில் அனுமானங்களை உருவாக்கும் திறன் ஆகியவற்றைக் கொண்டுள்ளனர். செயற்கை நுண்ணறிவு அமைப்புகள் பெரும்பாலும் தெளிவற்ற அல்லது மறைமுகத் தகவல்களைப் புரிந்துகொள்வதில் போராடுகின்றன. இது ஆழமான புரிதல், சூழல் புரிதல் தேவைப்படும் பணிகளைச் செய்வதற்கான அவர்களின் திறனைக் கட்டுப்படுத்தும்.

உடல் திறன், இயக்கம்

செயற்கை நுண்ணறிவு மூலம் இயக்கப்படும் ரோபோக்கள் பல்வேறு பணிகளைச் செய்ய முடியும் என்றாலும் மனிதத் திறன்களுடன் ஒப்பிடும்போது அவற்றின் உடல் திறன், இயக்கம் இன்னும் குறைவாகவே உள்ளது. சிறந்த மோட்டார் திறன்கள், சிக்கலான உடல் இயக்கங்கள், உடல் சுறுசுறுப்பு தேவைப்படும் பணிகள் ஆகியன செயற்கை நுண்ணறிவு மூலம் இயங்கும் ரோபோக்கள் சவால்களை எதிர்கொள்ளக்கூடிய பகுதிகள் ஆகும்.

உணர்ச்சி நுண்ணறிவு, பச்சாத்தாபம்

செயற்கை நுண்ணறிவு அமைப்புகளுக்கு, மனிதர்களுக்கு இயற்கையாகவே இருக்கும் உணர்ச்சி நுண்ணறிவு மற்றும் பச்சாத்தாபம் இல்லை. மனித உணர்ச்சிகளைப் புரிந்துகொள்வது, பதிலளிப்பது, நல்லுறவை வளர்ப்பது, உணர்ச்சிப்பூர்வமான ஆதரவை வழங்குவது ஆகியன மனிதத் தொடர்பு இன்னும் மிகவும் பயனுள்ளதாகவும் விரும்பத்தக்கதாகவும் கருதப்படும் களங்களாகும்.

எதிர்பாராத, கணிக்க முடியாத சூழ்நிலைகள்

கணிப்புகள், முடிவுகளை எடுக்கச் செயற்கை நுண்ணறிவு அமைப்புகள் கடந்தகாலத் தரவுகள், வடிவங்களை நம்பியுள்ளன. புதுமையான, கணிக்க முடியாத அல்லது தரவு குறைவாக இருக்கும் சூழ்நிலைகளில் அவர்கள் போராடலாம். எதிர்பாராத நிகழ்வுகளைக் கையாள்வது, வேகமாக மாறிவரும் சூழல்களுக்கு ஏற்ப தகவமைத்துக் கொள்வது, தனித்துவமான சூழ்நிலைகளுக்குப் பதிலளிப்பது செயற்கை நுண்ணறிவு அமைப்புகளுக்குச் சவாலாக இருக்கும். செயற்கை நுண்ணறிவு குறிப்பிடத்தக்க முன்னேற்றங்களை அடைந்திருந்தாலும், தொழில்நுட்பத்தில் இன்னும் பல இடைவெளிகள் உள்ளன.

தரவுச் சார்பு, நேர்மை

செயற்கை நுண்ணறிவு அமைப்புகள் பயிற்சி தரவைப் பெரிதும் நம்பியுள்ளன. மேலும் செயற்கை நுண்ணறிவு மாதிரிகளைப் பயிற்றுவிக்கப் பயன்படுத்தப்படும் தரவு பாரபட்சமாக இருந்தால், அது பாரபட்சமான அல்லது நியாயமற்ற விளைவுகளுக்கு வழிவகுக்கும். செயற்கை நுண்ணறிவில் சார்பு தொடர்பான சிக்கல்கள் பக்கச்சார்பற்ற பயிற்சி தரவு, தரவுப் பிரதிநிதித்துவத்தில் பன்முகத் தன்மையின்மை அல்லது சார்பு வழிமுறைகள் ஆகியவற்றிலிருந்து எழலாம். செயற்கை நுண்ணறிவு அமைப்புகளில் நியாயம், வெளிப்படைத்தன்மை, பாரபட்சத்தை நிவர்த்தி செய்வது முக்கியமான ச்வாலாக உள்ளது.

நெறிமுறை, பொறுப்பான செயற்கை நுண்ணறிவு

தனியுரிமை, பாதுகாப்பு, வேலை வாய்ப்பில் சாத்தியமான தாக்கம் போன்ற முக்கியமான நெறிமுறைக் கவலைகளைச் செயற்கை நுண்ணறிவு எழுப்புகிறது. செயற்கை நுண்ணறிவு ஒரு நெறிமுறை, பொறுப்பான முறையில் உருவாக்கப்பட்டுப் பயன்படுத்தப்படுவதை உறுதிசெய்தல், பயனர் தனியுரிமை, தரவு உரிமைகளைப் பாதுகாத்தல், செயற்கை நுண்ணறிவு தொழில்நுட்பங்களின் சமூக, பொருளாதாரத் தாக்கங்களைக் கருத்தில் கொள்வது ஆகியவை தொடர்ச்சியான சவால்களாகும்.

விளக்கம், வெளிப்படைத்தன்மை

பல செயற்கை நுண்ணறிவு மாதிரிகள், குறிப்பாக ஆழமான கற்றல் வழிமுறைகள், கருப்புப் பெட்டிகளாகக் கருதப்படுகின்றன. அதாவது அவற்றின் முடிவெடுக்கும் செயல்முறை எளிதில் விளக்கக்கூடியதாகவோ அல்லது விளங்கக்கூடியதாகவோ இல்லை. செயற்கை நுண்ணறிவு மாதிரிகள் தங்கள் முடிவுகளுக்கு எவ்வாறு வருகின்றன என்பதைப் புரிந்துகொள்வதும், முடிவெடுப்பதில் வெளிப்படைத் தன்மையை வழங்குவதும் செயற்கை நுண்ணறிவு அமைப்புகளில், குறிப்பாகச் சுகாதாரம் அல்லது தன்னாட்சி வாகனங்கள் போன்ற முக்கியமான பயன்பாடுகளில் நம்பிக்கையை வளர்ப்பதற்கு முக்கியமானது.

பொதுமைப்படுத்தல், பரிமாற்றக் கற்றல்

செயற்கை நுண்ணறிவு மாதிரிகள் அவர்கள் பயிற்றுவிக்கும் குறிப்பிட்ட பணிகளில் சிறப்பாகச் செயல்பட முடியும் என்றாலும் அவை பெரும்பாலும் புதிய, கண்ணுக்குத் தெரியாத சூழ்நிலைகளுக்கு அறிவைப் பொதுமைப்படுத்துவதில்

போராடுகின்றன. வெவ்வேறு களங்களில் அறிவைப் பொதுமைப்படுத்தக்கூடிய, வரையறுக்கப்பட்ட பயிற்சித் தரவுகளுடன் புதிய சூழ்நிலைகளுக்கு ஏற்ப தகவமைக்கக்கூடிய செயற்கை நுண்ணறிவு அமைப்புகளை உருவாக்குவது ஒரு சவாலாக உள்ளது.

மனித-செயற்கை நுண்ணறிவு ஒத்துழைப்பு, நம்பிக்கை

மனிதர்களுக்கும், செயற்கை நுண்ணறிவு அமைப்புகளுக்கும் இடையே பயனுள்ள ஒத்துழைப்பை நிறுவுவது முக்கியம். உள்ளுணர்வு, புரிந்து கொள்ளக்கூடிய, மனிதர்களுக்கும் செயற்கை நுண்ணறிவுக்கும் இடையிலான நம்பிக்கை, ஒத்துழைப்பை ஊக்குவிக்கும் செயற்கை நுண்ணறிவு இடைமுகங்களை வடிவமைப்பது ஒரு தொடர்ச்சியான ஆராய்ச்சி பகுதியாகும். அவற்றின் பகுத்தறிவை விளக்கக்கூடிய, நியாயமான பரிந்துரைகளை வழங்கக்கூடிய செயற்கை நுண்ணறிவு அமைப்புகளை உருவாக்குவது மனித செயற்கை நுண்ணறிவு ஒத்துழைப்பை எளிதாக்க உதவும்.

உறுதித்தன்மை, பாதுகாப்பு

செயற்கை நுண்ணறிவு அமைப்புகள் எதிர்மறையான தாக்குதல்களுக்கு ஆளாகக் கூடும். அங்குத் தீங்கிழைப்பவர்கள் செயற்கை நுண்ணறிவு அமைப்பின் செயல்திறனை ஏமாற்ற அல்லது சமரசம் செய்ய உள்ளீட்டுத் தரவைக் கையாளுகிறார்கள். இத்தகைய தாக்குதல்களுக்கு எதிராகச் செயற்கை நுண்ணறிவு மாதிரிகளின் உறுதித்தன்மையையும் பாதுகாப்பையும் உறுதி செய்வது கவனிக்கப்பட வேண்டிய ஒரு முக்கியமான சவாலாகும்.

ஒழுங்குமுறை, சட்டக் கட்டமைப்புகள்

செயற்கை நுண்ணறிவு தொழில்நுட்பங்கள் முன்னேறும்போது, சாத்தியமான அபாயங்களை நிவர்த்தி செய்வதற்கும் செயற்கை நுண்ணறிவின் பொறுப்பான, நெறிமுறை வளர்ச்சி, பயன்பாட்டை உறுதி செய்வதற்கும் ஒழுங்குமுறை கட்டமைப்புகள், கொள்கைகள் தேவை.

செயற்கை நுண்ணறிவு பயன்பாடுகள், தரவு தனியுரிமை, பொறுப்புக் கூறல், பொறுப்பு ஆகியவற்றை நிர்வகிக்கும் பொருத்தமான சட்டக் கட்டமைப்புகளை நிறுவுவது ஒரு சிக்கலான சவாலாக உள்ளது. இந்த இடைவெளிகள், சவால்களை நிவர்த்தி செய்யக் கணினி அறிவியல், நெறிமுறைகள், சட்டம், சமூகவியல், கொள்கை உருவாக்கம் உள்ளிட்ட

பல்வேறு துறைகளைச் சேர்ந்த நிபுணர்களை உள்ளடக்கிய தொடர்ச்சியான ஆராய்ச்சி, ஒத்துழைப்பு, பல்துறை முயற்சிகள் தேவை.

அபாயங்கள், திட்டமிடப்படாத விளைவுகளைக் குறைக்கும். அதே வேளையில் அவற்றின் சாத்தியமான நன்மைகளை அதிகரிக்க நியாயமான, வெளிப்படையான, மனித மதிப்புகளுடன் இணைந்த செயற்கை நுண்ணறிவு தொழில்நுட்பங்களை உருவாக்குவது முக்கியம்.

செயற்கை நுண்ணறிவு ஆராய்ச்சி தொடர்ந்து வளர்ந்து வருகிறது என்பதையும் இந்தப் பகுதிகளில் பலவற்றில் முன்னேற்றங்கள் செய்யப்பட்டு வருகின்றன என்பதையும் நாம் கவனத்தில் கொள்ள வேண்டியது அவசியம். துறை முன்னேறும்போது, செயற்கை நுண்ணறிவு தொழில்நுட்பங்கள் இந்த வரம்புகளில் சிலவற்றைக் கடக்கக் கூடும். ஆனால், மனித நுண்ணறிவும், நிபுணத்துவமும் முக்கியமானதாக இருக்கும் களங்கள் எப்போதும் இருக்கும்.

63. செயற்கை நுண்ணறிவும் மனிதக் கனவுகளும்

செயற்கை நுண்ணறிவு இயற்கை நுண்ணறிவுக்குச் சமமானதல்ல. செயற்கை நுண்ணறிவு என்பது கணினி அறிவியல், தொழில்நுட்பத் துறையைக் குறிக்கிறது. இது பொதுவாக மனித நுண்ணறிவு தேவைப்படும் பணிகளைச் செய்யக்கூடிய இயந்திரங்கள், அமைப்புகளை உருவாக்குவதில் கவனம் செலுத்துகிறது. இது வழிமுறைகள், தரவுப் பகுப்பாய்வு, கற்றல் செயல்முறைகள் மூலம் மனித நுண்ணறிவின் சில அம்சங்களைப் பிரதிபலிப்பதை அல்லது பிரதிபலிப்பதை நோக்கமாகக் கொண்டுள்ளது.

இயற்கை நுண்ணறிவு, மறுபுறம், மனிதர்கள், பிற உயிரினங்கள் வெளிப்படுத்தும் நுண்ணறிவைக் குறிக்கிறது. இது புலனுணர்வு, பகுத்தறிவு, சிக்கல் தீர்க்கும் திறன், கற்றல், படைப்பாற்றல், உணர்ச்சி நுண்ணறிவு உள்ளிட்ட பரந்த அளவிலான அறிவாற்றல் திறன்களை உள்ளடக்கியது. இயற்கை நுண்ணறிவு என்பது உயிரியல் பரிணாமம், மனித மூளையின் சிக்கலான தன்மையின் விளைவாகும்.

செயற்கை நுண்ணறிவு அமைப்புகள் உயர் மட்டத் தேர்ச்சியில் குறிப்பிட்ட பணிகளைச் செய்ய முடியும் என்றாலும் அவை பொதுவாக மனித நுண்ணறிவின் விரிவான, தகவமைக்கக்கூடிய தன்மையைக் கொண்டிருக்கவில்லை. செயற்கை நுண்ணறிவு சிறப்புப் பணிகளில் கவனம் செலுத்துகிறது, குறிப்பிட்ட டொமைன்களுக்குள் செயல்பட வடிவமைக்கப்பட்டுள்ளது. இது முடிவுகளை எடுக்க அல்லது செயல்களைச் செய்யத்

திட்டமிடப்பட்ட விதிகள், வழிமுறைகள், தரவு பயிற்சியை நம்பியுள்ளது.

இதற்கு நேர்மாறாக, மனித நுண்ணறிவு ஒரு பரந்த புரிதலையும், பன்முகத்தன்மையையும் நிரூபிக்கிறது. இது தனிநபர்களை வெவ்வேறு சூழல்களில் அறிவையும் திறன்களையும் பயன்படுத்த அனுமதிக்கிறது. புதிய சூழ்நிலைகளுக்கு ஏற்ப தகவமைத்துக் கொள்ள அனுமதிக்கிறது.

செயற்கை நுண்ணறிவு என்பது வேகமாக முன்னேறும் துறை என்பது கவனிக்கத்தக்கது. ஆராய்ச்சியாளர்கள் மிகவும் அதிநவீன அமைப்புகளை உருவாக்குவதில் தொடர்ந்து பணியாற்றி வருகின்றனர். இருப்பினும், இயற்கை நுண்ணறிவுடன் உண்மையான சமநிலையை அடைவது ஒரு சிக்கலான, தொடர்ச்சியான சவாலாக உள்ளது.

மனிதக் கனவுகளைப் பகுப்பாய்வு செய்வது ஒரு சிக்கலான, அகநிலைப் பணியாகும். ஏனெனில், கனவுகள் மிகவும் தனிப்பட்டவை. பெரும்பாலும் அளவிட அல்லது அளவிடக் கடினமான கூறுகளை உள்ளடக்கியவை. செயற்கை நுண்ணறிவு பல்வேறு துறைகளில் குறிப்பிடத்தக்க முன்னேற்றங்களை அடைந்திருந்தாலும் கனவுகளின் பகுப்பாய்வு பெரும்பாலும் உளவியலாளர்கள், தூக்க வல்லுநர்களால் நடத்தப்படும் அகநிலை விளக்கம், தரமான ஆராய்ச்சியின் துறையில் உள்ளது.

தற்போது, மனிதர்களுக்கு ஏற்படும் கனவுகளைப் பகுப்பாய்வு செய்வதற்கும், விளக்குவதற்கும் குறிப்பாக வடிவமைக்கப்பட்ட பரவலாக ஏற்றுக்கொள்ளப்பட்ட அல்லது அறிவியல் ரீதியாகச் சரிபார்க்கப்பட்ட செயற்கை நுண்ணறிவு அமைப்பு எதுவும் இல்லை.

கனவுப் பகுப்பாய்வு பொதுவாகப் பயிற்சி பெற்ற நிபுணர்களின் நிபுணத்துவத்தைச் சார்ந்துள்ளது. இது தனிநபர்கள் தங்கள் கனவுகளுக்குள் உள்ள சாத்தியமான அர்த்தங்கள் மற்றும் குறியீட்டை ஆராய உதவுகிறது. செயற்கை நுண்ணறிவு தொழில்நுட்பங்கள், குறிப்பாக இயற்கை மொழிச் செயலாக்கம், இயந்திரக் கற்றல், கனவுப் பகுப்பாய்வு தொடர்பான சில மறைமுக வழிகளில் பயன்படுத்தப்படலாம்.

உரைப் பகுப்பாய்வு

கனவு இதழ்கள் அல்லது கனவுகளின் எழுதப்பட்ட விளக்கங்களைப் பகுப்பாய்வு செய்யச் செயற்கை நுண்ணறிவு பயன்படுத்தப்படலாம். இயற்கை மொழி செயலாக்க

வழிமுறைகள் உரைக்குள் தொடர்ச்சியான கருப்பொருள்கள், உணர்ச்சிகள், வடிவங்களை அடையாளம் காண முடியும். இது கனவு காண்பவரின் உளவியல் நிலை அல்லது தொடர்ச்சியான கருப்பொருள்கள் குறித்த நுண்ணறிவுகளை வழங்கக்கூடும்.

மாதிரி அங்கீகாரம்

இயந்திரக் கற்றல் வழிமுறைகள் கனவு உள்ளடக்கம், வெளிப்புற தூண்டுதல்கள், தனிப்பட்ட அனுபவங்கள் அல்லது தூக்க நிலைகள் அல்லது மூளையின் செயல்பாடு போன்ற உடலியல் தரவு போன்ற பல்வேறு காரணிகளுக்கு இடையிலான வடிவங்கள், தொடர்புகளை அடையாளம் காண முடியும். பெரிய தரவுத்தொகுப்புகளைப் பகுப்பாய்வு செய்வதன் மூலம், கனவுகளின் சில அம்சங்களைப் புரிந்துகொள்ளப் பங்களிக்கக்கூடிய புள்ளிவிவர உறவுகளைச் செயற்கை நுண்ணறிவு கண்டறியலாம்.

தூக்கக் கண்காணிப்பு

மூளை அலைகள், கண் அசைவுகள் அல்லது இதயத் துடிப்பு மாறுபாடு போன்ற தூக்கத்தின் போது தரவைச் சேகரிக்கத் தூக்கக் கண்காணிப்பு தொழில்நுட்பங்களில் செயற்கை நுண்ணறிவு பயன்படுத்தப்படலாம். இந்தத் தொழில்நுட்பங்கள் முதன்மையாகத் தூக்க நிலைகள், ஒட்டுமொத்த தூக்கத் தரத்தில் கவனம் செலுத்துகின்றன என்றாலும் சேகரிக்கப்பட்ட தரவு உடலியல் தரவு, கனவு உள்ளடக்கத்திற்கு இடையிலான தொடர்புகளை ஆய்வு செய்யக் கனவு பகுப்பாய்வுடன் இணைந்து பயன்படுத்தப்படலாம். இருப்பினும், கனவு பகுப்பாய்வு மிகவும் தனிப்பட்ட, அகநிலைச் செயல்முறை என்பதை நாம் கவனத்தில் கொள்ள வேண்டியது அவசியம்.

கனவுகள் தனிப்பட்ட அனுபவங்கள், உணர்ச்சிகள், நனவற்ற எண்ணங்களால் பாதிக்கப்படுகின்றன, இதனால் அவற்றைத் துல்லியமாகப் பகுப்பாய்வு செய்யப் புறநிலைச் செயற்கை நுண்ணறிவு அமைப்புகளை உருவாக்குவது சவாலானது.

கனவுகளின் விளக்கம் பொதுவாக உளவியல், தனிப்பட்ட சூழலை உள்ளடக்கியது இது கனவுப் பகுப்பாய்வு, உளவியல் சிகிச்சையில் பயிற்சி பெற்ற நிபுணர்களுடன் நேரடித் தொடர்பு மூலம் சிறப்பாக ஆராயப்படுகிறது.

64. செயற்கை நுண்ணறிவுத் தொழில்நுட்பத்தை மேம்படுத்துதல்

செயற்கை நுண்ணறிவு தொழில்நுட்பத்தை மேம்படுத்துவது என்பது ஆராய்ச்சி, தரவு, நெறிமுறைகள், பணியமர்த்தல் உள்ளிட்ட பல்வேறு அம்சங்களை உள்ளடக்கிய ஒரு தொடர்ச்சியான செயல்முறையாகும்.

ஆராய்ச்சி, மேம்பாடு

செயற்கை நுண்ணறிவு ஆராய்ச்சியில் தொடர்ச்சியான முதலீடு இத்துறையை முன்னேற்றுவதற்கு முக்கியமானது. செயற்கை நுண்ணறிவு அமைப்புகளின் செயல்திறன், திறன்களை மேம்படுத்தும் புதிய வழிமுறைகள், கட்டமைப்புகள், மாதிரிகளை ஆராய்வது இதில் அடங்கும். ஆராய்ச்சி முன்முயற்சிகளுக்கு நிதியளித்தல், ஒத்துழைப்புகளை ஊக்குவித்தல், திறந்த மூலப் பங்களிப்புகளை ஊக்குவித்தல் ஆகியவை கண்டுபிடிப்புகளை ஊக்குவிக்கும் மற்றும் முன்னேற்றத்தை விரைவுபடுத்தும்.

தரவு தரம், பன்முகத்தன்மை

செயற்கை நுண்ணறிவு அமைப்புகள் பயிற்சி, கற்றலுக்காகத் தரவைப் பெரிதும் நம்பியுள்ளன. பயிற்சி தரவின் தரம், பன்முகத்தன்மை, பிரதிநிதித்துவத்தை மேம்படுத்துவது செயற்கை நுண்ணறிவு மாதிரிகளின் செயல்திறன் மற்றும் நியாயத்தை மேம்படுத்தலாம். தரவுத் தொகுப்புகள் விரிவானவை. உள்ளடக்கியவை. சீரானவை. சார்புகளைத் தவிர்ப்பது மற்றும் மக்கள்தொகையின் பன்முகத்தன்மையைப் பிரதிபலிப்பதை உறுதி செய்வதற்கான முயற்சிகள் மேற்கொள்ளப்பட வேண்டும்.

நெறிமுறை பரிசீலனைகள்

செயற்கைநுண்ணறிவு மேம்பாடு,பணியமர்த்தலில் நெறிமுறைகள் அவசியம். வெளிப்படைத்தன்மை, பொறுப்புக்கூறல், நியாயம், தனியுரிமை போன்ற கொள்கைகளை மனத்தில் கொண்டு செயற்கை நுண்ணறிவு அமைப்புகள் வடிவமைக்கப்பட வேண்டும். நெறிமுறை வழிகாட்டுதல்கள், கட்டமைப்புகள், தரநிலைகளை நிறுவுவது பொறுப்பான செயற்கை நுண்ணறிவு வளர்ச்சியை உறுதிப்படுத்தவும் சாத்தியமான அபாயங்கள், சார்புகளைக் குறைக்கவும் உதவும்.

விளக்கம்

செயற்கை நுண்ணறிவு வழிமுறைகளின் விளக்கத்தை மேம்படுத்துவது முக்கியமானது. குறிப்பாக, முடிவுகள் மனித வாழ்க்கையைக் கணிசமாகப் பாதிக்கும் களங்களில் இது தேவை. செயற்கை நுண்ணறிவு அமைப்புகளை மிகவும் வெளிப்படையானதாக மாற்றுவதற்கான முறைகளில் ஆராய்ச்சியாளர்கள் பணியாற்றி வருகின்றனர். இது பயனர்கள், பங்குதாரர்களுக்குச் செயற்கை நுண்ணறிவு அமைப்புகள் எடுக்கும் முடிவுகளுக்குப் பின்னால் உள்ள காரணத்தைப் புரிந்துகொள்ள உதவுகிறது.

மனித-செயற்கை நுண்ணறிவு ஒத்துழைப்பு

மனிதர்களுக்கும் செயற்கை நுண்ணறிவு அமைப்புகளுக்கும் இடையிலான ஒத்துழைப்பை ஊக்குவிப்பது மேம்பட்ட செயல்திறன், விளைவுகளுக்கு வழிவகுக்கும். மனிதத் திறன்களை அதிகரிக்கும். பயனுள்ள மனிதச் செயற்கை நுண்ணறிவு தொடர்புகளைச் செயல்படுத்தும். பயனர் கருத்துக்களை ஒருங்கிணைக்கும் செயற்கை நுண்ணறிவு அமைப்புகளை வடிவமைப்பது மனிதர்கள், இயந்திரங்கள் இரண்டின் பலங்களையும் மேம்படுத்தும் ஒருங்கிணைப்பு கூட்டாண்மைகளை உருவாக்க முடியும்.

உறுதித்தன்மை, பாதுகாப்பு

செயற்கை நுண்ணறிவு அமைப்புகள் எதிரி தாக்குதல்களுக்கு எதிராக வலுவானதாகவும் நெகிழ் திறன் கொண்டதாகவும் இருக்க வேண்டும். அவை நிஜ உலகச் சூழ்நிலைகளில் நம்பகத்தன்மையுடனும் சீராகவும் செயல்படுவதை உறுதி செய்ய வேண்டும். பாதிப்புகளைக் கண்டறிந்து தணிப்பதற்கான நுட்பங்களை உருவாக்குதல், தரவு விஷயம் தொடர்பான சிக்கல்களை நிவர்த்தி செய்தல், வலுவான

பாதுகாப்பு நடவடிக்கைகளைச் செயல்படுத்துதல் ஆகியன செயற்கை நுண்ணறிவு தொழில்நுட்பத்தின் முன்னேற்றத்திற்கு முக்கியமானவை.

தொடர்ச்சியான கற்றல், தழுவல்

செயற்கை நுண்ணறிவு அமைப்புகளை அவற்றின் நீண்டகால மேம்பாட்டிற்குத் தொடர்ந்து கற்றுக்கொள்வதற்கும், மாற்றியமைப்பதற்கும் உதவுவது அவசியம். வாழ்நாள் முழுவதும் கற்றல், தொடர்ச்சியான பயிற்சி போன்ற அணுகுமுறைகள் செயற்கை நுண்ணறிவு மாதிரிகளை மாறிவரும் தரவு விநியோகங்களுக்கு ஏற்ப மாற்றியமைக்கவும், புதிய அறிவைப் பெறவும் காலப்போக்கில் செயல்திறனை மேம்படுத்தவும் உதவும்.

ஒத்துழைப்பு, அறிவுப் பகிர்வு

செயற்கை நுண்ணறிவு தொழில்நுட்பத்தை மேம்படுத்த ஆராய்ச்சியாளர்கள், தொழிற்சாலைகள், நிறுவனங்களுக்கு இடையிலான ஒத்துழைப்பு மிக முக்கியமானது. அறிவு, அனுபவங்கள், சிறந்த நடைமுறைகளைப் பகிர்வது முன்னேற்றத்தை விரைவுபடுத்தலாம், தேவையற்ற முயற்சிகளைத் தவிர்க்கலாம், செயற்கை நுண்ணறிவு சமூகத்தில் கூட்டுக் கற்றலை வளர்க்கலாம்.

செயற்கை நுண்ணறிவு தொழில்நுட்பத்தை மேம்படுத்த முயற்சிக்கும்போது கருத்தில் கொள்ள வேண்டிய சில முக்கிய பகுதிகள் இவை. சவால்களை எதிர்கொள்ளவும், கண்டுபிடிப்புகளை ஊக்குவிக்கவும், செயற்கை நுண்ணறிவின் பொறுப்பான, நன்மை பயக்கும் பயன்பாட்டை உறுதிப்படுத்தவும் ஆராய்ச்சியாளர்கள், வளர்த்தெடுப்பவர்கள், கொள்கை வகுப்பாளர்கள், பங்குதாரர்கள் ஒன்றிணைந்து பணியாற்றும் பல்துறை அணுகுமுறை இதற்குத் தேவைப்படுகிறது.

65. செயற்கை நுண்ணறிவின் போட்டியாளர்கள்

எதிர்காலத்தில் செயற்கை நுண்ணறிவின் சரியான போட்டியாளர் யார் என்பதைக் கணிப்பது சவாலானது. ஏனெனில், தொழில்நுட்பப் பரப்புகள் விரைவாக உருவாகலாம். இருப்பினும், செயற்கை நுண்ணறிவுக்குப் போட்டி அல்லது மாற்று அணுகுமுறைகளை ஏற்படுத்தக் கூடிய முன்னேற்றத்தின் சாத்தியமான பகுதிகளைக் கருத்தில் கொள்ள முடியும்.

குவாண்டம் கம்ப்யூட்டிங்

குவாண்டம் கம்ப்யூட்டிங் கம்ப்யூட்டிங் சக்தியில் புரட்சியை ஏற்படுத்தும். சிக்கலான சிக்கல்களை அதிவேகமாகக் கையாளும் திறன் கொண்டது. குவாண்டம் கம்ப்யூட்டிங் அதன் ஆரம்பக் கட்டங்களில் இருக்கும்போது சில களங்களில் கிளாசிக்கல் செயற்கை நுண்ணறிவு அமைப்புகளைவிடச் சிறந்த மாற்றுக் கணக்கீட்டு மாதிரிகளை வழங்க முடியும்.

நியூரோமார்பிக் கம்ப்யூட்டிங்

மனித மூளையின் கட்டமைப்பு, செயல்பாட்டால் ஈர்க்கப்பட்ட நியூரோமார்பிக் கம்ப்யூட்டிங் நரம்பியல் நெட்வொர்க்குகளைப் பிரதிபலிக்கும் வன்பொருள், வழிமுறைகளை உருவாக்குவதை நோக்கமாகக் கொண்டுள்ளது. இந்த அமைப்புகள் சில வகையான பணிகளுக்குத் திறமையான, சிறப்புச் செயலாக்கத்தை வழங்கக் கூடும். இது பாரம்பரியச் செயற்கை நுண்ணறிவு அணுகுமுறைகளுக்குச் சவாலாக இருக்கும்.

பயோ-இன்ஸ்பிரேஷன் கம்ப்யூட்டிங்

உயிரியல் அமைப்புகளிலிருந்து உத்வேகம் பெற்று, உயிரியல் செயல்முறைகளைப் பின்பற்றும் வழிமுறைகள், கட்டமைப்புகளை உருவாக்க பயோ-இன்ஸ்பிரேஷன் கம்ப்யூட்டிங் முயல்கிறது. மரபணு வழிமுறைகள், பரிணாமக் கணக்கீடு அல்லது வெட்டுக்கிளி நுண்ணறிவு ஆகியவற்றை அடிப்படையாகக் கொண்ட மாதிரிகள் இதில் அடங்கும். பயோ-இன்ஸ்பிரேஷன் கம்ப்யூட்டிங் வழக்கமான செயற்கை நுண்ணறிவு நுட்பங்களிலிருந்து வேறுபடும் சிக்கலைத் தீர்ப்பதற்கும் உகந்ததாக்குவதற்கும் மாற்று அணுகுமுறைகளை வழங்கக் கூடும்.

மனிதப் பெருக்கம்

செயற்கை நுண்ணறிவுடன் நேரடியாகப் போட்டியிடுவதைவிட, மேம்பட்ட தொழில்நுட்பங்களின் ஒருங்கிணைப்பின் மூலம் மனிதத் திறன்களை மேம்படுத்துவதை மனிதப் பெருக்கத் தொழில்நுட்பங்கள் நோக்கமாகக் கொண்டுள்ளன. மூளை - கணினி இடைமுகங்கள் (Brain–computer interface) (பி.சி.ஐ), அணியக் கூடிய சாதனங்கள் அல்லது அறிவாற்றல் திறன்களை மேம்படுத்தும் உள் வைப்புகள் போன்ற தொழில்நுட்பங்கள் இதில் அடங்கும். செயற்கை நுண்ணறிவுடன் பாரம்பரியமாகத் தொடர்புடைய பணிகளில் உயர் மட்டச் செயல்திறனை அடைய மனிதப் பெருக்கம் மாற்று பாதையை வழங்க முடியும்.

அறிவாற்றல் கம்ப்யூட்டிங்

'அறிவாற்றல் கம்ப்யூட்டிங்' (Cognitive Computing) என்பது உணர்தல், பகுத்தறிவு, முடிவு எடுத்தல் போன்ற மனித அறிவாற்றல் திறன்களைப் பிரதிபலிக்கக் கூடிய அமைப்புகளை உருவாக்குவதை உள்ளடக்குகிறது. செயற்கை நுண்ணறிவு பரந்த அளவிலான நுட்பங்கள், அணுகுமுறைகளை உள்ளடக்கியது என்றாலும் அறிவாற்றல் கணினி குறிப்பாக மனிதனைப் போன்ற நுண்ணறிவை நகலெடுப்பதில் கவனம் செலுத்துகிறது.

அறிவாற்றல் கணினி தொடர்ந்து முன்னேறும்போது இது வழக்கமான செயற்கை நுண்ணறிவு முறைகளுக்குப் போட்டி அல்லது மாற்றுக் கட்டமைப்புகளை வழங்கக் கூடும். இந்தத் தொழில்நுட்பங்களை நேரடிப் போட்டியாளர்களாகக் கருதுவதைவிட, அவற்றுக்கிடையே ஒருங்கிணைப்பு, ஒத்துழைப்புகள் இருக்கலாம் என்பதை நாம் கவனத்தில் கொள்ள வேண்டும்.

சான்றாக, செயற்கை நுண்ணறிவு நுட்பங்கள் குவாண்டம் கம்ப்யூட்டிங் அல்லது நியூரோமார்பிக் கம்ப்யூட்டிங் ஆகியவற்றுடன் ஒருங்கிணைக்கப்பட்டு அவற்றின் திறன்களை மேம்படுத்தலாம். 'செயற்கை நுண்ணறிவு' என்பது, பல்வேறு துணைத்துறைகள், சிறப்புப் பயன்பாடுகளைக் கொண்ட பரந்து விரிந்த துறையாகும். எனவே, வெவ்வேறு அணுகுமுறைகளை அதற்குரிய நேரடிப் போட்டியாளர்களாகப் பார்க்கப்படுவதைவிட ஒன்றிணைந்து ஒருவருக்கொருவர் பூர்த்தி செய்துகொள்ளும் இணையர்களாகவே பார்ப்பது நல்லது.

துணைபுரிந்தவை

நூல்கள்

1. Ian Goodfellow, Yoshua Bengio, and Aaron Courville, 'Deep Learning', MIT Press, 2016.
2. Kevin P. Murphy, 'Machine Learning: A Probabilistic Perspective', MIT Press, 2012.
3. Nick Bostrom, 'Superintelligence: Paths, Dangers, Strategies',: Oxford University Press, 2014.
4. Pedro Domingos, 'The Master Algorithm: How the Quest for the Ultimate Learning Machine Will Remake Our World', Basic Books, 2018.
5. Peter Norvig, Stuart Russell, and Ernest Davis, 'AI: A Modern Approach', Pearson, 2021.
6. Stuart Russell and Peter Norvig, 'Artificial Intelligence: A Modern Approach', Pearson, 3rd Edition, 2009.
7. Stuart Russell, 'Human Compatible: Artificial Intelligence and the Problem of Control', Viking, 2019.

இணையத் தளங்கள்

1. g1.globo.com
2. gamasutra.com
3. techcrunch.com
4. https://www.hindutamil.in/